కవిత్వమై కురిసిన కవి

(మాడభూషి సంపత్ కుమార్ కవిత్వ విశ్లేషణ)

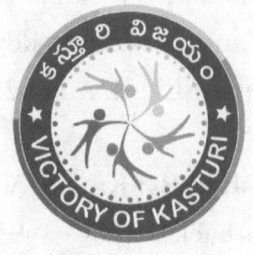

కస్తూరి విజయం
VICTORY OF KASTURI

రచన
కొండ్రెడ్డి వేంకటేశ్వర రెడ్డి

Kavitvamai Kurisina Kavi
(An analysis of Madabhushi Sampath Kumar's Poetry)
By Kondreddi Venkateswara Reddy (Poet & Critic)
H.No.8-150, Kothapet, Kanigiri, A.P. 523230, Ph.9948774243

Published By: Kasturi Vijayam
ISBN (Paerback).: 978-93-95321-01-3
ISBN(E-Book) : 978-81-960876-2-3

అంకితం

ఆచార్య కె. హేమచంద్రారెడ్డి,
శ్రీమతి కె. ప్రవీణ
అధ్యక్షులు, ఆంధ్రప్రదేశ్ రాష్ట్ర ఉన్నత విద్యాశాఖ మండలి

మొక్కవోని ఆత్మవిశ్వాసం! మహోన్నత వ్యక్తిత్వం!
అభ్యుదయమే లక్ష్యం! మానవీయతే మార్గం!
వృత్తిధర్మానికి వన్నె! పరోపకారమే ప్రవృత్తి!
మంచితనానికి మరో దీపం! సువర్ణానికి సుగంధం!
విలువలతో విరాజిల్లు విద్యామూర్తి
'హేమచంద్రారెడ్డి' గారికి
ఆయన ప్రావీణ్యతకు ప్రాణమైన
సహధర్మచారిణి 'ప్రవీణ' గారికి
ఆత్మీయతాభినందనలతో
ఈ గ్రంథం
అంకితం

విషయసూచిక

ఇష్టవాక్యాల కూర్పు 1

బంగారానికి పరిమళం 4

నా మాట 7

1. ఉపోద్ఘాతం 10
2. 'మాదభూషి' జీవన రేఖలు 20
4. 'జీవితం-కవిత్వం' 28
4. కవిత్వం మీద కవిత్వమై కురిసిన కవి 38
5. మహిళా సాధికారిత మార్గాన్వేషణ 48
6. రైతరికానికి రక్షణ 60
7. ప్రకృతి పరిరక్షణకు సత్తువ 67
8. దళిత దృక్పథమే ఆత్మఘోష 74
9. అరాచక రాజకీయాలను 83
10. మరణం మీద అక్షరం రణం 98
11. వ్యక్తిత్వాన్ని సంభావించిన అక్షరం 106
12. ముగింపు 121

ఇష్టవాక్యాల కూర్పు

–డాక్టర్ ఏనుగు నరసింహారెడ్డి
తొలి కార్యదర్శి,తెలంగాణ సాహిత్య అకాడెమీ
అదనపు కలెక్టర్, మేడ్చెల్–మల్కాజగిరి జిల్లా
ఫోన్: 8978869183

మాడభూషి ప్రఖ్యాతి చెందిన ఇంటిపేరు. సంపత్ కుమార్ తనకు తానుగా దిద్ది తీర్చుకున్న పేరు. తెలంగాణ, ఆంధ్ర రాష్ట్రీయులకు చెన్నైలో తెలుగు అనగానే మాడభూషి సంపత్ కుమార్ గారే గుర్తొస్తారు. మద్రాసు యూనివర్సిటీని ఆలంబనగా చేసుకొని వారు నిర్వహించిన సదస్సులు, గోష్ఠులు, కవి సమ్మేళనాలు అటు ఆన్‌లైన్‌లోనూ, ఇటు వేదిక మీదా ఇక్కడున్న మాలాంటి వాళ్ళను ప్రభావితం చేస్తూనే ఉన్నాయి. 'చైతన్యమునెవరైనా చేతులు కట్టుకు కూర్చొమ్మనునా' అని సినారె అన్నది ఇలాంటి వారిని చూసే. స్థిర జీవితానికి కొంత ఆలస్యం జరిగినా నిజస్థిరత్వం సాహిత్యంలోనే ఉందన్న విషయాన్ని మాడభూషి గారు ముందే గుర్తించారు. విద్యార్థిగా మొదలుపెట్టిన పరిశోధనను జర్నలిస్టుగా, ఆచార్యులుగా, విశ్రాంత జీవిగా కూడా కొనసాగిస్తున్నారు. అరడజను పరిశోధన గ్రంథాలు, అరడజను అనువాదాలు, సంపాదకక్రియలతో పాటు తమదైన ముద్రతో ఆరు కవితా సంపుటాలు కూడా ప్రచురించడం చిన్న విషయం కాదు. ఈ పెద్ద విషయమే కొండ్రెడ్డి వేంకటేశ్వరరెడ్డి గారిని ఆకర్షించింది.

కొండ్రెడ్డి గారు స్వతహాగా కవి, విమర్శకులు. చాలా మంది సాహిత్యకారులకు ఉండని అదనపు అర్హత వీరికుంది. అది నైరూప్య చిత్రకళ. కొండ్రెడ్డి గారు ఒకపూట భోజనమైనా మరిచిపోతారు కాని చదవని రోజు, రాయని రోజు ఆయన జీవితంలో ఉండవు. అలాంటి విమర్శకులకు మాడభూషిగారి పుస్తకాలన్నీ అందుబాటులోకి వచ్చాయి. ఫలితంగా ఒక వ్యాస సంపుటి తయారయింది. ఏమాటకామాటే చెప్పుకోవాలి. మాడభూషిగారి పుస్తకాలన్నింటినీ నెత్తికెత్తుకుంటే పెరిగే బరువు తనకు తెలుసు. అందుకే కవిత్వానికి లిమిట్ అయ్యారు. 'కవిత్వమై కురిసిన కవి' శీర్షిక దాన్నే సూచిస్తుంది. రేఖామాత్రంగా విమర్శను, పరిశోధనను, అనువాదాలను, సంపదాకత్వాన్ని స్పృశించినా ప్రధానంగా ఇది కవిత్వ విశ్లేషణా గ్రంథం.

కవిత్వం –జీవితం, శత్రువుతో ప్రయాణం, ఆలోచనలు, చివరకు నువ్వే గెలుస్తావు, మూడో మనిషి, వికారి కవితా సంపుటాల గురించిన లోతైన విశ్లేషణ ఇందులో ఉంది. సాధారణ

విమర్శకులు విమర్శనా సౌలభ్యంకోసం సంపుటి వారీగా చర్చిస్తారు. ఆ సంపుటి కాలం, సామాజిక పరిస్థితులు, ఆ సంపుటిలో వాటి ప్రతిఫలనం చెబుతూ అందులోని విశేషణాలు చెబుతూ పోతారు. కానీ కొండ్రెడ్డి గారి పద్ధతి వేరు. మొత్తం సంపుటాలను చదివి ఏకబిగిన క్రోడీకరించుకొని తొమ్మిది భాగాలుగా చర్చించారు.

నిజానికి కవిత్వాన్ని అనుభవించటం, గుర్తించటం సులభం, కానీ నిర్వచించడం కష్టం. కవిత్వం గురించి మాట్లాడుతూ 'ఆ విధంగా తప్ప ఇంకే విధంగాను రాయలేనిది ఉత్తమ కవిత' అంటాడు ఎమర్సన్. Poetry is languahe of imagination అంటాడు హాజ్‌లిట్. 'నీ మిత్రులెవరో చెప్పు నీవెలాంటి వాడివో చెబుతా' అన్న సామెతలానే కవి శైలి (Diction) అతని వ్యక్తిత్వాన్ని చెబుతుంది. ఈ రహస్యం కొండ్రెడ్డి గారికి తెలుసు. అందువల్లే 'ఇవాళ తెలుగు కవిత్వం నూతన ప్రపంచ సృష్టికి అక్షరాన్ని ఆహుతివ్వకుండా, మూఢవిశ్వాసాలకు మూలమైన బరువును మోస్తుంది' అని పసిగట్టగలిగారు.

జీవితానికి, కవిత్వానికి పోలిక చెబుతున్న సందర్భంలో కవిని పూర్తిగా ఏకీభవించలేని సందర్భాలు వచ్చినప్పుడు సున్నితంగా అది కవి వ్యక్తిగతాభి ప్రాయంగా భావించవలసి ఉంటుందంటారు. మొత్తంగా మాడభూషి గారిని అంచనా వేస్తూ 'కాంక్రీటు సిద్ధాంతాల, రాద్ధాంతాల జోలికిపోకుండా ఆధిపత్య దురహంకార దమన నీతుల మీద దుమ్మెత్తిపోసే కవిత్వం' గా అభివర్ణించారు. కొండ్రెడ్డి గారు తరుచుగా కవిగారి వాక్యాలతోనే వ్యాసాలను నడిపించడం వారి ఱఅజశ్రీఎవఅ్‌కు మచ్చుతునక. ఒకచోట 'జీవనయానంలో హేతువే సేతువులా ఉపకరిస్తుందన్న కవితా రహస్య మెరిగిన పండిత కవీయన' అన్నారు. విమర్శకులు అంతగా ప్రశంసించడానికి కారణమేమిటా అని పరిశీలిస్తే వచ్చే జవాబు ఒక్కటే అది మాడభూషి కవిత్వం.

'మనిషి విలువ రూపాయిలాగా
పడిపోతూనే ఉంది'

అనడంలోని నవ్యత

'కవిత్వానికి తెలియకుండా
జీవితాన్ని ఎలా దాస్తావ్'

అనే హేతుబద్ధతా

'కవిత్వం ఎవరికీ వంగి సలాం చెయ్యదు
నిలువెత్తు కవిత్వంలో
జీవితం తలెత్తుకు తిరుగుతుంది'

అనడంలో నిబద్ధత

'నాతి గౌరవమ్ము జాతికే గర్వమ్ము'

కవిత్వమై కురిసిన కవి (మాడభూషి సంపత్ కుమార్ కవిత్వ విశ్లేషణ)

అన్న ఆటవెలది పాదం కన్నా లోతైన

'వాడు కావాలనుకున్నప్పుడు నేను రావాలి
వాడు తేవాలనుకున్నప్పుడు నేను తేవాలి
వాడు తిరగమన్నట్లు, నేను తిరగాలిలా తిరగాలి
వాడు వాడుగా ఉంటాడు
నేను నేనుగా ఉండకూడదు
వాడికి సంతోషం కలిగితే
నేను సంతోషించాలి
నాకు దు:ఖం వచ్చినా
వాడు ఆనందిస్తాడు!'

అని నడిచే స్త్రీవాద కవితలు.

'ఎవరో ఇచ్చిన విత్తనాలు విత్తాలి
ఎవడో చెప్పిన ఎరువు వేయాలి
ఎవడి ఆజ్ఞ ప్రకారమో
పంటలు పండిరచాలి
ఎవరో నిర్ణయించిన ధరకు
అమ్మకాలు సాగించాలి
రైతు తన భూమిలో తనే కూలి'

అనే రైతు పక్షపాత కవితలు ఈ గ్రంథ రచయితను రచనకు పురిగొల్పి ఉంటాయి. అందుకే ఇంత ఇష్టంగా ఒక కవి మీద సాధికారికమైన విమర్శ రాయగలిగారు.

కవులు వచనం రాస్తారు, రచయితలు, విమర్శకులు కవిత్వం రాస్తారు. కొందరు అనువాదం, స్వతంత్ర రచనలూ చేస్తారు. అనేక పార్శ్వాలున్న మాడభూషి గారు కవిత్వం రాయడం ఎప్పుడు ప్రారంభించారో కానీ అన్ని సంపుటాలు 2013 తర్వాతే ప్రచురించారు. అవిభాజ్యంగా కవిత్వాన్ని జీవితంలో భాగంగా చూసిన కవి. నిరంతరం రాస్తూ ఉంటారు. Continuty కవిని నిలబెడుతుంది. ఈ గ్రంథస్ఫూర్తితో ఈ కవి మరింత గొప్ప కవిత్వం నిరంతరం రాస్తారన్న హామీ ఇస్తుందిది.

బంగారానికి పరిమళం

డాక్టర్ గుమ్మా సాంబశివరావు
పూర్వ వైస్-ప్రిన్సిపాల్,తెలుగు విభాగం అధ్యక్షులు
ఆంధ్ర లయోలా కళాశాల, విజయవాడ
ఫోన్: 9849265025

శ్రీ కొంద్రెడ్డి వేంకటేశ్వర రెడ్డి గారు నాకెంతో ఆత్మీయులు. పలు సభల్లో ఆత్మీయంగా పలకరించుకొన్నాం. సాహిత్యపు చర్చలు చేశాం. కొంద్రెడ్డి వారు బహుముఖ ప్రజ్ఞాశాలి అని చెప్పటానికి ఆయన రచనలే కాకుండా ఆయన గీసిన చిత్రాలే సాక్ష్యం. కవిగా, విమర్శకునిగా, చిత్రకారునిగా ఇప్పటికే సహృదయుల మన్ననల్ని అందుకొన్న కొంద్రెడ్డి గారు ఇటీవల కొంత మంది కవుల భావ పరిమళాన్ని పంచుతూ ఆయా కవుల్ని గూర్చి ప్రత్యేక పుస్తకాలు వెలువరిస్తున్నారు. ఈ కోవకు చెందిందే ''కవిత్వమై కురిసిన కవి'' అనే పుస్తకం.

కవిపేరు చెప్పకుండా కవిత్వమై కురిశాడని చెప్పటం ద్వారా శీర్షికతోనే ఒక ఉత్సుకతను కలిగింపచేశారు కొంద్రెడ్డి గారు. స్వయంగా కవి కావడం వల్ల ఎదుటి కవి హృదయాన్ని అర్థం చేసుకొని, విశ్లేషించి వివరించగల నేర్పు సొంతం చేసుకొన్నారు. విమర్శకుడు కవి కూడా అయితే ఆ విమర్శ ఎంత గొప్పగా ఉంటుందో చెప్పటానికి ''ఈ కవిత్వమై కురిసిన కవి'' అనే పుస్తకమే సాక్ష్యం. శీర్షిక ద్వారా ఒక కవి కవిత్వమై కురిశాడని స్ఫురింపచేశారు. ఆ కవి ఎవరు? అని ప్రశ్నించుకోగా పుస్తకాన్ని తెరవ కుండానే ఆ కవి ''మాడభూషి సంపత్ కుమార్'' అని వెంటనే తెలిసేటట్లుగా కింద వివరించారు.

మాడభూషి సంపత్ కుమార్ బహుభాషాకోవిదులు. తెలుగును బోధించే ఆచార్యులు. భాషావేత్త, అనువాదకులు, కవి విమర్శకులు, బహుగ్రంథ సంపాదకులు, పత్రికా రచయిత ` ఇన్ని లక్షణాలు, ప్రతిభలు కలిగిన సంపత్ కుమార్ గారి కవిత్వాన్ని మాత్రమే విశ్లేషించటానికి శ్రీ కొంద్రెడ్డి వెంకటేశ్వర రెడ్డిగారు పూనుకోవటం ద్వారా సంపత్ కుమార్ గారి లోని కవితాశక్తి ఎంత ఉత్కృష్టమైందో, ఎంత ప్రతిభావంతమైందో గ్రహించవచ్చు. ఆచార్య సంపత్ కుమార్ గారు నాకు సోదర సమానులు. నాకంటే వయసులో ఒక ఏడాది చిన్న, ఎప్పుడు కనిపించినా ఆప్యాయంగా పలకరించే స్నేహశీలి. వారు నిర్వహించిన పలు సదస్సుల్లో పాల్గొన్నాను. పుస్తకాన్ని రూపొందించిన రచయిత, ఆ పుస్తకానికి మూల పదార్థ సృష్టికర్త ఇద్దరూ నాకు ఆత్మీయులే. ఈ ఆత్మీయ సంబంధమే నన్ను నాలుగు మాటలు రాయటానికి పురిగొల్పింది.

కొండ్రెడ్డిగారు ఈ పుస్తక రచనలో ఒక ప్రత్యేక ప్రణాళికను ఏర్పరచుకొన్నారు. ఆయన రాయదలచుకొన్నది సంపత్ కుమార్ గారి కవిత్వం మీద. అందుకోసం సంపత్ కుమార్ గారి కావ్యాలను తీసుకొని ఒక్కొక్క సంపుటిని విశ్లేషించే ప్రయత్నం చెయ్యకుండా ఆయా సంపుటాలలో ఉన్న సారాన్ని వివరించే పనికి పూనుకోవటం ద్వారా తన విమర్శ గ్రంథానికి మంచి మార్గాన్ని ఏర్పరచుకొన్నారు.

'ఉపోద్ఘాతం, అధ్యాయం....'విమర్శకుడైన కవి, కొండ్రెడ్డిగారు కవిత్వమై ప్రవహించారనిపిస్తుంది. ''సంపత్ కుమార్ కవిత్వం వస్తు సత్తువ కలిగి పీడిత జనపక్ష పాతిగా, స్త్రీ జనోద్ధరణ దిశగా సాగుతుంటుంది. అవాస్తవ కట్టుకథల మెట్లక్కని తత్త్వం వీరి కవిత్వంలో గమనించవచ్చును. ప్రకాశించే ప్రతిభకు, ప్రజాస్వామిక ప్రగతి శీలతకు, పరిమళించే పదచిత్రాలకు, ప్రయోజనాత్మక తాత్త్విక భావాలకు సమతూకమైనిల్చే ప్రతిరూపం ఈయన కవిత్వం'' అన్న మాటలు అక్షర సత్యాలు.

కష్టాల కన్నీళ్లు తాగి పెరిగిన కవికావటంతో సంపత్ కుమార్ గారి కవిత్వం అంత బలంగా ఉందని భావించవచ్చు. ఆయన కవిత్వం నిండా మానవత్వం పరిమళించిన తీరును రెడ్డిగారు చక్కగా, వివరించారు. ఒకవైపు సంపత్ గారి కవిత్వాన్ని విశ్లేషిస్తూ మరోవంక ఆయా విషయాల్ని సమర్థించటానికి, మధ్య మధ్యలో రెడ్డిగారు అందించిన పద్యాలు ఈ విమర్శను మరింత పుష్టిమంతంగావించాయి. ఈ పద్యాలు రెడ్డిగారివేనని నా నమ్మకం.

పన్నెండు శీర్షికలతో సాగిన ఈ విమర్శ ఉపోద్ఘాతం తర్వాత మాడభూషి జీవన రేఖల్ని, జీవితం ` కవిత్వాల కల పోతల్ని, కవి కవిత్వం మీద కవిత్వమై కురిసిన తీరును, మహిళాసాధికారతను చిత్రించిన వైనాన్ని, రైతరికానికి రక్షణ కల్పించిన పద్ధతిని, ప్రకృతి పరిరక్షణను ప్రతిబింబింపచేసిన మార్గాన్ని దళితుల ఆత్మఘోషను ఆవిష్కరించిన తీరును, అరాచక రాజకీయాల్ని అంటగాల్చే అగ్నిజ్వాలల్ని, మరణం మీద సాగించిన అక్షరరణాన్ని, వ్యక్తిత్వాన్ని సంభావించిన అక్షరాన్ని ` అద్భుతంగా చిత్రించింది. సంపత్ కుమార్ కవిత్వాన్ని ఔపోసనపడితే తప్ప ఇది సాధ్యం కాదని రెడ్డిగారు నిరూపించారు. సంపత్ గారి కవిత్వ విశ్లేషణ గావించిన రెడ్డిగారి తీరును చూస్తే కాళిదాసు కవిత్వాన్ని విశ్లేషించిన మల్లినాథసూరి కనిపిస్తున్నాడు. బంగారం లాంటి సంపత్ గారి కవిత్వానికి, రెడ్డిగారి విశ్లేషణ పరిమళాన్ని అద్దిందని చెప్పటం సముచితమని నాభావం. మిత్రద్వయానికి అభినందనలు.

నా మాట

అక్షరాన్ని క్రియాశీల సాహిత్యపు సానువుల్లోకి మళ్లించి, నిబద్ధమైన సాహితీ జీవితం గడుపుతూ, ప్రజా జీవితంలోని అనేక కోణాలను కళాత్మకంగా అక్షరబద్ధం చేస్తున్న కవులంటే నాకిష్టం. జీవితంలో ఎదురయ్యే కష్టాలకు వెరవకుండా, ఉబికొచ్చే కన్నీటికి కలత చెందకుండా, చీకటి మూల పల్లెనుంచి, దుర్భరస్థితిగతులను అధిగమించి అక్షర దివ్వెలను దారిదీపాలుగా చేసుకొని తన జీవితానికి అర్థాన్ని పరమార్థాన్ని కల్పించుకుంటూ, అపురూపమైన వ్యక్తిత్వంతో, సాహిత్య సౌజన్య వాతావరణాన్ని సృష్టించుకునే సృజన శీలురైన సాహితీవేత్తలంటే నాకు ప్రాణం. ఈ మధ్య ఆచార్య మాడభూషి సంపత్ కుమార్ సాహిత్యాన్ని నిశిత పరిశీలనతో చదివే అవకాశం కలిగినది. అట్లే వారు నిర్వహిస్తున్న 'జూమ్' మీటింగ్స్‌లో పాల్గొనే అదృష్టం కల్గినది. సాహిత్యం అయితేనేమి, వారితో సంభాషించినపుడు సాహిత్యం ఎడల వారికి గల దృష్టి, దృక్పథం అయితేనేమి, నాకనిపించింది, సాహిత్యాన్ని జీవితంలోనూ జీవితాన్ని సాహిత్యంలోనూ దర్శించే దార్శనిక సాహితీవేత్త సంపత్ కుమారని. వారి రాతల్లో చేతల్లో, సమాజం పట్ల ఉన్న నిబద్ధత, నిమగ్నత, సామాజిక న్యాయం పట్ల ఉన్న ఆరాటం, చిత్తశుద్ధి, నన్ను బాగా ఆకర్షించాయి. అందుకే వారి సాహిత్యాన్ని సమాజానికి పరిచయం చేయాలనే తలంపు కల్గినది. ఆ తలంపే ''కవిత్వమై కురిసిన కవి''గా వారి సాహిత్యాన్ని విశ్లేషించడం జరిగింది.

''ఆత్మ గౌరవం తాకట్టుపెట్టి/ ఆర్థికంగా ఎదగడం గురించి ఆలోచిస్తున్నారు'' అనే నేటి సామాజిక దృక్పథాన్ని పసిగట్టిన కవి సంపత్ కుమార్. అట్లే ''అక్షరాలకు/ అణుశక్తి ఉంది/ భూమ్యాకాశాల మధ్య/ భావాల్ని పంచుతూ/ మనుషుల్ని చేరుస్తాయి'' అనే విశ్వాసం, నమ్మకమున్న కవి సంపత్ కుమార్. ఈయన సాహిత్యం చదవడం వలన సామాజిక విధ్వంసక మూలాల మీద, మానవేతర శక్తుల ఆధిపత్య భావాల మీద అవగాహన కలుగుతుంది. మత, కుల వాదుల ఆగడాల్ని క్షుణ్ణంగా అర్థం చేసుకోవచ్చు. ఈ కవికి భారతీయ సామాజిక వ్యవస్థ, నిర్మాణ చట్రం తెలియడమే కాదు, దాన్ని నడిపించే చలనసూత్రాల ఆంతర్యము తెలుసు.

అందుకే సంపత్ కుమార్ సాహిత్యాన్ని నిశితమైన పరిశీలనతో విశ్లేషనాత్మకంగా విపులీకరిస్తూ 'కవిత్వమై కురిసిన కవి' శీర్షికతో రాసి ప్రచురించడం జరిగింది. విజ్ఞులైన పాఠకులు నా కృషిని సహృదయంతో పరిశీలించి ఆశీస్సులు అందిస్తారని ఆశిస్తాను.

ఈ గ్రంథాన్ని ఓపిగ్గా చదివి ముందు మాటలు రాసిన ప్రముఖ సాహితీ వేత్తలు డాక్టర్ ఏనుగు నరసింహారెడ్డి గారికి, డాక్టర్ గుమ్మా సాంబశివరావు గారికి నా ధన్యవాదాలు. ఈ గ్రంథాన్ని అంకితం తీసుకోవడానికి అంగీకరించిన సహృదయులు, సాహిత్య పిపాసి డా॥ కె. హేమచంద్రారెడ్డి గారికి ఆత్మీయ అభివాదములు తెలియజేస్తున్నాను. ఈ పుస్తకాన్ని ఓపిగ్గా కంపోజ్ చేసిన డాక్టర్ ఆర్. బాలసుబ్రమణ్యానికి ధన్యవాదాలు.

మీ......
కొండ్రెడ్డి వేంకటేశ్వర రెడ్డి,
కవి, విమర్శకులు, చిత్రకారుడు
ఫోన్: 9948774243

కవిత్వమై కురిసిన కవి (మాడభూషి సంపత్ కుమార్ కవిత్వ విశ్లేషణ)

రచియించెనా? కళాప్రజ్ఞాధురీణతా

గంధముల్, కృతులందుఁ గ్రాలుచుండుఁ

బల్కెనా? భారతీభవ్యవీణాధ్వనుల్

రసనాంచలముపైఁ బరగుచుండు

నడచెనా? సన్మార్గనైపుణీకాంతులు,

గతియందు, మతియందుఁ, గానిపించు

నవ్వెనా? ప్రజ్ఞాన నైతిక మర్మముల్

పెదవులఁ, గన్నుల, మెదలుచుండు,

అతఁడు 'మాడభూషి'కులుఁడు, సతత భార
తీ పదార్చకుఁడు, సుకవి, తీవ్రశోధ
కుఁడు, గురుజనవిధేయుఁడు, కోమలుండు,
చారుశీలుండు సంపత్కుమార బుధుఁడు.

– డాక్టర్ వారణాసి శివరామకృష్ణ (అవధాన శిరోమణి, అవధానకంఠీరవ, మహాకవి, శతావధాని)

1. ఉపోద్ఘాతం

అభ్యుదయ భావాంత రంగంలో ఆవిర్భవించి, ఆధునిక అనుభవ సారంలో ఊపిరిపోసుకుని సైద్ధాంతిక భూమికతో ఎదిగిన అక్షరానికి క్షయం వుండబోదనేది యథార్థం. మానవత, ప్రగతిశీల సౌశీల్యంతో సామాజిక రుగ్మతలను చెండాడుతూ, జనక్షేత్రంలో ఎనలేని చైతన్యాన్ని వెల్లువెత్తిస్తూ, అలలెత్తే అక్షర ప్రవాహాన్ని కవిత్వం అంటాము. యుక్తి యుక్తమైన భావాలతో, సమకాలీన సామాజిక దర్శనం చేయిస్తూ, విశాలతత్త్వమై విస్తరిస్తూ, వో విశ్వాసాన్ని నమ్మకాన్ని జనం గుండెల్లో గుడికట్టిస్తున్న, సామాజిక మార్పుకు దోహద పడుతున్న అక్షరం మానవీయతకు మకుటాయమానంగా, వో ప్రాణంగా నిలుస్తుంటుంది. మానవీయతా మార్గాన్వేషణే ధ్యేయంగా, బడుగుబలహీన వర్గాల పక్షాన వెన్నుదన్నుగా నిల్చి, స్త్రీ జనోద్ధరణే స్థితప్రజ్ఞగా, జ్వాజ్వల్య మానమైన దార్శనికోజ్వల భవితకు, మనిషితనం మాధుర్యాన్ని జీవశక్తిగా అందించే కవిత్వం కమనీయం, రమణీయం, హర్షణీయం.

నిత్య సాహిత్య పిపాసిగా, బహువిధ సాహిత్యకోణాల్ని స్పృశిస్తూ, సామాజికరుగ్మతల్ని అవగాహనించుకుంటూ, వర్తమాన సమాజాన్ని అవలోకిస్తూ, జనజీవన సవ్వడి తన కవితావేశానికి మున్నుడిగా సాగిపోతున్న కవి డా॥ మాడభూషి సంపత్‌కుమార్. ఆర్తి, ఆవేదన, నిర్వేదన, వివేచనా పరిణతతో, ప్రజాస్వామిక భావవ్యక్తీకరణలతో జనశ్రుతిలో వెలుగులోను సరళ సౌకుమార్య పదబంధాల పోహళింపుతో, స్వచ్ఛమైన పల్లెటూరి పైరగాలి పరిమళం వీరి కవిత్వం. అనర్గళమైన కవితాధార, లయాత్మకమైన పదబంధాల పొందిక పాఠక హృదయాల్ని ఆత్మీయంగా స్పర్శిస్తూ, అమ్మతనాన్ని అద్దుతూ, కమ్మని కలల్లోకి నడిపిస్తుంటుంది. సాహిత్య రంగంలో సాధికారికంగా సాగిపోతున్న సకల సైద్ధాంతిక వాదాల, వర్గాల సారాన్ని తీసి, మానవీయతా విలువలనుద్ఘాటించే ప్రగతిశీల దృశ్యాలను వీరి కవిత్వం బొమ్మ కట్టిస్తుంటుంది.

'మాడభూషి' కవిత్వం మానవతా భూషితమై ఒప్పారుతూ, సామాజిక వాస్తవికతకు దర్పణమై నిలుస్తుంటుంది. సునిశితమైన అంత:కరణతో, సమంజసమైన ఊహలతో, సర్వసామాన్యుని సైతం చైతన్య పరుస్తూ, ఒక సామూహిక తాత్త్వికతను ఆరవోస్తుంటాయి వీరి కవితా వాక్యాలు. సరికొత్త భావాలను సమయస్ఫూర్తితో వెలువరిస్తూ, అభివ్యక్తినవ్యతతో నిష్ఠుర నిజాలను కవిత్వంలో నట్టువాంగమాడిరచే నేర్పరకవి. అనుక్షణం విపరీతమైన పరిణామాలకు

లోనవుతున్న, వర్తమాన జీవిత చిత్రాన్ని చిత్రీకరిస్తున్న వివేచన, వివేకంతో పాటు సాంద్రీకృతమైన మానసిక దృఢత్వం, భాషాపటుత్వం గల కవి ఈయన. తనదైన ముద్రతో తన పదబంధాలను కూర్చుకుంటూ, అస్పష్టత గోచరింపచేయని భావస్పష్టతకు బాణీగా 'మాడభూషి' వారి కవిత్వం శోభిల్లుతుంటుంది. రాజ్యాధికారం కలుషితపరుస్తున్న సమాజాన్ని ప్రక్షాళన చేసేందుకు దోహదపడే భావాల నిలయం వీరి కవిత్వం. సమాజంలో అహంకారపూరిత వ్యక్తిత్వాల్ని దుయ్యబడుతూ మనిషి పరిధికి పట్టంగట్టే పదునైన భావప్రకటనలు వీరి కవిత్వంలో గమనించవచ్చు. సంకుచిత భావాలను అంకుశమై అదిలించే సువిశాల భావదృక్పథం వీరి కవితాపథం. కవిత్వం నిత్య నూతనంగా ఉండాలనే దృష్టితో తనదైన వో కొత్త చూపుతో, అరిగిపోయిన పదబంధాలను అవతలపారేసి, కొత్త పదబంధాలకు పురుడుపోస్తున్న పదగామి. వాక్యంలో ఒక మాటను వేసి చూస్తే ఎలా వుంటుందో, తీసి చూస్తే ఎంత చక్కగా వుంటుందో ఎరిగిన కవీయన. లోతైన భావాల్ని అరసి, కవిత్వాన్ని తరసి తరసి సవరించి ప్రకటిస్తూ చిక్కదనానికి చక్కదనం కూర్చే నేర్పు వీరి కవిత్వంలో గమనించవచ్చును. కవిత్వంలో వజ్రకాఠిన్యమైన తిరస్కృతిని, పువ్వంత మృదువైన దయార్ద్ర హృదయాన్ని, నికృష్ట, ఉత్కృష్ట నైతికత నేపథ్యంగా సంభావిస్తూ, నిజాయితీకి నిలువెత్తు రూపంగా భావాల్ని చెప్పగల దిట్ట 'మాడభూషి'వారు. సమాజంలో మనుషులంతా యోగులుగా ఉండకపోయినా, నిరుపయోగులుగా ఉండకూడదనే భావన వీరిది. తేలికైన పదాలతో, క్లుప్తత, గుప్తత పాటిస్తూ, పదాల విరుపుతో క్రొంగత్త భావాలను స్ఫురణకుతెచ్చే వీరి కవితా నైపుణ్యం ప్రశంసింపదగినవి. ఈయన కవిత్వంలో సామాజిక దర్శనం అడుగడుగునా కనిపిస్తూ, భవిష్యత్ సమాజాన్ని, స్వరూపాన్ని అంచనా వేయడానికి సానుకూలత కలిగి ఉంటుంది.

నిర్దిష్ట నిజాలు వెల్లడిరచాలంటే సంపత్ కుమార్ కవిత్వం నిరాకారాలతో దాగిన సాకారతను కప్పుకుంటున్న కలలు మాగిన వాసనేస్తుంటుంది. కనిపించే సామాజిక నిర్దిష్టతలోని అసమతౌల్యం ఎంత అదృశ్యంగా, అవ్యక్తంగా ఉంటుందో దాన్ని అక్షరాలుగా భౌతిక ప్రవచనావరణ రూపానికి అనువదించినపుడు ఏర్పడే ఒక నగ్న సంభాషణలాగుంటుంది ఈయన కవిత్వం. మనిషి అత్యంత స్థిరత్వంతో, ప్రగతికాముకుడిగా నిర్మాణవాదిగా ఉండాల్సిందిబోయి, చపలుడుగా, అత్యంత విషాదకునిగా, విధ్వంసకునిగా ఉంటూ సాదృశ్యం కాని చీకటి కోణాల్లోదాగి జనాన్ని యేమారుస్తుంటాడు. అటువంటి అదృశ్యకోణాలను వింగడిరపజేస్తూ, నిజస్వరూపాల్ని, వెలుగు పరుస్తూ కల్లాకపటానికి తావివ్వని స్వచ్ఛమైన కవితా వాక్యాలు వీరి కవిత్వంలో బోలెడున్నాయనడం అతిశయోక్తి కాదు. గతసైద్ధాంతిక సూత్రాల్ని, కాలమార్పును గమనించకుండా ఇంతకుమించిన సైద్ధాంతిక సూత్రాలు లేనేలేవనే పూర్వాచార పరాయణత్వాన్ని ఖండిరచే స్వభావీయన. కాలంమార్పు, ప్రతి సైద్ధాంతిక అంశాల్లో వెలితిని, ఖాళీలను

కలిగిస్తుంటుంది. వాటిని పూరించుకుంటూ పురోగమించడమే ఆధునికత అంటాడు సంపత్‌కుమార్. ఒక దృక్పథానికి పరిమితం కాకుండా, చలనాలలోని హేతుబద్ధతను గుర్తించి, మారుతున్న సందర్భాలను గ్రహించి దృష్టి కోణానికి పదునుపెట్టుకొన్నప్పుడే సమాజాన్ని విమర్శనాత్మకంగా, యాంత్రికం కాకుండా దర్శించగలమనేది వీరి భావన.

సమాజంలో దీపం కింద నీడలా నిలచిపోతున్న దయనీయమైన స్త్రీ సమానత్వాన్ని అర్థం చేసుకోవడంలో పురుషాధిక్యభావాలు త్వరతిగతిన కళ్లు విప్పాల్సిన అవసరం ఎంతైనా వుందంటాడీకవి. రాజకీయ ఆధిపత్యాల ప్రతిఫలంగా సాంస్కృతిక ఆధిపత్యాలు దర్శనమిస్తున్నాయి. సహేతుక సాహిత్య చారిత్రక సందర్భాన్ని అధ్యయనం ద్వారా అవగాహనించుకుంటూ, వర్తమాన అంశాలతో సరిపోల్చుకుంటూ, అనుభవ దృష్టికోణం నుండి మహిళా సాధికారిక హక్కుల్ని అర్థం చేసుకోవాల్సి ఉంటుంది. కులవివక్ష, జెండర్ వివక్ష మీద కక్షగట్టి సంపత్ కుమార్ అక్షరాయుధాల్ని సంధిస్తూ అడుగుల్ని పిడుగులు జేస్తూ సాగిపోతున్న జర్నలిస్ట్ కవీయన. ఇప్పుడు సమాజంలో అడుగడుగునా కపట విద్యల కాళ్ళు పట్టుకొని బొందితో కైలాసానికి ఎడ్వాన్స్ బుకింగ్స్ చేసుకునే కుహనాసాహితీ వేత్తలు ఎక్కువయ్యారనడం సత్యదూరమైన అంశంకాదు. కాంక్రీటు సిద్ధాంతాల, రాద్ధాంతాల జోలికి పోకుండా ఆధిపత్య దురహంకార దమన నీతుల మీద దుమ్మెత్తిపోసే కవిత్వం రాస్తూ, తనలోకి తాను తొంగి చూసుకుంటూ, నిజమైన కవిత్వపు వేళ్ళు తన హృదయాన్నితాకి శాఖలుగా వ్యాపిస్తున్నాయో లేదో తడిమి చూసుకునేకవి. లోన వికసిస్తున్న దిగుళ్ళు, కోరికలు, ఆలోచనలు, అనుభూతులు నిజాయితీగా ఎలా ఫీలింగ్ యిస్తాయో అలానే కవిత్వం చెప్తున్న నిజాయితీ ఈ కవి సొంతం.

కవిత్వంలో భావం రక్తిగట్టాలంటే అస్పష్టత ఆవహించకుండా ఉండాలంటే, భాషను నిర్దిష్టార్థంలో వాడాలి. మానవ జీవన యానంలో హేతువే, సేతువులా ఉపకరిస్తుందన్న కవితా రహస్యమెరిగిన పండితకవీయన. మాటల పొదుపరితనం, భావబలిష్టత, భాషాసారళ్యత, ఆర్ద్రత, ఆప్యాయత, రసరమ్యతతో కూడిన మానవ సంబంధాలను నెరపే మనోహరత్వాన్ని రాయగలడు. భావతాత్త్విక గంభీరతను ఎంతో సునాయాసంగా సరళమైన భాషలో సంక్షిప్తంగా వ్యక్తీకరించగలడు. కవిత్వంలోని వ్యక్తీకరణలు పైపై హంగులతో, పొంగులతో,ఊసరవెల్లి రంగులతో, పయోముఖ విషకుంభంలాంటి నటనలతో, కృత్రిమ హావభావాలకు ఆలంబనమైన వ్యక్తీకరణాలు నచ్చవుగాక నచ్చవు. ఇవి కవిత్వాన్ని సారవంతం చేయకపోగా నీరసాన్ని కలిగిస్తాయి. తెలివైన పాఠకుడు ఇటువంటి కవిత్వాన్ని మెచ్చుకోవడం కంటే నొచ్చుకోవడమే కనిపిస్తుంటుంది. డాంబిక శబ్దాలు, రణగొణధ్వనులు, అర్థరహిత పొడిగింపులు కవిత్వంలో రాజ్యమేలటాన్ని ఈ కవి అంగీకరించడు. అందుకే ఈయన కవిత్వం నాలుగు కాళ్ళతో నడుస్తుంటుంది. అవి రియాలిటీ, హ్యూమానిటి, క్లారిటి, కమిట్‌మెంట్ అనే నాలుగు గుణాలు.

మూఢవిశ్వాసాల మూసను బద్దలు కొట్టుకొని తనదైన దారిలో పయనించగలుగుతున్నాడు. కవిత్వం పాఠకుణ్ణి వెంటాడాలి, పాఠకుడు కవిత్వాన్ని కరతలామలకం చేసుకుంటుండాలి అనేది కవి ఆశ మరియు ఆకాంక్ష. కవి జీవిత అనుభవాల్లోంచి, సామాజిక పరిశీలనా దృష్టి కోణాల్లోంచి వచ్చిన కవిత్వం మనిషిలోని అగ్నిని ఆశను ఆరిపోనీయకుండా కాపాడుతుంటుంది. నిజమైన కవిత్వం పాఠకుని గుండె తలుపులు తట్టి లోన అలజడి సృష్టించేదిగా ఉంటుంది.

మనిషి చుట్టూ అల్లుకొనివున్న అనేకానేక వ్యవస్థల అతీగతులను మోస్తూనే, ఆ వ్యవస్థల కుటిలత్వాల తాకిడి నుండి మనిషిని కాపాడుకుంటూ, అందుకు అవసరమైన చైతన్యాన్నందిస్తూ వ్యవస్థ స్వరూపస్వభావాలను మానవీయంగా మార్చే క్రమంలో కవిత్వం అద్వితీయమైన కృషి చేస్తుంటుంది. కవిత్వం సమాజం మార్పుకోసం సహాయపడే భావజాలాన్ని అందిస్తుంది. సమాజం మార్పును అభిలషించే కదలికలను మనిషిలో కలిగిస్తుంటుంది. కవితా వాక్యంలోని మాటలకన్నా మించిన అర్థాలు, శ్రద్ధగా గమనిస్తే సంపత్ కుమార్ కవిత్వంలో పసిగట్టవచ్చును. కవితా వాక్యాలలోని కొన్ని మాటలు, గ్రహణశక్తికి వుండే పరిమితుల్ని దాటి, ఎరగని ప్రదేశాలకు పొడిగింపునిస్తాయి. సంపత్ కుమార్ చేసిన గొప్పపని తన కవిత్వంలో మానవ సంబంధాలలోని లోటు పాట్లను సున్నితంగా సునిశితంగా వ్యంగ్యంగా ఆవిష్కరించారు. వీరి కవితా వాక్యాలు పరిశీలిస్తే, సమాజం మీద రచయితకున్న పరిశీలనాదృష్టి, విషయగ్రహణం మీద ఉన్న అవగాహన, రచనలో సాధికారత, జనహితం కోసం పడే తపన, కొట్టవచ్చినట్లు కనిపిస్తుంటుంది. మృతకళ సోకనిభాష వాడడమూ కవి మేధాశక్తిని పట్టిస్తుంది. ఎప్పుడూ సమాజాన్ని ఒక ఇజం కళ్ళజోడుతో చూడకూడదు. ఇజాల అన్నింటి తలుపులు తెరచి వాటిని అధ్యయనం చేసి, అనుభవం ద్వారా బేరీజు వేసుకోవాలి. అప్పుడే కవి స్ఫటిక స్వచ్ఛమైన హృదయంతో వజ్రసాదృశ్యమైన సంకల్పంతో ఉన్నతమైన సమాజాన్ని కాంక్షించగలుగుతాడు. సమాజంలో మిరిమిట్లు గొలిపే కుహనా విలువలను ధ్వంసం చేసే భావజాలాన్ని అందించడమే అభ్యుదయ కవిత్వంలోని ప్రధాన లక్ష్యం. ఆశించిన ఆదర్శ వ్యవస్థను వాస్తవంలోకి తీసుకువచ్చి బొమ్మకట్టి చూపిస్తూ కవిత్వమై ప్రవహించినవాడు సంపత్ కుమార్.

ఇవాళ మన తెలుగు కవిత్వం నూతన ప్రపంచ సృష్టికి అక్షరాన్ని ఆహుతివ్వకుండా, మూఢ విశ్వాసాలకు మూలమైన అన్ని మతాల బరువును మోస్తుంది. అన్ని కులాల కుళ్లును భరిస్తుంది. ప్రాంతీయ తత్త్వం, మరుగుజ్జు తనానికి మారాకు తొడుగుతుంది. కవి రాజకీయాల అంతరంగాల్ని ఎరిగి ఉండాలి. కాని ఒక పార్టీకి బద్ధుడవడం వలన కవి ఆలోచనా విషయంలో స్వేచ్ఛను కోల్పోతాడు. స్వేచ్ఛను కోల్పోయిన కవి తన కళ్ళ యెదుట ఆ పార్టీ లో జరిగే అన్యాయాలను, అక్రమాలను తన అక్షరాయుధాలతో ఖండిరచలేడు. న్యాయం వైపున గొంతెత్తి మాట్లాడలేడు. ఒక పార్టీకి భజనపరులుగా, బ్రాండ్ కవులుగా మారకూడదు. సాహిత్య స్పృహ అణువణువునా

ఆవిర్భవించిన కవికే సామాజిక స్పృహ అంటే ఏమిటో అర్థమౌతుంది. గ్రుడ్డిగా మతాలు, మతాల సన్నిధికి చేరిన కవి సాహిత్యస్వేచ్ఛను కోల్పోతాడు. శేషేంద్ర అన్నట్లుగా 'సాహిత్య చైతన్యం ఒక విరాట్ స్వరూపం'. అయితే రాజకీయ చైతన్యం అందులో సూక్ష్మస్వరూపం, సామాజిక చైతన్యాన్ని సాహిత్య చైతన్యంగా మార్చుకునే శక్తి కవికి ఉండాలి. కవిలో పొడగట్టే నైతిక పతనం సాహిత్య పతనానికి దారితీస్తుంటుంది. ప్రేలాపన శబ్దాలను కవిత్వం 'లేబుల్' తగిలించి మార్కెట్ చేసుకునే వారిని కవులుగా భావించనక్కరలేదు. కవిత్వం సమాజంలో మార్పుతీసుకురావాలి. అంటే మొదట మనిషిలో మార్పు రావాలి. అట్లా కవిత్వం చదివిన పాఠకుడు మారినప్పుడే సమాజంలో మార్పు కలుగుతుంది. వర్తమానత్వం కోల్పోయిన భాష కవిత్వభాషగా రాణించలేదు అనేది సంపత్‌కుమార్ భావన.

మానవ జీవితాన్ని జీర్ణించుకుంటూ గడిరచిన అనుభవ సారంతో అక్షరాలను కూర్చడం కవిత్వమవుతుంది. సామాజిక విధ్వంసక చర్యలతో చీకటిమయమవుతున్న వ్యవస్థను కవితా జ్యోతితో వెలుగులోనింపవచ్చును. మనిషి చేతికి కవిత్వాన్ని ఆశాజ్యోతిగా అందివ్వచ్చును. మనిషి మానసిక పతనం నుండి గట్టెక్కే సాధనం కవిత్వం కావాలి. అందుకే జనం సాహిత్య అధ్యయనం చేయాలి. చదవటం ఆలోచించడం అనే అలవాట్లు మనిషి మరిచిపోకూడదు. ఎవ్వడయినా చదువనే జ్ఞాన జ్యోతిని ఆర్పివేసి, ధనం అధికారంతో జన్మ చరితార్థం అవుతుందనుకోవడం వట్టి భ్రమగా మేధావులు ఏనాడో భావించారు. సాహిత్యా నికి భావపుష్టి ఉండాలేకాని బాహ్యసౌందర్యం కాదు. శబ్ద వ్యామోహం కూడా భావపుష్టిని బలిగోరుతుంది. అందుకే అక్షరాన్ని ఆలోచనామృతంలో ముంచి ప్రయోగించాలి. కవిత్వంలో సజీవత ఎప్పటికీ పచ్చి పచ్చిగానే ఉండాలి. కొంచెం గడుసుదనం, కొంచెం సుకుమారం కలబోసినట్లు భాషాప్రయోగం చేయగల మేధావి సంపత్. కొందరి కుటుంబాల్లో పేదరికం పిలిస్తే పలుకుతుంది. కాని సంపత్ కుమార్ బాల్యంలో వారింట పేదరికం పిలువకుండానే పలికేది. అయినా స్వయం కృషితో తండ్రి అన్నల ప్రోత్సహాన్ని సద్వినియోగం చేసుకొని, అర్ధాకలితోనే తన లక్ష్యాన్ని అధిగమించిన కష్టజీవి కనుకనే చివరకు జీవితంలో విజయాన్ని సాధించగలిగాడు.

''అలతి అలతి పదాలతో జీవితానికి ఉన్న నిర్వచనాలను, కవిత్వానికి ఉన్న లక్షణాలను, లక్ష్యాలను వెల్లడిరచే నేర్పు కలిగిన మహోన్నత భావుకుడు మాడభూషి సంపత్‌కుమార్''గా తమిళనాడు మాజీ గవర్నర్ కొణిజేటి రోశయ్యగారి చేత ప్రశంసింపబడినాడు. తెలుగు మీద మంచి పట్టున్న రోశయ్యగారు 'నేటి సమాజానికి మాడభూషి కవిత్వం ఎంతో ఉపయోగకరంగా ఉంటుందన్నారు'. వీరి కవిత్వంలో సామాజిక స్పృహ మెండుగా కనిపిస్తుంది అన్నారు. సాహిత్య జీవిగా, సాహిత్య ఆరాధకునిగా, సాహిత్య రసాస్వాదనం చేస్తూ, కవితా జిజ్ఞాసతో, రచనా పిపాసతో

కాసులు ఆశించని కవితా ధ్యాసతో, జీవితాన్ని, అనుభవాల్ని, తాదాత్మ్యంగా కాలాన్ని కవిత్వంలో బంధించి రసం చిందించిన కవిగా మాడభూషి వార్ని గుర్తించవచ్చు.

జీవన విధానంలో మార్పులు జరిగేకొద్దీ, మనుష్యశక్తి విజృంభించేకొద్దీ, ప్రకృతిని మనిషి వశం చేసుకునే కొద్ది, అనేకానేక మార్పులు ప్రపంచంలో కలుగుతున్నాయి. ప్రపంచ జీవన విధానం మారేకొద్ది జీవిత దృక్పథాలు కూడా మారడం అనేక తత్త్వాలు ఉదయించడం జరుగుతున్నాయి. సాహిత్య పరిణామం సాంఘిక పరిణామాన్ని ఎలా అంటిపెట్టుకొని నడుస్తుందో గమనించవచ్చును. నేటి వస్తు ఆరాధనా ప్రపంచంలో ఆనందం, సుఖ సంతోషాలు, సకల సౌఖ్యాలు వస్తువుల మూలంగానే కలుగుతున్నాయనే భ్రమ తొలగాలి. 'మనస్సు' వల్లనే కలుగుతాయనే విజ్ఞాన జ్వాల కొత్త వెలుగుతో సాహిత్యమై ప్రభవించాలి. అందుకే ఆధునిక సాహిత్యం కొత్త కొత్త రూపాలతో, సరికొత్త వెలుగుతో సంవిధానాలతో నవీన వస్తు పరిగ్రహణాలతో సాగిపోతుంది. పాశ్చాత్య సాహిత్య విధాన తీవ్రత అనంతంగా పొంగిపారుతున్న సందర్భాలలో, మన తెలుగు సాహిత్యాన్ని ప్రభావితం చేస్తున్నదనడం అతిశయోక్తికాదు. నేటి ప్రపంచంలో ఎంత విరివిగా విజ్ఞానశాఖలో పరిశోధన సాగుతుందో, అంతకన్న విరివిగా సాహిత్య కళా స్రవంతిలో పర్యవేక్షణ, పరిశీలన సునిశితంగా సాగిపోవాలి. అందుచేతనే మాడభూషి కవితా వాక్యాలు నూతనత్వానికి నాంది ప్రస్తావనల్లాగున్నాయి. ఈ కవి జీవితంలో కాలం పెట్టిన కల్లోలాలకు, జీవితంలో తగిలిన ఎదురుదెబ్బలకు నిరాశ, నిస్పృహలతో నిర్వేదంతో తనలో పొంగిపొర్లే కవితా వ్యాసంగానికి స్వస్తివాచకం పలుకని ధీరోదాత్త కవీయన. కాల ప్రవాహవేగాన్ని అందిపుచ్చుకొని స్వచ్ఛమైన భావధారతో కవితా ప్రవాహమై ఉరుకుతున్న కవి. జీవితంలో బతుకుతెరువు ఆటుపోటుల సంకుల సమరంలో కవిత్వాన్ని కొంతకాలం పక్కనబెట్టినా, పదవులెన్ని మారినా పరువు ప్రతిష్ఠలకు భంగం రానియ్యని పరిమళభరితమైన నైజం వీరిది. ఎంత కాదనుకున్నా, ఎంత లేదనుకున్నా ఒంట్లో పుట్టిన కవితావేశం వీరిని కవిత్వం వైపుకు పురిగొల్పి నిలబెడుతూనే వుంది. కలం పట్టించి కవితలు రాయిస్తూనే వుంది. వాడని కవితా పారవశ్యంతో సమాజంలో విధ్వంసకత్వాన్ని, సంకుచితత్త్వాన్ని తెగటార్చే, దురన్యాయాలను దులిపేసే కవిత్వం రాస్తూ సమాజ చైతన్యం కోసం తపిస్తున్న స్వచ్ఛమైన కవీయన.

సంపత్ కుమార్ కవిత్వంలో వస్తు సత్తువ కలిగి, పీడిత జన పక్షపాతిగా స్త్రీ జనోద్ధారణ దిశగా సాగుతుంటుంది. అవాస్తవ కట్టుకథల మెట్లెక్కని తత్త్వం వీరి కవిత్వంలో గమనించవచ్చును. 'కాకాల బాకాలు' ఊది ఎత్తులకు ఎగబ్రాకాలనే తత్త్వం ఈయనలో గోచరించదు. నిరంతరం కాలాన్ని పసిగట్టే కవిగా, తన అనుభవాల్ని పునరను సంధానం చేసుకుంటూ, వాస్తవికత ప్రతిబింబించే పదచిత్రాలతో, అటు రసహృదయాలను, ఇటు పసిహృదయాలను రంజింపజేసే కవిత్వం రాయడం వీరికి వెన్నతోబెట్టిన విద్య. ప్రకాశించే

ప్రతిభకు, ప్రజాస్వామిక ప్రగతిశీలతకు, పరిమళించే పదచిత్రాలకు, ప్రయోజనాత్మక తాత్త్విక భావాలకు సమతూకమై నిల్చే ప్రతిరూపం ఈయన కవిత్వం.

పత్రికా రంగాన్ని, సాహిత్య రంగాన్ని, రెండు కళ్ళుగా భావిస్తూ, జీవితంలో ఎదురయ్యే సమస్యలను సవాళ్లుగా తీసుకుంటూ జీవిత పోరాటాన్ని కొనసాగించిన ఆత్మవిశ్వాసి. 1989 నుండి 12 సంవత్సరాలపాటు పత్రికా రంగంలో పనిచేస్తూ పాత్రికేయ రంగంలో ప్రముఖులయిన గజ్జెల మల్లారెడ్డి, పతంజలి, కె. రామచంద్రమూర్తి, ఎ.బి.కె.ప్రసాద్, బూదరాజు రాధాకృష్ణ లాంటి వారితో సన్నిహిత సంబంధాలు నెరిపిన గొప్ప స్నేహశీలి. భాషాశాస్త్ర నిపుణుడైన భద్రిరాజు కృష్ణమూర్తి గారితో శభాష్ అనిపించుకున్న భాషాభిమాని, వార్తాపత్రికలో వ్యంగ్య శీర్షికను నిర్వహించిన అనుభవం వీరి కవిత్వంలో హాస్యధ్వనికి కారణభూతమై నిలిచిందేమో అనిపిస్తుంది. హాస్య, వ్యంగ్య రచనలతో చక్కని భావ వ్యక్తీకరణతో పాఠకుల్ని ఆకర్షించిన కవితాశైలి, శిల్పం మనోహరమైందిగా చెప్పుకోవచ్చు.

వీరి తాత తండ్రులు సనాతన ధర్మ పరంపరలో పౌరోహిత్యమే వృత్తిగా స్వీకరించి, గ్రామస్తులకు తలలో నాలుకలా పేదరికాన్ని భరిస్తూ పెద్దరికాన్ని నిలబెట్టుకోవడంలో గౌరవప్రదంగా కాలం వెళ్లదీసినవారు. తండ్రి శ్రీనివాసాచార్యులు నిబద్ధత, నిలకడగల పౌరోహితునిగా, రెక్కాడితేగాని డొక్కాడని స్థితితోనే సంసార మీదుతూ ఎంతో సంతృప్తిగా జీవితాన్ని గడిపినవాడు. తండ్రి నిరాడంబరత, నిబద్ధత, క్రమశిక్షణా సహితమైన జీవన విధానము, సంపత్ కుమార్ జీవితంపై చెరగని ముద్ర వేసింది. అందుచేతనే ఏపని చేసినా క్రమశిక్షణతో కఠోరమైన శ్రమతో కష్టంగా కాకుండా ఇష్టంగా పనిచేసేవాడు. ఇంట్లో పరిస్థితులు ఆర్థికంగా ఇరుకిరుగ్గా ఉన్నా, తల్లి దండ్రులు, సోదరుడు వెంకటరమణ యిచ్చిన ప్రోత్సహంతో, తనలో ఉత్సాహాన్ని పెంచుకొని విశ్వవిద్యాలయ చదువులు కొనసాగించిన ప్రతిభావంతుడు. ఎం.ఎ.లో ఆచార్య జి.వి.ఎస్.ఆర్.కృష్ణమూర్తి లాంటి గురువు తటస్థపడి చేరదీసి చేయూత నివ్వడం వలననే తన లక్ష్యసాధన పురోగతి అంచున నిల్చిందంటాడు సంపత్. చల్లని ఔదార్యంతో సంపత్‌కు రచయిత మల్లిక్ యింట్లో నీడనిచ్చి ప్రోత్సహించాడు. పవిత్రమైన ఆశయం పట్టుదల ఉండాలేకాని సహాయ సహకారాలందించే సౌజన్య మూర్తులకు కొదువలేదనేది సంపత్ కుమార్ నమ్మకం. విద్యార్థి దశనుండి కవిత్వంలో ఈదులాడుతూ అట్టడుగు వర్గాల అభ్యున్నతికోసం వాదులాడుతున్న వాడు. ఈయన ఎవర్నీ ఇమిటేట్ చేస్తున్న కవికాదు. కవితా దాహంతో నేర్పరితనం కూర్పరి తనంతో, సమకాలీన సమాజం యెడల పరితపించే తపనతో, కల్లోలపరచే సమస్యలపై కవాతు చేస్తున్న కవి సంపత్.

ప్రపంచీకరణకు బద్ధవ్యతిరేకిగా అగ్రదేశాల సామ్రాజ్యవాద దోపిడీని వ్యక్తీకరించడానికి కవి నిజాయితీ పరుడైవుంటేచాలనేది వీరి అభిప్రాయం. కవిత్వం ఏ ప్రక్రియలో రాసినా, కాలానికి

ప్రతిబింబంగా ప్రాతినిధ్య స్వరంగా ఉంటేనే, దాని చారిత్రక విలువలు సన్నగిల్లకుండా పదికాలాలపాటు పదిమంది హృదయాల్లో నిలిచివుంటుంది. సాహిత్యం నిర్వహించాల్సిన నిజమైన పాత్రా వైశిష్ట్యాన్ని ఎరిగిన కవిగా కవిత్వాన్ని కళాత్మకంగా, రసాత్మకంగా, సామాజికదృష్టితో, రాజకీయ చర్చతో మలచిన కవి సంపత్ కుమార్. వీరు తనదైన సరికొత్త కోణంలోంచి వస్తు దర్శనం చేశారు. సృజనాత్మక శక్తితో మానవీయతా కోణాన్ని వెలిగించారు. ఈయన సంప్రదాయ, సనాతన ధర్మారాధన కుటుంబ నేపథ్యం నుండి కవిగా తల ఎగ్గట్టినా, ఏనాడూ అతీంద్రియ శక్తుల ఆరాధనగాని, మూఢచారాలను పురిగొల్పే ఆధ్యాత్మకముసుగుతోగాని కలం కదిపిన దాఖలాలు లేవు. ఆధునిక నవనాగరిక ప్రపంచం ముఖ చిత్రాన్ని, దాని యథార్థ రూపాన్ని, పాఠకుల ముందు నిలబెట్టడంలో సఫలీకృతుడయ్యాడనే చెప్పొచ్చు.

నేటి నవనాగరికతా ప్రపంచంలో ప్రపంచీకరణ ఫలితంగా ఆర్థికప్రలోభాలకు గురవుతున్న మనిషి తనలోని మనిషితనం మాయమైపోవడాన్ని గమనించలేకపోతున్నాడు. డబ్బు బొడ్లో దాగున్న జనం పడే తాపత్రయం, కష్టాల్లో కన్నీళ్లు ఇంకిపోతున్నాయి. ఇతరుల కోసం కన్నీళ్లు ఖర్చుపెట్టే దశలో ఏ ఒక్కరూ లేరు. కనీసం కాలాన్ని ఖర్చుపెట్టి సానుభూతి చూపే దశలో కూడా మనుషులు లేరనేది యథార్థం. మనిషిలోంచి మానవీయత అదృశ్యమయ్యాక మానవాకృతులు జీవచ్ఛవాకృతుల్లా ఈ భూమిమీద తిరుగుతుంటాడు. ఇక ఈ ఆకృతుల మధ్య కృత్రిమ పలకరింపులు, హావభావాలు యాంత్రికంగా మారబోతున్న కాలం అతి త్వరలోనే రాబోతుందనేది నమ్మదగ్గ అంశం. ప్రపంచంలో కరోనా కాలం ఆవిర్భవించిన 2019 నుండి మానవ సంబంధాల్లో ఊహించని మార్పు వచ్చింది. మనుషుల మధ్య ఉండవలసిన ప్రేమ, ఆప్యాయత, అనురాగం, జాలి, దయ, పాపభీతి, ఎటో పారిపొయ్యాయి. మనిషిని పట్టుక ఊగిసలాడుతున్న వీటి తాలూకు అవశేషాలను సైతం మానవ స్పర్శ తగలని ప్రదేశాల్లో పారబోసి వచ్చారు. ఈ కవి ఎంతో దార్శనికతతో మనిషిలో మానవీయతా విలువల్ని మొగ్గతొడగించే దృష్టి దృక్పథంతో కవిత్వం రాశాడు. కవిత్వానికి జీవితానికి మధ్య దూరాన్ని చెరపివేసుకున్న కవిగా, ప్రగతిశీల దృక్పథం గల మానవీయ కవిగా, ఆయనొక ప్రత్యేక కవితా నిర్వహణ నైపుణ్యాన్ని ఏర్పాటు చేసుకున్నాడు. సరికొత్త ఉత్తేజంతో సామాజిక అంత:తత్త్వాన్ని విడమర్చి చెప్పే సామర్థ్యాన్ని పొందగలిగాడు. ఈయనలో తళుకుమనే సుగుణం ఏమిటంటే కుల, మత, వర్గ, రాజకీయ, ధోరణుల మధ్య బందీకాని తత్త్వం. నిబద్ధత, సృజనశీలత, స్వీయోద్దీపన వీరి కవిత్వంలో మెండుగా కనిపిస్తుంటుంది. ఉల్లాసం, ఉత్సాహం, విశ్వాసం కలిసి ముప్పేట పెనగిన జీవన సూత్రాన్ని పాఠకులకు అందించడమే వీరి ప్రత్యేకతగా నేను గుర్తించాను. వ్యక్తిలోని నిస్పృహను దాటించే సామాజిక స్పృహను వీరి కవిత్వంలో గమనించవచ్చును. వస్తువైవిధ్యము, శిల్పవైదగధ్యము విశిష్టంగా కనిపిస్తూ, రసప్రధానంగా ఈయన కవిత్వం పాఠకుణ్ణి అలరిస్తుంటుంది. ఏ మూలనో ఒక మూలన కాకుండా, సమూలమైన

సామాజిక మార్పు రావడానికి తోడ్పడే ప్రగతిశీల భావాలను విస్తృతంగా అందిస్తున్న కవి ఈయన. చిన్నతనం నుండి కష్టాల కన్నీటిలో నానిన కవి. పల్లీయ చిరునవ్వులోంచి ప్రభవించినకవి. స్వీయ స్వేచ్ఛాబలంతో ఎదిగినకవి. ఉన్నదానితో సంతృప్తి, సహనాల మాటున ఒదిగిన కవి. పల్లె పరిమళాన్ని విడిచిపెట్టకుండా పట్టణానికి వెంటతెచ్చుకున్నకవి. కవిత్వంలో వీరిది విలక్షణమైన ధార, సలక్షణమైన శైలి. వీరి కవిత్వంలో చిత్తూరు జిల్లా మాండలికాలు చిందులేస్తుంటాయి. చెన్నై తెలుగు పలుకుబడులు తళుకులీనుతుంటాయి. దృశ్యం బహిర్ సుందరం. వెనకాల దాగి ఉన్న అంతర్ సుందరాన్ని వెతికి వెలికితెచ్చేదే నిజమైన కవిత్వం. సాహిత్యోద్దేశం కూడా. నిజం చెప్పాలంటే, జీవిత వేదన వెనకాలవున్న జీవిని, వేదనను, వెతుకులాడడమేనేమో అనిపిస్తుంటుంది. సాహిత్య వాద చట్రాల్లో ఇరుక్కొని భ్రష్టుపట్టకూడదనేది కవిగా సంపత్ కుమార్ అభిప్రాయం.

ఆత్మ విశ్వాసాన్నే ఆలంబనంగా చేసుకొని సాహిత్యరంగంలో తనకంటూ ఓ గుర్తింపు తెచ్చుకున్న సాహితీవేత్త మాడభూషి సంపత్ కుమార్. ఆయన నమ్మిన సిద్ధాంతాలను, కనే కలలను సాకారం చేసుకునేందకు స్వావలంబన దిశగా పయనిస్తున్న, అహర్నిశలు అలుపెరగని కృషి చేస్తున్న సాహిత్య పిపాసి. మన సంస్కృతి పునాదుల మీదనే మనిషి, మనిషిగా మనుగడిరచే భవిష్యత్ సమాజ భవనాన్ని నిర్మించాలనే భావం వీరిది. దొంగల జేబుల్లో ఇరుక్కున్న గ్లోబును ప్రగతిశీలభావ సంఘటిత శక్తులు అక్షరాయుధాలతో ఎదిరించందే విముక్తి చేయలేమనేది సంపత్ భావన. ఆ దిశగా వీరి పరిశోధన, పరిశీలన, ప్రసంగాలు, సభలు, సమావేశాలు కొనసాగడం తెలుగు భాష చేసుకున్న అదృష్టంగా భావించవచ్చును.

సహజంగా కవి అయినప్పటికీ కవిత్వాన్ని దూరంగా పెట్టడానికి గల కారణం బహుశ: అతడు మునిగి తేలుతున్న వ్యాసంగం మీద ఆధారపడి ఉంటుందనుకుంటాను. మాడభూషి విషయంలో కూడా ఇదే జరిగింది. 1989వ సంవత్సరం నుంచి 12 సంవత్సరాల పాటు హైదరాబాదులో పత్రికా రంగంలో పనిచేశారు. సబ్ ఎడిటర్ స్థాయి నుంచి న్యూస్ ఎడిటర్ స్థాయి వరకు ఎదిగారు. సామాజిక పరిస్థితులను అవగాహనించుకొంటూ వార్త పత్రికలో 'కవాతు' పేరుతో వ్యంగ్య శీర్షికను నిర్వహించాడు. పత్రికల కోసం కవితలు, ఎన్నో వ్యాసాలు రాశాడు. కేవలం కవిత్వం దృష్టితో రాయకుండా జర్నలిస్ట్ దృష్టితో రాసినవిగా వీరి కవితలను పేర్కొనవచ్చును. వస్తుదృష్టితోనే కాకుండా కవిత్వం దృక్కోణంలో కూడా ఈ కవితలకు కొంత విలువ ఉందని మాడభూషి వారి 'ఆలోచనం' శీర్షికతో రాసిన ముందు మాటలో పేర్కొన్నారు. బతుకు తెరువు వేటలో వీరు రాసిన సాహిత్యం మీద నిరాసక్త భావం పెంచుకున్నారు. వాటిని నిరాదరంగా చూశారు. వీరు పత్రికారంగంలో పనిచేసేరోజుల్లో కలం పేర్లు మానవి,మనీష్, ఎమెస్కే పేర్లతో రచనలు చేశారు. కొంతకాలం భాషా సాహిత్య పరిశోధనల్లో పడి, కవిత్వాన్ని నిర్లక్ష్యం చేయడం జరిగింది. తదుపరి తనలోపాన్ని తానే గ్రహించి కళ్లుతెరచి, మళ్ళీ కవిత్వం వైపు మొగ్గుచూపి రాసి

అచ్చువేసిన కవిత్వాన్ని విమర్శనాత్మకంగా, సాహిత్య విశ్లేషణాత్మకంగా చర్చించడమే నా ఈ రచన ముఖ్యోద్దేశం. సంపత్ కుమార్ తన కవిత్వాన్ని జీవికలోంచి తొంగిచూసే ఒక నూత్న వెలుగు కిరణంగా భావించిన వైనాన్ని అంచనావేద్దాం. వారి కవితా మాధుర్యాన్ని తెలుగు పాఠకులకు విశ్లేషణాత్మకంగా వివరిద్దాం.

2. 'మాడభూషి' జీవన రేఖలు

''యుద్ధాన్ని గురించి భయం లేదు
మరణాన్ని గురించి భయం లేదు
క్రూర మృగాల గురించి
విష నాగుల గురించి
సునామీ గురించి
ఉప్పొంగి ముంచెత్తే నదుల గురంచి భయం లేదు
నా భయమంతా మనుషుల గురించే
మనిషి రూపంలో ఉన్న మనిషి గురించే''

అంటూ మనిషితనం మృగ్యమౌతున్న మానవీయ సమాజం గురించి మాట్లాడుతున్న కవి. మనిషి ''మనిషిగా మారేంత వరకూ/ మనషంటే నాకు వణుకు/ మనిషంటే నాకు బెణుకు'' అంటూ తెగేసి చెప్పిన కవి. ''మనిషి విలువ రూపాయిలాగా / పడిపోతూనే ఉంది'' అంటూ విచారం వ్యక్తం చేసినకవి. ''చరిత్ర అంటే / అయిపోయింది కాదు/ రాబోయేది, కాబోయేది'' అంటూ మనిషి చరిత్ర హీనుడు కాకూడదంటూ చారిత్రక సత్యాన్ని విప్పి చెప్పిన కవి. నేడు నడుస్తున్న రాజకీయ ఆంతర్యాన్ని ఆవిష్కరిస్తూ ''ఇప్పుడు దేశాన్నేలుతున్నది / రౌడీయిజం, దాదాయిజమే/ రంకుకీ రాజకీయానికి అభేదం/ ప్రజాస్వామ్య బురఖాలో/ కాలం పరుగెడుతున్నది/ ధన స్వామ్యం జేబులోకే!'' అంటూ మన పాలకుల పగటివేషాల గుట్టువిప్పిన కవి ఆచార్యా మాడభూషి సంపత్ కుమార్. తెలుగు సాహిత్య చరిత్రలో విశిష్టమైన, వినూత్నమైన గొంతు వీరిది. జీవితము కవిత్వము పెనగి పెరిగి పయనించినప్పుడే ముళ్ళబాట సైతం మల్లెతోటగా మారుతుందనే ఆకాంక్షతో కవిత్వమై ప్రవహిస్తున్న కవీయన. జీవితంలో అనుభవేద్యమైన ప్రతి సన్నివేశం నుండి హితాన్ని పిండుకొంటూ, దాన్ని సాహిత్య రూపంలో సమాజానికి అందిస్తున్న సాహితీవేత్త. విచక్షణ, వివేచన పరిశీలనా నేత్రాలతో, విమర్శనా దృష్టితో జీవన వైచిత్రిని పట్టుకోవడమే కాకుండా, జీవితాన్ని నడిపించడానికి వెనుకనున్న అదృశ్యశక్తుల్ని సైతం నిశితంగా పరిశీలిస్తున్న వర్ధమాన సంపత్ కుమార్.

జీవితాశయాలు అణగారిపోకుండా ఆశలు రేపుతూ, మనిషిలో నిబిడీకృతమైన, భూతత్త్వాన్ని, ఆకాశతత్త్వాన్ని ప్రేరేపిస్తూ, ఏకాంత భావనా పరిపూర్ణమైన వ్యక్తిత్వం వికసించాలనే

కవిత్వమై కురిసిన కవి (మాడభూషి సంపత్ కుమార్ కవిత్వ విశ్లేషణ)

దృష్టి దృక్పథంతో, సిద్ధాంత వ్యాప్తితో ఏ సంబంధమూ లేకుండా తన అనుభవాల్ని అప్రయత్నంగా ఆలోచనల్లోకి మార్చి, భాషలోకి ఒదిగించుకునే సహజ స్వచ్ఛతగల కవి జీవన రేఖల్ని, రేఖామాత్రంగా స్పృశించడం, పాఠకులకు అందించడం, ఓ బాధ్యతగా భావిస్తాను. ఒక దీపం నుండి మరో దీపాన్ని వెలిగించినట్లు, సత్కర్మాచరణకు మనుషుల్ని ఉన్ముఖుల్ని చేస్తున్న కవి జీవనతరంగాలను అందించడం నా ఉద్దేశ్యం.

మాడభూషి సంపత్ కుమార్ 1959 వికారినామ సంవత్సరం సెప్టంబరు 17వ తేదీన చిత్తూరు జిల్లా శ్రీరంగరాజపురం మండలం, కమ్మపల్లె గ్రామంలో మాడభూషి శ్రీనివాసాచార్యులు, పట్టమ్మ దంపతులకు కడగొట్టు సంతానంగా జన్మించాడు. అన్నయ్య వెంకటరమణ, అక్కయ్యలు ప్రేమ, ఆండాళ్, రంగనాయకి చిన్నవాడైన సంపత్‌కుమార్‌ను ఎంతో ప్రేమాప్యాయతలతో చూశారు. వివాహ విషయం వచ్చేటప్పటికి చివరి సంతానం అయిన మాడభూసి సంపత్‌కు ఇంట్లో సంబంధం చేయాలని కుటుంబమంతా నిర్ణయించారు. సంపత్ రెండో అక్కయ్య ప్రేమ పెద్ద కూతురు జానకినిచ్చి కుటుంబం నిర్ణయం ప్రకారం 1987లో సెప్టెంబరు 7వ తేదీన సంపత్ వివాహం జరిగింది.

విద్యా విషయానికొస్తే ప్రాథమిక విద్య బోడిదేవర పల్లెలోనూ, ఉన్నత పాఠశాల విద్య కమ్మపల్లెకు రెండు మైళ్ళు దూరంలో వున్న 'కొత్తపల్లిమిట్ట' గ్రామంలోను, ఇంటర్ మీడియట్ విద్య చిత్తూరులోని పి.సి.ఆర్.కళాశాలలోను జరిగింది. ఆ కాలంలోనే టైప్‌రైటింగ్ లోయర్, హయ్యర్ పూర్తి చేశాడు. హైస్కూలు విద్యార్థిగానే కవిత్వం మీదున్న ప్రేమతో శ్రీశ్రీ మహాప్రస్థానం ఔపాసన పట్టారు. అతి పిన్నవయస్సులోనే వీరిలో అభ్యుదయ భావాలు మొలకెత్తాయి. ఆధునిక భావాల కారణంగా సంప్రదాయపు మూఢవిశ్వాసాల కట్టుబాట్లు, అంటరాని తనం ఎబ్బెట్టుగా కనిపించేవి. చదువులో చలాకీతనం వలన సి.ఎ.కోర్సులో ప్రవేశం లభించినా, పేదరికం పెనుసవాల్‌ను, తట్టుకోలేక ఆ చదువుకు మధ్యలోనే స్వస్తి పలకాల్సివచ్చింది. తరువాత చిత్తూరులోని (పి.వి.కె.ఎన్) ప్రభుత్వ డిగ్రీ కళాశాలలో బి.కాం. చదివివారు. సంపత్ కుమార్ మాస్టర్ డ్రిగీ చేయాలనే కోరిక బలంగా ఉండడంతో 1983లో తెలుగు ఎం.ఎ.లో మద్రాసు విశ్వవిద్యాలయంలో చేరారు. ఎం.ఎ.లో ఆచార్య జి.వి.ఎస్.ఆర్. కృష్ణమూర్తి లాంటి మేధా సంపత్తి, శిష్య వాత్సల్యం గల గురువు దొరకడం సంపత్‌కుమార్ పూర్వజన్మ సుకృతంగా భావించవచ్చు. గురువు కున్న పవిత్ర స్థానాన్ని ఎత్తి చూపుతూ ఒక కవి "నాల్గు ముఖములున్న నాల్గు భుజములున్న/ మూడుకన్నులున్న మూర్తులంత / గురువు కెటుల సాటి గుడినుందురేకాని!" అంటారు. కృష్ణమూర్తి లాంటి సాటిలేని మేటి గురువు సహాయ సహకారాలతో వారి హార్థిక, ఆర్థిక చేయూతతో, పరిశోధన విద్యార్థిగా 1986 సంవత్సరంలో మద్రాసు విశ్వవిద్యాలయంలో యం.ఫిల్. చేశారు. ఆచార్య కృష్ణమూర్తి గారి పర్యవేక్షణలో చేసిన "ఎరుకుల తమిళ భాషల్లో బంధువాచక పదాలు ` సామాజిక భాషా శాస్త్ర,

అధ్యయనం'' అన్న లఘు సిద్ధాంతం ముందు ముందు వీరి సాహిత్య పరిశోధనకు పునాదిగా పేర్కొనవచ్చు. 1987వ సంవత్సరంలో మధురై కామరాజు విశ్వవిద్యాలయంలోని తెలుగు శాఖలో ఆచార్య చల్లా రాధాకృష్ణశర్మ పర్యవేక్షణలో ''ఎరుకల భాషకు వర్ణనాత్మక వ్యాకరణం'' అన్న అంశంపై పిహెచ్.డి. లోకి ప్రవేశించారు. అదే సమయంలో ''మధుర, రామనాథపురం జిల్లాలో తెలుగు భాష, జానపద సాహిత్యం'' అనే అంశంపై యు.జి.సి. ప్రాజెక్టులో చేరారు. దీని మూలంగా పరిసర ప్రాంతాల్లోని భాషను కూడా అధ్యయనం చేసే వీలు కలిగింది. 1989లో సిద్ధాంత వ్యాసాన్ని సమర్పించారు. 1990లో పిహెచ్.డి. మౌఖిక పరీక్ష నిర్వహించడానికి మౌఖిక పరీక్షకులుగా ఆచార్య జి.వి.ఎస్.ఆర్.కృష్ణమూర్తి గారే రావడం ఆయన జీవితంలో జరిగిన అనుకోని మరో విశేషం. పిహెచ్.డి చేసిన తరువాత అన్నామలై విశ్వవిద్యాలయంలో బి.ఎడ్. కోర్సు పూర్తి చేశారు. దీనికి పూర్వమే తమిళం, కన్నడంలో డిప్లొమో మరియు మలయాళంలో సర్టిఫికేట్ కోర్సులను పూర్తిచేసి, యు.జి.సి. వారు నిర్వహించిన 'జాతీయ స్థాయి పరీక్షల్లో కూడా ఉత్తీర్ణత సాధించాడు. 2015లో మద్రాసు విశ్వవిద్యాలయం నుండి ''ఆధునిక తెలుగు కవితా దృక్పథాలు'' అనే అంశంపై పరిశోధనచేసి డి. లిట్. పట్టా సాధించారు. ఎన్నో పట్టాలు విద్యారంగంలో పొంది మాడభూషి వారు విద్యాభూషితుడయ్యాడు.

సరిగ్గా జీవితంలో స్థిరపడకముందే బతుకు తెరువు కోసం సుస్థిరతకోసం సతమతమవుతున్న సమయంలోనే అంటే 1988 అక్టోబరు 26వ తారీఖున కుమారుడు మాడభూషి ''మనీష్'' జన్మించాడు. ఏదో ఒక వృత్తిలో చేరిపోయి కుటుంబాన్ని సజావుగా సాగిపొయ్యే విధంగా చూడాలనే సత్‌సంకల్పంతో 1989 నుండి 12 సంవత్సరాలపాటు హైదరాబాదులో వివిధ ఉద్యోగాలు చేయడం జరిగింది. 1991 అక్టోబరు 17వ తారీఖున మాడభూషి ''మానవి'' పుత్రిక సంతానం కలిగింది. అమ్మాయి పుట్టడం అదృష్టంగా భావించి, సమస్యలను సవాళ్లుగా స్వీకరించి జీవిత పోరాటానికి ఉపక్రమించాడు.

ఎట్టకేలకు ఆయన ఆరాటము, పోరాటము, ఆత్మవిశ్వాస బలం ఫలితంగా, మద్రాసు విశ్వవిద్యాలయంలో తెలుగుశాఖలో 2000 సంవత్సరంలో ఉద్యోగం లభించింది. అదీ ఆచార్య కృష్ణమూర్తిగారి చలవే. ఆ తరువాత వీరికి లెక్కకు మించిన హోదాలు వెతుక్కుంటూ వచ్చాయి. ఆ పదవుల్ని పాఠకుల అవగాహనకు నిమిత్తం క్లుప్తంగా పొందుపరుస్తాను.

1 మద్రాసు విశ్వవిద్యాలయం మెరీనా క్యాంపస్ డైరెక్టరుగా మూడు సార్లు పదవీ బాధ్యతలను నిర్వహించారు. తెలుగుశాఖ నుంచి క్యాంపస్ డైరెక్టరయిన ప్రథములు వీరే.

2. మద్రాసు విశ్వవిద్యాలయం ప్రొఫెసర్స్ ఫోరమ్ ప్రెసిడెంట్‌గా సుదీర్ఘ కాలం పనిచేశారు.

3. విశ్వవిద్యాలయ నామినేటెడ్ మెంబర్‌గా మద్రాసు విశ్వవిద్యాలయం తరుపున సర్ త్యాగరాయ కళాశాల, హిందూ కళాశాలతో పాటు మరెన్నో కళాశాలలకు నామినేటెడ్ మెంబరుగా ఉన్నారు.

4. శ్రీ పొట్టి శ్రీరాములు మెమోరియల్ సొసైటీకి కార్యదర్శిగా పదవీ బాధ్యతలు నిర్వహించారు.

5. తెలుగు భాషా పరిరక్షణ వేదిక చెన్నైకు కార్యదర్శిగా పనిచేశారు.

6. యు.జి.సి, యు.పి.ఎస్.సి, సి.బి.యస్.ఇ. లలో వివిధ రూపాల్లో సేవలందించారు.

7. తెలంగాణా సెట్, తమిళనాడు సెట్ పరీక్షలకు సేవలందించారు.

8. బోర్డ్ ఆఫ్ స్టడీస్, బోర్డ్ ఆఫ్ క్వశ్చన్ పేపర్ సెట్టర్స్ పదవుల్లో 15 విశ్వవిద్యాలయాల్లో పనిచేశారు.

9. మధురై కామరాజు విశ్వవిద్యాలయం అకడమిక్ కౌన్సిల్ మెంబరుగా పనిచేశారు.

10. మద్రాసు విశ్వవిద్యాలయం అకడమిక్, సెనేట్ మెంబర్‌గాను, బోర్డ్ ఆఫ్ స్టడీస్ ఛైర్మన్‌గాను పనిచేశారు.

11. తమిళనాడు 1 నుండి 10 వ తరగతులకు +1, +2 తరగతులకు పాఠ్యపుస్తక తయారీలో కీలక పాత్ర పోషించారు.

12. కేంద్ర సాహిత్య అకాడమీ పురస్కారాల ఎంపికలో సభ్యులుగా ఉన్నారు.

13. ఇప్పటి వరకూ సుమారు 300 మంది పిహెచ్. డి సిద్ధాంత వ్యాసాలకు పరీక్షకునిగా పనిచేశారు.

వీరు పై పదవులు నిర్వహించడం వలన పదవులకే మంచి గౌరవం దక్కింది. దీనికి కారణం వీరి క్రమశిక్షణా భరితమైన జీవన విధానమనే చెప్పొచ్చు. నిరాడంబరుడు, నిగర్వి అయిన సంపత్ కుమార్ చిన్న పెద్ద తేడా లేకుండా అందర్నీ సమానంగా గౌరవిస్తూ, ఎంతో మర్యాద పూర్వకంగా సంభాషిస్తూ మనిషితనానికి మంచిపేరు తెచ్చారు.

2.1. రచనా వ్యాసంగం

బతుకు పోరులో ఆటుపోటులు, ఎత్తుపల్లాల వత్తిడలు మాడభూషి వారి సాహిత్య వ్యాసంగానికి కొంత అవరోధం కలిగించినా, వైవిధ్యభరితమైన వీరి మనస్తత్వం కనుతగిలిన సమస్యలను ఎత్తిచూపుతూ, కవిత్వాన్ని కుమ్మరిస్తూనే వుంది. అప్పుడప్పుడు రాసిన కవిత్వమే కొన్ని సంపుటాలుగా వెలువరించడానికి సరిపోతున్నా, వాటిని ప్రచురించడం వీలుపడని పరిస్థితులు ఎదురైన సందర్భాలు. ఆణిముత్యాల్లాంటి రచనలు అముద్రితంగా ఉండడం సబబు కాదనే ఉద్దేశ్యంతో మిత్రుల ప్రోత్సహంతో రచనలను వెలుగులోకి తెచ్చారు.

సమాజంలో నిండియున్న ఆవేదన, ఆందోళన ఆక్రందనలను, ఆర్ద్రతతో, వ్యంగ్యంగా, హాస్యపు జల్లులు చిలకరిస్తూ సరసంగా, సరళంగా ప్రగతిశీల ప్రజాస్వామ్య లౌకిక భావాలతో కవిత్వంరాసి రాశులు పోశారు. జాతీయ భావనాప్రదీప్తంగా, దేశభక్తి ప్రబోధాలతో, సమసమాజ హితంగా, వర్తమాన జీవితాల్ని పెనవేసుకుంటూ సాగిపోయే ఒక ప్రవాహంగా కవిత్వం రాశారు. వీరు వెలువరించిన ప్రతి కవితావాక్యం రసాత్మకమే కాని రభసాత్మకం కాదు. పాఠకుల హృదయాల్లో ఉత్తేజకరమైన స్మృతుల్ని నింపే స్ఫూర్తిదాయకంగా బహుముఖ ప్రజ్ఞను కనపరచారు. కవి చిన్నతనం నుంచి కవితా స్ఫూర్తిని వెలువరించిన శ్రీశ్రీ ప్రభావం వీరి కవిత్వంలో ద్యోతకమౌతుంటుంది. వీరు వ్యాకరణం, భాషాశాస్త్రం, జానపదం, అనువాదం, జర్నలిజం, సాహిత్యం అన్నింటిలోను అడుగుపెట్టిన బహుముఖ ప్రజ్ఞాశాలి.

శ్రీశ్రీ రాసిన "కవితా! ఓ కవితా" కవితను లోతుగా విశ్లేషించి తెలుగు పాఠకలోకానికి అందించారు. "మద్రాసులో తెలుగు పరిశోధన, ప్రచురణ గ్రంథాన్ని వెలుగులోకి తెచ్చారు. తెలుగులో పరిశోధనా ప్రమాణాలు పెంచేందుకు ఆసక్తి కలిగేందుకు పరిశోధన విద్యార్థులకు దారిదీపంగా నిల్చేందుకు "పరిశోధన నాడు, నేడు, రేపు" అనే అంశం మీద అంతర్జాతీయ సదస్సును నిర్వహించారు. వీరి కలం నుండి ఎన్నో సంపాదకీయాలు అనువాదాలు వెలుగు చేశాయి. పత్రికా రంగంలో పనిచేసేటప్పుడు సాహిత్యం మీద సామాజిక రుగ్మతలమీద ఎన్నో వ్యాసాలు రాశారు.

2.2. వీరి రచనలు

1. కవితా! ఓ కవితా! ` వస్తువు, భాషాశైలి ` 2010
2. మద్రాసులో తెలుగు పరిశోధన, ప్రచురణ ` 2012
3. వ్యాస సంపద (వ్యాస సంకలనం) ` 2013
4. వ్యాకరణ విజ్ఞానం ` 2013
5. తెలుగు జానపద కళలు ` 2014
6. అనువాద విజ్ఞానం ` 2014

సంపత్ కుమార్ గారి కవితాశీర్షికలు ఓ ప్రత్యేకతను సంతరించుకొని, ఆకర్షణీయంగా కనిపిస్తుంటాయి. కవితా సంపుటాలు ముఖచిత్రాలు కూడా అర్థయుక్తంగా అందలి సారాన్ని చవి చూపించే విధంగా ఉంటాయి. సమాజ స్థితిగతుల్ని కుండ బద్దలు కొట్టినట్టు చెప్పడం వలన పాఠకుల్లో కవితావేశాన్ని పెంచేవిగా కవితలుంటాయి. మనిషి ప్రకృతిని ధ్వంసం చేస్తున్న వైనాన్ని, ప్రకృతి వైపరీత్యాలను కళ్ళకు కట్టించే విధంగా, సమస్యా పరిష్కారాల కోసం సానుకూలంగా స్పందించే విజ్ఞానాన్ని కవితల్లోదట్టించడం వీరి ప్రత్యేకత.

2.3. వెలువరించిన కవితా సంపుటాలు

"సరళమైన భాష పరుగెత్తు మదిలోకి
కదపలేదు మదిని కఠిన భాష
జానపదుల భాష జనరంజకమ్మగు" అనే కవి భావనకు కచ్చితంగా సరిపోయే కవిత్వం వీరిది. కవితా పుష్పానికి పరిమళం రసజ్ఞత. అట్టి రసజ్ఞత నిండిన వీరి కవితా సంపుటాలు.

1. జీవితం – కవిత్వం, ఏప్రిల్ 2013
2. శత్రువుతో ప్రయాణం, మార్చి 2015
3. 'ఆ' ఆలోచనలు, డిసంబర్ 2015
4. చివరకు నువ్వే గెలుస్తావు, ఏప్రిల్ 2016
5. మూడో మనిషి, మార్చి 2017
6. వికారి, ఏప్రిల్ 2019

వీరి కలం నుండి అద్భుతమైన అరడజను కవితా సంపుటాలు ఆవిష్కృతమయ్యాయి.

2015లో ఒక 'విజేత' శీర్షికతో అబ్దుల్ కలామ్‌కు తెలుగువారి కవితా నీరాజనాలు అందించే కవితా సంకలనాన్ని వీరి అధ్వర్యంలో ప్రచురించారు. మాడభూషి గారిలో దాగున్న మరో సరికొత్తకోణం తాను కవిత్వాన్ని రాయడమేకాదు పదిమంది కవులచేత కవిత్వాన్ని రాయించి, మెచ్చుకొని ప్రచురించే సహృదయత కలిగి ఉండడం. ఎందుకో సంపత్ కుమార్ అప్పుడప్పుడు "జీవితంలో కవిత్వం రాయాల్సిన సందర్భాలు చాలా తక్కువ. ఎందుకంటే జీవితం చాలా పెద్దది, బరువైంది కాబట్టి. దాన్ని మోసుకొని తిరగడానికే సమయం చాలదు. ఇక కవిత్వం ఎప్పుడు రాస్తాం? అయితే కవిత్వం రాయకుండా ఉండలేని సమయాలు కూడా ఉంటాయి." అనడం కేవలం సంపత్‌గారి వ్యక్తిగత భావనగానే భావించాలనేది నా అభిప్రాయం. బతుకు బాదర బందీలో బలైపోతున్న కవినోటంటే బలీయమైన కవిత్వం పొంగి పొర్లుతుంటుంది. కష్టాలు కడగండ్లే కవితాక్షరాల్లో అగ్నిని రాజేస్తాయి. అద్భుతమైన కవిత్వానికి ఆసరానిస్తుంటాయి. అసలు సిసలైన కవిత్వం అప్పుడే ఆవిర్భవిస్తుంది. తీరిగ్గా కవిత్వం రాయాలనుకోవడం అదును పదును లేని సేద్యమౌతుందేమో!

అబ్దుల్ కలాం మరణానంతరం కన్నీరు కార్చని కలం లేదంటే అతిశయోక్తి కాదు. 'కలాం' నిజాయితీ దేశభక్తి, నిస్వార్థసేవ, రాజకీయాలకు అతీతంగా ఆలోచించే సహృదయత దేశంలో ప్రతి ఒక్కర్నీ ఆకర్షించింది. అలాంటి వ్యక్తి మీద వచ్చిన కవిత్వాన్ని ఏర్చికూర్చి ఓ కవితా సంకలనంగా మాడభూషివారు తేవడం వారి కృషిని కొనియాడదగినదిగా భావిస్తాను. కలాం కృషికి ఘనమైన నివాళిగా మాడభూషి వారి కృషి నిలసింది.

2.4. సంపత్ సంపాదకత్వంలో వెలువడిన గ్రంథాలు

1. ఆంధ్ర మహాభారతం –వివిధ శాస్త్ర పరిజ్ఞానం– 2009

2. పరిశోధన; నాడు; నేడు; రేపు -2016

3. ధనికొండ హనుమంతరావు సాహిత్యం 21 సంపుటాలు -2019

2.5. సంపత్ అనువాదాలు

1. గడ్డి పరకతో విప్లవం -2001

2. సామాజిక శాస్త్రవేత్త పెరియార్ - 2002

3. అమ్మవాసన -2008

4. జన్మభూమి -208

5. ప్రజారోగ్యానికి పనికొచ్చే సూత్రాలు, సులభమైన మార్గాలు -2015

2.6. మాడభూషికి వచ్చిన అవార్డులు ` పొందిన బిరుదులు

1. హైదరాబాదు లయన్స్ క్లబ్‌వారు ''ఆంధ్ర భాషావిభూషణ'' బిరుదునిచ్చి సన్మానించారు.

2. తెలుగు లిపిపై బ్యాంకాక్‌లో జరిగిన అంతర్జాతీయ సదస్సులో పత్రసమర్పణ చేసి తెలుగులిపికి అంతర్జాతీయ ఖ్యాతిని తీసుకుని వచ్చిన సందర్భంగా 'తెలుగులిపి' ప్రపంచంలోనే రెండవ ఉత్తమ లిపిగా ఎన్నిక కావడానికి వీరి కృషే కారణం -2012.

3. తమిళనాడు హిందీ అకాడెమీ వారు ''విశ్వ హిందీ దివస్‌నాడు'' వీరికి ''శిక్షక్ సిందు సమ్మాన్'' అవార్డు ప్రదానం చేశారు -2014 జనవరి 10.

4. మల్లవరపు జాన్ మధుర సాహితీభారతి, తెలుగు సాహిత్యసేవ సంస్థ సంస్కృతి, ఒంగోలు వారు విశిష్ట సన్మానం చేశారు -2014 జనవరి 22వ తేదిన.

5. భాషా పరిరక్షణ సమితి, పుంగనూరు వారు ''తెలుగు వాఙ్మయ ప్రగతిరత్న'' అవార్డును బహుకరించారు. 29.2.2014.

6. భారతీయ తెలుగు రచయితల సమాఖ్య చిత్తూరువారు ''కరుణశ్రీ'' జాతీయ పురస్కారాన్ని ప్రదానం చేశారు -25.8.2015.

7. చిత్తూరు జిల్లా యూనివర్సల్ పీస్ క్రాస్ వారు చిత్తూరులో సరోజిని నాయుడు 137వ జయంతి సందర్భంగా ''కవికోకిల'' అవార్డును ప్రదానం చేశారు -13.2.2016.

8. చిత్తూరు జిల్లా యూనివర్సల్ పీస్ క్రాస్ వారు చిత్తూరులో 'సాహిత్య రత్న అవార్డు' పేరుతో జీవిత సాఫల్య పురస్కారాన్ని ప్రదానం చేశారు.

9. కళాభారతి ఫౌండేషన్ మరియు రేవతి ఫౌండేషన్ వి.కోట సంయుక్త నిర్వహణలో జాతీయ కవిసమ్మేళనంలో ''జీవిత సాఫల్య పురస్కారాన్ని'' అందజేశారు -1.10.2016.

10. శ్రీ కన్యకాపరమేశ్వరీ మహిళా కళాశాల సృజన తెలుగు భాషా మండలివారు ''ధ్రువతార'' బిరుదుతో సన్మానించారు -21.2.2017.

11. చిత్తూరు జిల్లా లలిత కళాసాగర్ ఆధ్వర్యంలో "శ్రీకృష్ణదేవరాయ జాతీయ పురస్కారం ప్రదానం చేశారు -29.8.2017.

12. కళామిత్రమండలి 11వ వార్షికోత్సవ వేడుకల్లో జాతీయ స్థాయి పురస్కారం ప్రదానం చేశారు. 2017కు గాను శ్రీనల్లానరసయ్య కోటమ్మల స్మారక సాహితీప్రభ పురస్కారం -5.1.2017.

13. "తెలుగు వెలుగు అవార్డు"ను పెరంబూరు తెలుగు సాహితీ సమితి వారు ప్రదానం చేశారు - 2019.

14. మద్రాసు క్రైస్తవ కళశాల, తెలుగుశాఖ, ఆంధ్ర భాషారంజని సంఘం వారు జీవిత కాల సాఫల్య పురస్కారాన్ని ప్రదానం చేశారు -25.9.2019.

2.7.మాడభూషి ` విదేశీ పర్యటన

సింగపూర్, మలేషియా, శ్రీలంక, థాయిలాండ్, మారిషష్ తదితర దేశాల్లో జరిగిన అంతర్జాతీయ సదస్సులో పత్రసమర్పణ చేసి తెలుగు లిపికి అంతర్జాతీయ ఖ్యాతిని తీసుకువచ్చారు.

మద్రాసు విశ్వవిద్యాలయంలో తెలుగు శాఖలో మాడభూషి వారి ఆధ్వర్యంలో అనేక కార్యక్రమాలు నిర్వహించారు. జాతీయ సదస్సులు 16కు పైగాను, అంతర్జాతీయ సదస్సులు 9కి పైగాను నిర్వహించారు. ఇవి కాకుండా, ప్రతి సంవత్సరం కవి సమ్మేళనాలు, ఉగాది ఉత్సవాలు, అవధానాలు, పుస్తకావిష్కరణలు, ధర్మనిధి ఉపన్యాసాలు మొదలగు సాహిత్య కార్యక్రమాలు లెక్కకు మిక్కిలిగా నిర్వహించడంద్వారా వీరు తెలుగు సాహిత్యానికి చేస్తున్న సేవ అపారమయినదిగా చెప్పుకోక తప్పదు.

4. 'జీవితం-కవిత్వం' కలపోతల తన్మయత్వం

జీవితంలో అర్థంకానిది ఏకాలంలోనైనా ఎంతో కొంత ఉంటుంది. అది తాత్త్విక మీమాంసకు, సాహిత్య రచనకు వస్తువు అవుతుంది. జీవితంలో మింగుడు పడని అంశాలను, మానవ మేధస్సుకు అందని విషయాలను మధ్య యుగాలలో దేవుడు, కర్మ, ప్రారబ్ధము, అదృష్టము మొదలగు భావాలకు ముడిపెట్టారు. ఈ భావాలతో అర్థంకాని జీవితాన్ని అర్థం చేసుకున్నట్లుగా జనం సంతృప్తిపడేవారు. నిజానికి వారు చెప్పే భావాలు తర్కానికి అందేవికావు. ఆ భావాల్ని నిశితంగా పరిశీలిస్తే, శాస్త్రీయ దృక్పథంతో ఆలోచిస్తే, జీవితానికి నిజమైన అర్థం చెప్పలేని తనాన్ని ఒప్పుకున్నట్లుగా ఉండేవేకాని వేరేకాదు. ఆధునిక కాలం హేతుబద్ధమైన వైజ్ఞానిక తర్కానికి మానవ ఆలోచనలో ముఖ్యమైన స్థానం కల్పించింది. ఆధునిక కాలంలో జీవితాన్ని శాస్త్రీయంగా హేతుబద్ధంగా అర్థం చేసుకునే ఆలోచనా రీతిని బాగా అభివృద్ధి చేసింది అభ్యుదయ వాదం. జీవితాన్ని సంపూర్ణంగా కాకున్నా, మౌలికంగా నైనా అర్థంచేసుకోవడం సాధ్యం అనే విశ్వాసాన్నీ, దానికి కావలసిన విజ్ఞానాన్ని, ఆధునిక యుగం పెంపొందించింది. ఆధునికయుగం 'పర్‌ఫెక్టు'గా న్యాయాన్ని, ధర్మాన్ని పాటించే ఫలప్రదమైన విషయాలను వెలుగులోకి తెచ్చిందా? అంటే లేదనే సమాధానం వస్తుంది. ఎందుచేతనంటే, మనుష్యుల జీవితాలను శాసించే ప్రబలమయిన స్వార్థపూరిత శక్తులను సృష్టించింది ఆధునికయుగం.పెట్టుబడిదారీ వర్గాల రాజ్యకాంక్ష, దోపిడీతత్త్వమే ఈ శక్తులుగా భావించవచ్చు.

జీవితము, కవిత్వము ఒకదానితో ఒకటి పెనగి నడుస్తున్నప్పుడు వ్యవస్థాగతమయిన అసమానతలను, జీవితంలో అపరిపూర్ణతను, పెట్టుబడిదారీ వర్గాల పీడన ఆంతర్యాన్ని కవిత్వం జీవితానికి అందిస్తుంటుంది. కవిత్వానికి సూక్ష్మ పరిశీలన, గాఢవివేచన, అమోఘమైన నిష్కర్ష వుంటే జీవితాల్లో వివేకాన్ని మేలుకొలుపుతుంది. కవిత్వం మానవ జీవితంలో తల్లిలాంటి పాత్రపోషిస్తుంటుంది. కవిత్వం జీవితానికి చక్కని నడకేకాదు, చిక్కని నడతా నేర్పేందుకు తగిన జ్ఞానాన్ని అందిస్తుంది. బ్రతుకుని స్వరపల్లవిగా మార్చేస్తుంది. మానవశైలి సంప్రదాయాల జీవనస్రవంతి మనో వైకల్యాల విముక్తి దాయినిగా కవిత్వం తన పాత్ర పోషిస్తుంటుంది. మధుర ఆలోచనా ప్రసారాల మంజూషగా నిలిచి, మానవ కళ్యాణ కాంక్షను ప్రబోధిస్తుంది.

కవిత్వమై కురిసిన కవి (మాడభూషి సంపత్ కుమార్ కవిత్వ విశ్లేషణ)

కవిత్వం ఓ సజీవ జలపాతంలా కదులుతుంది. జీవితంలో గూడు కట్టిన స్తబ్ధతను కదిలిస్తుంది. నిఖార్సయిన కవిత్వం మానవ సమూహాల మనోసంఘర్షణలకు, ప్రతిస్పందనలకు, విభిన్న ప్రవర్తనలకు చైతన్యయుతమైన క్రియా కలాపాల్లో భాగస్వామ్యాన్ని నెరుపుతుంది. చైతన్య పూరితమైన ప్రతిచర్యకూ ఒక ప్రయోజనత్వాన్ని సిద్ధింపజేస్తుంటుంది. కవిత్వం ఎప్పుడూ ఏ రూపంలో వెలువడినా, సందేశాత్మకంగాను చైతన్యవంతంగాను వుండాలి.

ఈ వేళ జీవితాల్ని పరిశీలించినట్లయితే, ఎన్నో మానవీయ కోణాలతో పాటు మరెన్నో మానని గాయాల్ని మోస్తున్నాయి. అందుకే కవిత్వం మానవీయతకు స్ఫూర్తిదాయకంగా వుంటూ, మానని గాయాల్ని మాన్పించే అద్వితీయ అమూర్త ఔషధంగా వుండాలి. కవిత్వం జీవితాల్లోకి జొరబడాలంటే అది వ్యవహార జ్ఞానాన్ని కలిగించేదిగా వుంటూ, వాస్తవ జీవితం నుంచి వివిధ రకాల పాత్రలను సృష్టించేదిగా, మానవతభిన్నపార్శ్వాల దర్శనంతో జీవితాన్ని పురోగమింపచేయాలి. సామాజిక స్పృహతో, సామాజిక ప్రయోజనంతో, మానవీయ విలువలతో రాయబడే కవిత్వం ఉన్నతమైనదిగా పేర్కొనవచ్చును. జీవితానికి కవిత్వానికి సత్ సంబంధాలు కలిగి ఉండాలంటే కవిత్వం రాసేకవి, సామాజిక, ఆర్థిక చరిత్రను, రాజకీయ నైతికతను, దేశ సంస్కృతిని, జీవన స్థితిగతులను లోతుగా అధ్యయనం చేసి వుండాలి. భావాలను మోసే భాషాజ్ఞానం కలిగి వుండాలి. గత జ్ఞాపకాలతో నిన్నటి జీవితాన్ని, భవిషత్ ఊహలతో రేపును, ఈనాటిలోకి తెచ్చుకొని, వర్తమానాన్ని పండిరచే కవిత్వం జీవితానికి అనుసంధానంగా అన్వయించుకోవచ్చును. జీవితంలోకి జొరబడుతున్న యాంత్రికతని ప్రశ్నించేదిగా కవిత్వం రూపు దాల్చాలి. కవిత్వం అనిర్వచ నీయమైన అనుభూతిని పొందాలంటే సామాజిక జీవన విధానాలతో కలసి నడవాలి. అప్పుడే కవిత్వం సామాజిక జీవితంలోని కాలుష్యాన్నీ, అస్తవ్యవస్థతనీ, అపసవ్యాలను తప్పుదారి పట్టకుండా, ఎటువంటి పొరపాట్లు దొర్లకుండా నిజాయితీగ ఎత్తిచూపగలుగుతుంది. విచక్షణా రహితమైన ఆలోచనలు కవిత్వంలోకి జొరబడ్డప్పుడు, ఆ భావాలు జీవితాన్ని సక్రమమైన మార్గాన్ని అనుసరించడానికి దోహదపడే ఆలోచనలకు పరిపక్వమైన రూపాన్ని యివ్వలేవు.

జీవితాన్ని కవిత్వంతో అనుసంధానిస్తూ, కవిత్వం జీవితంతో అనుసరిస్తూ ముచ్చటైన ముక్తకాలుగా మాడభూషి సంపత్ కుమార్ ''జీవితం ` కవిత్వం'' శీర్షికతో ఏకంగా ఒక సంపుటినే వెలువరించారు. జీవితం ` కవిత్వం కలపోతల తన్మయత్వంలో ''జీవితాన్ని విడిచిపెట్టి / కవిత్వం ఎలా రాస్తావ్? / కవిత్వానికి తెలియకుండా జీవితాన్ని ఎలా దాస్తావ్? అని నిలదీశాడు. ''జీవితం ఎరుక, కవిత్వం మరుగు తెలిస్తేనే, కవిత్వంతో జీవితాన్ని విప్పిచెప్పగలవు'' అంటారు. కవిత్వంలో ఎదిగి జీవితాన్ని చదివితేనే, జీవితం కవిత్వంలో ఒదుగుతుంది అంటూ ''కవిత్వం రాయడానికి ముందు / జీవితాన్ని చదవాలి / జీవితాన్ని చదవడానికి ముందు / కవిత్వంలో ఎదగాలి'' అంటూ

ఏది ముందో ఏది వెనకో చెప్పలేదు కవి. అంటే కవి గొప్ప పరిశీలకునిగా జీవితాన్ని చదువుతూ వుండాలి. ఇది నిర్విరామ ప్రక్రియ. అట్లే కవిత్వంలో ఎదుగుతూపోవాలి. ఇది అహర్నిశలు అలుపెరగని కృత్యం.

కవిత్వంలో జీవితం ప్రతిఫలించాలంటే కవి ఏమి చేయాలో మాడభూషివారు విశదపరచారు. సముద్రమంత విస్తారమైన కవిత్వపు ఆలోచనల్లో జీవితాన్ని ముంచి సరిపోల్చి చూచినప్పుడు, జీవితమంతా కవితామయమైపోతుంటుంది అట్లే. సముద్రం లాంటి జీవితాన్ని అవగాహనించు కున్నప్పుడే కవిత్వంలో జీవితాన్ని పండిరచగలం. ప్రతిఫలింపచేయగలం అనేవి కవి భావనలు.

జీవితం ఎప్పుడూ పూలపాన్పు కాదు. ముళ్ళదారి. కవిత్వానికి ఒళ్లంతా కళ్ళే! కనుక కవిత్వం కళ్ళతో జీవితం ముళ్ళను పరిహరించే మార్గాన్ని అన్వేషిస్తాము అనే భావనతో ‘‘జీవితమంతా ముళ్ళు/ కవిత్వమంతా కళ్ళు/ కళ్ళలో ముళ్ళు/ ముళ్ళలో కళ్ళు’’ అన్నారు. అంటే జీవితంలో కవిత్వం కవిత్వంలో జీవితం వెతకమంటాడు కవి.

బతిమాలి భంగపోయయినా కవిత్వాన్ని అర్థం చేసుకో. జీవితంలో మేలు కుంటావు. కవిత్వాన్ని నమ్ముకుంటే జీవితాన్ని ఏ ఎదురు లేకుండా ఏలుకోవచ్చు అనే భావనతో

‘‘కవిత్వాన్ని బతిమాలుకో
జీవితంలో మేలుకో
కవిత్వాన్ని నమ్ముకో
జీవితాన్ని ఏలుకో’’ మంటాడు కవిగారు.

సర్వ సాధారణమైన జీవితాన్ని నేలబారు కవిత్వం గుర్తించలేదు. అట్లే ఎంతో ఎత్తులోవున్న కవిత్వం నేలబారు జీవితాన్ని కనిపెట్టలేదు. కనుక జీవితాన్ని కనిపెట్టే కవిత్వం కావాలి. అంటూ

‘‘నేలబారు జీవితాన్ని/ నేలబారు కవిత్వం పసిగట్టదు/ ఆకాశపు కవిత్వం/ భూమ్మీది జీవితాన్ని కనిపెట్టదు/ జీవితానికి కవిత్వానికి చుక్కెదురు ఉండ కూడదు’’ అంటారు.

జీవితమంతా కవిత్వమై ప్రవహించే వ్యక్తి కవిత్వమంతా జీవితం చుట్టూ తిరుగుతుంటుంది. కనుక ఒక జీవి కవిత్వమంతా, కవిత్వ జీవితమే అవుతుంది. అట్లే కవిత్వ జీవితమంతా ఆ జీవి కవిత్వమే అవుతుంది. దీన్ని ‘‘జీవితమంతా/ కవిత్వమే/ కవిత్వమంతా/ జీవితమే/ జీవి కవిత్వమంతా/ కవిత్వ జీవితమే/ కవిత్వ జీవితమంతా/ జీవి కవిత్వమే’’ అంటాడు కవి.

సాహిత్య పాత్రను ఒక్క వాక్యంలో నిర్వచించడమంటే జీవితంలోని ఖాళీలను పూర్తి చేయడమే అవుతుంది. కవిత్వం కోసం జీవితాన్ని ధారబోసే వ్యక్తులు, పండువెన్నెల్లో కవిత్వాన్ని ఆరబోయగలరు. జీవితమంతా కాపలా కాయగలరు. జీవితానికి పండువెన్నెల్ని ఆసరాగా

చేయగలరు. దీన్ని సంపత్ గారు ''పండు వెన్నెల్లో / కవిత్వాన్ని ఆరబోసి/ జీవితమంతా కాపలా కాస్తాను/ జీవితానికి పండువెన్నెల్ని/ ఆసరా చేస్తాను/ కవిత్వానికి జీవితాన్ని ధారబోస్తాను'' అంటాడు.

కవిత్వానికి జీవితాన్ని ధారబోయడం ఎంతో త్యాగంతో కూడిన వాక్యం. జీవితమంతా ఆరబోసిన కవిత్వాన్ని కాపల కాయడం కూడా త్యాగ నిరతికి తార్కాణం. జీవితంతో కవిత్వాన్ని, కవిత్వంతో జీవితాన్ని ముడివేయగలగడం ఈ కవి యొక్క పిపాస వ్యక్తమౌతుంది.

కవిత్వం లేని జీవితముంటుందె కాని, జీవితం లేకుండా కవిత్వం ఉండదు. కవిత్వం ఆంతర్యం ఎరిగితే జీవితం ఎంతో సంతోషంగా ఉంటుంది. కనుక యిక్కడ మనం గమనించాల్సింది కవి రెండు వాక్యాల్లో చెప్పాడు.

''కవిత్వం జీవితానికి హాయినిస్తుంది
జీవితం కవిత్వానికి ప్రాణమిస్తుంది'' అంటారు.

ఏది ఏమైనా కవిత్వానికి ప్రాణం పోసేది జీవితం జీవితానికి సంతోషానిచ్చేది కవిత్వం. ఇక్కడ కవి జీవితం కవిత్వం యొక్క మూలాల్ని బహిర్గతం చేశాడు.

జీవితంలో అవగతముకాని అనర్థాలకు తావిచ్చే అదృశ్యకోణా లుంటాయి. అవి మనిషిని తప్పుదారి పట్టిస్తుంటాయి. కవి జీవితాన్ని తరచి చూస్తున్నప్పుడు అది కవి దృష్టి కందుతాయి. వాటిని బహిర్గత పరచేందుకు కవి తన కవిత్వంలో వస్తువుగా స్వీకరిస్తుంటాడు. అంటే జీవితంలో అంతర్గతంగా దాగివున్న అవాంఛనీయ వికారాన్ని కవి పసిగట్టి వెలుగులోకి తెస్తాడు. జీవితం దారి తప్పుతున్న కారణాల్ని విప్పి చెప్తాడు. తప్పిదాన్ని తెలుసుకున్న వాడు జీవితాన్ని చక్కబెట్టుకోగలుగుతాడు. జీవితమే లక్ష్యంగా కవిత్వం రాసేకవి. జీవితంలోని చీకటి కోణాల్ని కవిత్వం ద్వారా వెలికితీయగలడు. కవిత్వం అధ్యయనం చేసే వాళ్లు జీవితంలో దాగివున్న అనర్థాలను తెలుసుకొని, చక్కదిద్దుకునే ప్రయత్నం చేస్తారు. ఈ భావాన్ని కవి ''దారి తప్పిన జీవితానికి / కవిత్వం వెలుగు చూపిస్తుంది'' గురిపెట్టిన కవిత్వానికి / జీవితం లక్ష్యమై నిలుస్తుంది'' అంటారు. జీవితం లక్ష్యంగా కవిత్వం రాయాలనేది కవిభావన.

ఈ కవి జీవితం బాగుపడాలంటే, జీవిత లక్ష్యాన్ని అధిగమించాలంటే, కవిత్వాన్ని ప్రేమించి ఆరాధించి అధ్యయనం చేయమనే దృక్పథాన్ని మనిషిలో కలిగించడానికి తన కవిత్వం ద్వారా ప్రయత్నిస్తాడు. జీవితాన్ని సక్రమమైన మార్గంలో పెట్టే భావాలు కవిత్వంలో దొరుకుతాయనే నమ్మకాన్ని పాఠకుల్లో కలిగించడానికి దోహదపడే భావాల్ని కవిత్వమంతటా నింపాడు. జీవితాన్ని ఏ ఒడిదుడుకులు లేకుండా అధిరోహించాలి అంటే కవిత్వాన్ని ఆరాధనా పూర్వకంగా అధ్యయనం చేయమనే సలహాయిస్తాడు కవి. జీవితం దర్జాగా అధిరోహిస్తూ, అనుభవిస్తూ కవిత్వాన్ని మరచిపోకుండా ఆదరించమంటాడు. ఈ భావాల్ని ఎంతో క్లుప్తంగా చెప్పాడు కవి.

"కవిత్వాన్ని ఆరాధించు / జీవితాన్ని అధిరోహించు
అధిరోహించిన జీవితం నుంచి / కవిత్వాన్ని ఆదరించు" అంటారు.

జీవితం ఎప్పుడు "నల్లేరు మీద బండి" నడకలా వుండదు. కష్టాలు కన్నీళ్లు వెంటాడుతుంటాయి. విధ్వంసన చర్యలు వెతలకు గురి చేస్తుంటాయ్. అన్నింటిని అధిగమించి జీవితం సజావుగా సాగాలంటే పోరాటం తప్పదు. పిరికితనం జీవితాన్ని ముందడుగు వేయనీయకుండా వెనక్కు ఉరికిస్తుంది. జీవిత లక్ష్యాన్ని నీరుగారుస్తుంది. అందుకే జీవితంలో ఎదురయ్యే సమస్యలను ఎదురొడ్డి పోరాడాలి. లక్ష్యాన్ని అధిగమించాలి. కనుక జీవితానికి పోరాటం తప్పదు.

అట్లే కవిత్వం రాసే కవికి అణువణువునా ఆరాటం ఉండాలి. జీవితంలో ఎదురయ్యే సమస్యలను గూర్చి ఆలోచించాలి. అనుభూతులకులోనైన ఆ ఆలోచనలను అక్షరాల్లోకి అనువదించు కోవాలి. కవిత్వమై ప్రవహించాలి.

జీవితాన్ని తేలిగ్గా తీసుకోకూడదు. జీవితాన్ని సీరియస్‌గానే ఆలోచించాలి. అట్లే కవిత్వాన్ని కూడా తేలిగ్గా తీసుకోకూడదు. జీవితాన్నిగాని కవిత్వాన్నిగాని పరిహాసంగా తీసుకోకూడదు. జీవితాన్ని నవ్వులాటగా తీసుకుంటే సమాజంలో నవ్వులపాలవుతాము. కవిత్వాన్ని వేళాకాళంగా తీసుకుంటే, కవిత్వం పేలవంగా తయారై అపహాస్యం పాలవుతాము.

అ భావాల్ని కవి–

"జీవితానికి పోరాటం తప్పదు
కవిత్వానికి ఆరాటం తప్పదు
జీవితానికి కవిత్వానికి
వెటకారం నప్పదు" అంటారు.

జీవితమంతా కవితామయమైతే, జీవితంలో భయాన్ని తొలగించే అభయాన్ని కవిత్వమిస్తుంది. అన్ని జీవులకన్నా మనిషిది ఉత్తమోత్తమమైన జీవితం. మనుషుల్లో కవిది,మామూలు మనుషుల కంటే నయమైన జీవితం అనే భావనతో..

"జీవిత మంతా / కవితామయం
జీవికన్నా కవినయం /
జీవితంలో భయం / కవిత్వంలో అభయం" అంటారు.

ఈ కవి, కవిత్వానికి, జీవితానికి ఉన్న భేదాన్ని ఎంతో సునిశితంగా చెప్పారు.

"జీవితానికి / కవిత్వానికి / ఉన్న భేదం
జీవితం ఖేదం / కవిత్వం మోదం
అంగీకరిస్తే ఆమోదం" అంటారు.

'శోకమయమైంది జీవితం, సంతోషదాయకమైంది కవిత్వం' అంటాడు కవి. కవి చెప్పిన పై అంశాల్ని అంగీకరిస్తే పరిమళభరితం అంటారు.

స్వచ్ఛమైన నిజాయితీతో కూడిన కవిత్వం ఎప్పుడూ జీవితానికి సహాయకారిగానే ఉంటుంది. అది ఎప్పుడూ జీవితాన్ని ముంచే భావజాలాన్ని అందివ్వదు. జీవితం కూడా కవిత్వాన్ని ఆదరిస్తుంది. తృణీకరించదు. ఎందుచేతనైనా మునిగిన జీవితాన్ని కవిత్వం గండాన్నుంచి గట్టెక్కిస్తుంది. జీవితానుభవంలోంచి వచ్చిన కవిత్వం తునగదు, జీవితం అతుకుతుంది.

ఈ భావాల్ని కవి–

''జీవితాన్ని / కవిత్వం ముంచదు / కవిత్వాన్ని / జీవితం తుంచదు /

మునిగిన జీవితాన్ని కవిత్వం తేలుస్తుంది / తునిగిన కవిత్వాన్ని / జీవితం అతుకుతుంది'' అంటారు.

జీవిత అనుభవసారంగా కవిత్వాన్ని రాయాలి. అట్లే కవిత్వం చదివినందువలన జీవితం బోధపడుతుంది.

''జీవితంలో నుంచి / కవిత్వం
కవిత్వంలో నుంచి / జీవితం
పిండుకోవడమే పరమార్థం'' అంటారు.

జీవితంలోనుంచి కవిత్వాన్ని పిండుకోవాలి. కవిత్వంలోనుంచి జీవితాన్ని పిండుకోవాలి. అప్పుడే జీవితం, కవిత్వం అవగతమవుతాయి.

జీవితం, కవిత్వం అనుభవం ఏలకుండానే నేడు నడుస్తున్నాయి. అనుభవం లేని, తెలియని తనం వలన కవిత్వం, జీవితం అంటే ఏమిటో ఎరుగకుండానే కాలం కడతేరుతుంది. ఈ భావాన్ని కవి ''కవిత్వమే / తెలియనివాడు / జీవితాన్ని నడిపిస్తున్నాడు / జీవితమే ఎరుగనివాడు / కవిత్వాన్ని రచిస్తున్నాడు / కవిత్వం, జీవితం / ఎరుగకుండానే / గడిపేస్తున్నారు'' అంటారు.

జీవితం మీద కవిత్వం మీద నమ్మకం ఓ విశ్వాసం ఉన్న కవి మాడభూషివారు. అందుకే కవిత్వానికి జీవితానికి తమదైన అస్తిత్వం ఉంటుంది. తమదైన ఆత్మగౌరవం ఉంటుంది. అందుచేతనే జీవితం బానిసలా తలవంచదు, కవిత్వం వంగి వంగి నమస్కారాలు చేయదు. నిలువెత్తు కవిత్వంలో జీవితం తలెత్తుకు తిరుగుతుందనే ఆకాంక్షను వెలిబుచ్చుతాడుకవి.

కవి మాటల్లో–

''జీవితం / ఎవరికీ గులాంగిరి కాదు
కవిత్వం ఎవరికీ వంగి సలాం చెయ్యదు
నిలువెత్తు కవిత్వంలో
జీవితం తలెత్తుకు తిరుగుతుంది'' అంటారు.

కవిత్వమై కురిసిన కవి (మాడభూషి సంపత్ కుమార్ కవిత్వ విశ్లేషణ)

కవిగా కవిత్వంలో పైకి వచ్చినవాడు గొప్పా? రవిగా జీవితంలో పైకి వచ్చినవాడు గొప్పా? అనే ప్రశ్నకు సమాధానంగా సంపత్‌కుమార్ అంటాడు. రవిగాంచనిచోటు కవిగాంచ గలడు కనుక కవే గొప్ప అనే భావాన్ని వ్యక్తపరుస్తాడు.

"కవిత్వంతో / పైకి వచ్చినవాడు / కవి
జీవితంలో పైకి వచ్చినవాడు /రవి
రవిగాంచనిచోటు కవిగాంచును" అంటారు.

మంచి కవిత్వం చదివితే జీవితమే మారిపోతుంది. కనుక కవిత్వంతో జీవితాన్ని మార్చవచ్చును. ఎన్నో జీవితాల లోతుల్లోకెళ్లి పరిశీలించి, పరిశోధించి, విశ్లేషించి, కవిత్వాన్ని కూర్చవచ్చును. జీవితాన్ని మార్చేది కవిత్వమైతే, కవిత్వాన్ని కూర్చేది జీవితం.

కవి మాటల్లో`
కవిత్వంతో / జీవితాన్ని మార్చగలం
జీవితంతో / కవిత్వాన్ని కూర్చగలం" అంటారు.

ఆధునిక కవిత్వంలో ఎన్నో వాదాలు వెలుగుచూశాయి. చారిత్రకమైన కారణాలవలన పాశ్చాత్య సాహిత్యంలోని వాదాలు, ధోరణుల ప్రభావం ఎక్కువగా కనిపిస్తు, భారతీయ భాషలపైనా కనపడుతున్నాయి. తెలుగు సాహిత్యంలో వాదాలు కాల్పనికవాదం, అస్తిత్వవాదం, ప్రతీకవాదం, భావచిత్రవాదం, విధ్వంసనవాదం, అధివాస్తవికతావాదం, హేతువాదం, మానవతావాదం, స్త్రీవాదం, దళితవాదం, మైనారిటీవాదం, ప్రాంతీయవాదం మొదలయినవిగా ఉన్నాయి. అంటే కవిత్వంలో వాదాలు కనిపిస్తాయి. అలాగే జీవితాలు పరిశీలిస్తే వివాదాలు కనిపిస్తాయి. జీవితంలో అడుగడుగునా వివాదం తలెత్తుతుంటుంది. అందుకే కవిత్వం, జీవితం పరిశీలిస్తూ కవి అంటాడు.

"కవిత్వంలో / ఎన్నో వాదాలు
జీవితంలో / ఎన్నో వివాదాలు" అని

జనాశ్రితమైన కవిత్వానికి పొద్దుపొడుపులే కాని పొద్దు క్రుంకడం ఉండదు. కవిత్వానికి చావులేదు. కొన్ని కాలాల పాటు ప్రజలనాల్కలపై బతికే ఉంటుంది.

కాని ఎంత గొప్ప జీవితానికైనా పొద్దు క్రుంకక తప్పదు. జీవితం కాలగర్భంలో కలసిపోవడం ప్రకృతి ధర్మం.

అదే భావాన్ని కవి–
"కవిత్వంలో
పొద్దుపొడుస్తుంది
జీవితంలో

పొద్దు ముడుస్తుంది'' అంటారు. అందుచేత కవిత్వానికి చిరకాల ధర్మం వుంటుంది. జీవితానికి కాలధర్మం వుంటుంది.

ఒక కవి కవిత్వం మరోకవి కవిత్వాన్ని మెచ్చదు. రంధ్రాన్వేషణకు పూనుకుంటారు. అలాగే జీవితం కూడా సంతృప్తిగా ఉండదు. పొరుగు జీవితాల్ని చూసి తన జీవితం తనకే నచ్చదు. కనుక జీవితం జీవితానికి నచ్చదు. జీవితాన్ని తరచిచూచి కవిత్వం రాస్తారు. అప్పుడు కవిత్వం జీవితాన్ని మెచ్చుతుంది. అలాగే కవిత్వాన్ని నచ్చి అందులోని భావాల్ని మెచ్చి అనుసరిస్తూ జీవితం కవిత్వానికి నచ్చుతుంది.

ఈ కవి–

''కవిత్వం / కవిత్వాన్ని మెచ్చదు
జీవితం / జీవితానికి నచ్చదు
కవిత్వం / జీవితాన్ని మెచ్చుతుంది
జీవితం / కవిత్వానికి నచ్చుతుంది'' అంటారు.

జీవితాన్ని కాచి వడబోశామనే వారికి కవిత్వం రుచించకపోవచ్చు. అయితే కవిత్వం లోతులకెళ్లి ఈదేవాడు జీవితాన్ని ఎంతో నేర్పుతో ఈదగలడు. అందుచేత జీవితానుభవాలు ఉన్నవానికి జీవితంలో డక్కా ముక్కలు తిన్నవాడికి కవిత్వం యెడల అభిమానం లేకపోవచ్చు. కాని జీవితాన్ని అవలీలగా ఈదడానికి కవిత్వం ఉపకరిస్తుంది అనడం యధార్థం. ఆ భావాల్ని....

''జీవితాన్ని / కాచివడబోసినవాడు
కవిత్వాన్ని రుచి కూడా చూడలేదు
కవిత్వంలో / మునిగితేలినవాడు
జీవితాన్ని అవలీలగా ఈదగలడు''

కనుక కవిత్వం జీవితాన్ని మెరుగు పరచుకునేందుకు ఎంతగానో ఉపకరిస్తుంది. కవిత్వంలో మునిగి తేలేవాడు జీవితాన్ని ఎంతో తేలిగ్గా ఈదగలడు అనేది కవి భావన.

కవి సంపత్ కుమార్ కవితా విశిష్టతను ఎంతగానో పైకెత్తాడు. కవిత్వం యెడల వారికి ఉన్న నమ్మకాన్ని వ్యక్తం చేస్తూ ''కవిత్వాన్ని / నిర్లక్ష్యం చేశాడు / జీవితం / నిర్లక్ష్యానికి గురయింది'' అంటారు. ఏది ఏమైనా వీరి దృష్టిలో కవిత్వంలోకి వెడితే, దాన్ని అధ్యయనం చేస్తే, జీవితంలోని ఒడిదుడుకులను అధిగమించవచ్చు అంటారు.

కవి అయినవాడు కవిత్వంలోని వస్తుశిల్పం ఎట్లాగుండాలో ఎరిగి రాయాలి. వాటి రహస్యాన్ని ఒంటపట్టించుకొని రాయాలి. అట్లే జీవితాన్ని కూడా సజావుగా జరిగిపోనివ్వాలంటే ప్రతి మనిషి మానవీయతా విలువలు ఎరిగి ఉండాలి. అట్లే కవిత్వం మీద అభిలాష, అధ్యయనం కలిగి ఉండాలి. మానవత్వం, కవిత్వం తెలిసినవారెవరైనా కపటాన్ని, క్రూరత్వాన్ని, విద్వేషాలను

పెంచి పోషించలేరు. దుర్మార్గపు చర్యలు చేపట్టలేరు. మానవీయతా విలువలు ఎరిగిన వ్యక్తి సమాజం యెడల సౌహార్దంగా, సౌశీల్యంగా ఉంటాడు. ఈ భావాలను వ్యక్త పరుస్తూ రాసిందీ ముక్తకం.

"కవిత్వానికి / రెండు కళ్ళు
వస్తువు / శిల్పం
జీవితానికి / రెండు ఒళ్ళు
కవిత్వం / మానవత్వం" అంటారు.

శిల్పి ఉలితో రాతిని శిల్పం చేస్తాడు. కవి కవిత్వాన్ని శిల్పసౌందర్యంతో తీర్చిదిద్ది కవిత్వానికి సజీవత కల్పిస్తాడు. ఇక్కడ 'శిల్పం' అనే మాటతో సంపత్ కుమార్ గారు పదవిన్యాసం చేశారు.

"జీవి / ఉలితో / రాతిని శిల్పం చేస్తాడు
కవి / శిల్పంతో / కవిత్వానికి జీవం పోస్తాడు"

కవిత్వంలో శిల్పానికి ఉన్నప్రాధాన్యతను ఎంతో గొప్పగా పాఠకులకు అర్థమయ్యేవిధంగా చెప్పారు.

ఈ ముక్తకంలో కవిత్వంలో ప్రసిద్ధులైన పోతన, వేమన కవిత్వ తత్త్వాలు ఎంతో గొప్పగా ఆవిష్కరించాడు సంపత్. పోతన తన పేదరికాన్ని బాపుకోటానికి అంటే బతుకు తెరువుకోసం కవిత్వాన్ని అమ్ముకోలేదు. అట్లే వేమన కవిత్వం కోసం జీవితాన్ని ధారబోసి, అన్నింటిని వదులుకొని చివరకు దిగంబరునిగా జీవితాన్ని కొనసాగించాడు. పోతన భాగవతాన్ని ఏ రాజుకూ అంకితమివ్వడానికి యిష్ట పడలేదు. కవిత్వాన్ని అమ్ముకోవడం పడుపువృత్తిగా భావించాడు. హాలికునిగా బతకడం అదృష్టంగా భావించాడు. అట్లే వేమన భోగ భాగ్యాలు విడిచి దేశపర్యటన చేస్తూ ఆశువుగా సామాజిక రుగ్మతలను కవిత్వంలో ఎత్తి చూపుతూ బతికాడు. ఈ విషయాన్ని కవి చెప్తూ

"పోతన / జీవిక కోసం / కవిత్వాన్ని ధారబోయలేదు
వేమన / కవిత్వం కోసం / జీవితాన్ని ధారబోశాడు" అంటాడు.

జీవితంలో ఎదురయ్యే కష్టాలు, కన్నీళ్ళు కవిత్వం అద్భుతంగా పండడానికి అంశాలవుతాయి. శోకతప్తమైన జీవితాన్ని కవిత్వంగా ఆవిష్కరిస్తే, ఆ కవిత్వం, పాఠకుల ఆదరణ పొందుతుంది.

తెలిసీ తెలియని విధంగా, వస్తుశిల్ప రహస్యాలు ఎరగకుండా పేలవంగా కవిత్వం రాస్తే, జనాదరణ పొందలేదు. అట్టి కవిత్వానికి రాణింపు ఉండదు. అట్టి కవిత్వాన్ని జీవితంలో ఆదర్శంగా తీసుకుంటే జీవితం ఏడ్చినట్టు తయారవుతుంది.

ఈ భావాలను కవి`

"జీవితంలో ఏడిస్తే / కవిత్వం అందంగా ఉంటుంది

కవిత్వంలో ఏడిస్తే / జీవితం ఏడ్చినట్టుంటుంది" అంటారు.

జీవితం ఏ ఊతం దొరక్క విషాదంగా మారే పరిస్థితుల్లో ఓ కవి రాసిన కవితా వాక్యాలు దారిదీపంగా ఉపకరించి విషాదానికి విరుగుడు చూపెట్టవచ్చు. ఎడారిలో ఓయా సిస్సులా కవిత్వం జీవితానికి ఉపకరించవచ్చు.

ఆ భావనతో...

"జీవితమొక ఎడారి

కవిత్వమొక ఒయాసిస్సు" అంటారు.

జీవితానికి కవిత్వం ఎంత ఉపయోగమో సంపత్ కుమార్ సవివరంగా వివరించారు. అక్షర శక్తిని అద్భుతంగా ఆవిష్కరించారు. జీవితానికి కవిత్వం తోడు నీడై చరిస్తుంది అనే భావన నొక్కి వక్కాణించారు.

జీవితాన్ని గురించి ఎంతోలోతుగా అహర్నిశలు ఆలోచించినా, ఆలోచనలు పద్మవ్యూహం లాంటి జీవిత సమస్యలను ఒకరాగాన తెంచుకొని బయటకు రాలేవు. జీవితాన్ని గురించిన ఆలోచనలు పద్మవ్యూహంతో పోల్చాడుకవి. అట్లే కవిత్వమే విలసిల్లే ఆలోచనలు అస్త్ర స్వరూపాలు. ఇవి సమస్యలను తెగటార్చడానికి పనికి వస్తాయి. సమస్యలనుండి గట్టెక్కడానికి ఆలోచనామృతమైన కవిత్వం ఉపకరిస్తుంది. ఈ భావాల్ని....

"జీవితం ఆలోచనల పద్మవ్యూహం

కవిత్వం ఆలోచనల అస్త్ర స్వరూపం" గా పేర్కొన్నాడు కవి.

"కవిత్వం / జీవితాన్ని నిలదీస్తుంది / జీవితం / కవిత్వాన్ని

అభినందిస్తుంది / కవితా జీవికి / అభినందనలు తప్పవు" అంటూ కవిత్వాన్ని, జీవితాన్ని అనేక కోణాల్లో తరచిచూచి తాత్త్విక జ్ఞానంతో ఆవిష్కరించిన సంపత్ కుమార్ గారికి ఆత్మీయ అభినందనలు తప్పవు.

జీవితపు రహదారిలో సేదతీర్చే చెట్టుగా కవిత్వాన్ని సంభావిస్తూ, కవిత్వం జీవితంతో ఎట్లా ముడిపడి వుంటుందో, జీవితం కవిత్వాన్ని ఏ విధంగా ప్రేరేపిస్తుందో, ప్రోత్సహిస్తుందో, అనేక కోణాల్లో ఆవిష్కరించిన మాడభూషి సంపత్ కుమార్ అభినందనీయుడు.

జీవితం -కవిత్వం గురించి ఇంత సుదీర్ఘమైన చర్చచేసిన కవి మరొకడు లేదంటే అతిశయోక్తి కాదు. అలతి అలతి పదాలతో, అద్భుతంగా కవిత్వానికి జీవితానికి గల సంబంధాల్ని పూసగ్రుచ్చినట్లు చెప్పాడు. చిట్ట చివరకు 'కవిత్వం' జీవితానికి చక్కటి ఆలోచనలివ్వడంలో అద్వితీయమైన పాత్రపోషిస్తుందని నిర్ధారించారు.

4. కవిత్వం మీద కవిత్వమై కురిసిన కవి

ఉన్నతమైన సృజనక్రియనే ఊపిరిగా భావిస్తూ ప్రామాణికమైన కవిత్వంకోసం పరితపిస్తూ, వర్తమాన కవిత్వపు తీరుతెన్నులు ఎలావుండాలో, వుండకూడదో తనదైన ముద్రతో సూచనలు చేస్తూ, ప్రగాఢమైన తాత్త్విక ఎరుకతో, విశ్వజనీన జీవన విలువలతో, మానవ సంబంధాల మాధుర్యంతో, అపురూపంగా కవిత్వం వెలువడాలనే ఆకాంక్షతో కవిత్వం మీద కవిత్వమై కురిసిన కవి మాడభూషి సంపత్‌కుమార్. కవి మనో మాలిన్యాల్లో ఎలా ఇంకిపోతూ, అధికార రాజకీయం తాకిడికి ఎలా వంగి పోతుంటాడో, స్వార్థానికి ఎలా లొంగి పోతుంటా డో, ఉదారవాదం నీడలో ఎలా విశ్రమిస్తుంటాడో, మల్టీ నేషనల్స్ కంపెనీల్లో గుత్తాధిపత్యం కోసం, తన కవిత్వాన్ని బలి చేస్తుంటాడో, రాసిందంతా కవిత్వమని, మురిసిపోతూ, కవిత్వం భూమ్మీద పాకుతున్నా కవి ఆకాశంలో కాలర్ ఎగరేస్తూ విహరిస్తుంటాడో, ఇదేమని అడిగేవారిని పరిహరిస్తూ, ఎదురొడ్డి ఎదిగేవారిని బకాసురుడిలా భక్షిస్తూ, కవిత్వం పలచబడిపోతున్నా అడ్డదారిన డబ్బుగుంజి కవి బలపడాలనుకునే తీరును ఎత్తిచూపుతూ, విమర్శశాస్త్రాలను సంధిస్తూ కవిత్వమై సాగిపోతున్న కవి సంపత్ కుమార్.

ఆలోచనామృతం, భావసాగరంలో ఎన్నో రేబవళ్లు అంతర్మథనం జరిగితే తప్ప కవిత్వం అక్షరరూపమెత్తదు. కవి ముసుగులో ఏది రాసినా చలామణి అవుతుందనుకోవడం కవి అహంభావాన్ని లేదా ఆయన అమాయకత్వాన్ని ఎత్తి చూపుతుంటుంది. కొంతమంది కవులు ఏదిరాసినా, ఆహా! ఓహో! అంటూ ఈగ వాలనివ్వని అభిమానంతో గ్రుడ్డిగా సపోర్టు చేస్తుంటారు. కవిత్వం దిగజారుడు తనానికి బహుశా ఇదో కారణం కావచ్చు. కవులు లౌక్యానికి లోను కాకూడదు. కవిత్వం మీద నిర్మొహమాటమైన విమర్శ పెట్టాడు సంపత్ కుమార్.

''వికృతులు'' అనే కవితలో ''అందంగా కవిత్వం రాయమంటే/ అర్థం కాకుండా రాశారు / అందానికి గుర్తు / అర్థం కాకపోవడమే నంటే..!'' అంటూ అర్థరహితమైన కవితలు రాసే కవులకు చురక అంటించాడు.

''ప్రత్యక్ష సాక్ష్యాలు'' కవితలో వాదాలు, వివాదాలతో నలిగిపోయిన కవిత్వాన్ని గూర్చి చెప్తూ ''పద్యం ఫ్యూడల్ / వచనం కేపిటల్ / నలిగిపోయేది కవిత్వమే'' అంటారు. కవిత్వం ఏ ప్రక్రియలో వున్నా వస్తుబలం, భావనాశక్తి, శిల్పం సక్రమంగా ఉండాలేకాని పద్యం రాసిన వాడిని ఫ్యూడలిస్ట్ అనడం, వచనం రాసిన వాడిని కేపటలిస్ట్ అనడం సబబు కాదంటాడు కవి.

ఎవరూ కవిత్వాన్ని వ్యాపారం చేయకూడదు. అందమైన ప్యాకేజీకే విలువనిచ్చే అట్టహాసం చేసే కవితావ్యాసంగాన్ని నిశితంగా ఖండిరచాడు. ''కవితా వ్యాపారంలో/ అందమైన ప్యాకేజీకే విలువ/ అట్టహాసం'' అంటారు.

కవిత్వాన్ని లోతుకెళ్లి తరచి చూచేకొద్ది కవిత్వమంతా బూతులే చిక్కనవుతున్నాయి. దాన్ని అందరూ కవితా రసరaరి' అంటారు. ఇదెక్కడి కవిత్వం అంటూ వాపోతాడీకవి. ''అక్షరాల్ని మధించేకొద్దీ/బూతు చిక్కనవుతోంది/ కవితా రసరaరి'' అంటారు.

నెగటివ్ అప్రోచ్‌తో 'పాజిటివ్ థింకింగ్'ను పాఠకునికి అందించిన కవిత 'కవి' శీర్షికతో రాశాడీకవి. ఈకవిత చదువుతుంటే ఎంతో బలమైన శ్రీశ్రీ ముద్ర కవిమీద పడినట్లు మనకు అర్థమౌతుంది. ''కవితా! ఓ కవితా!'' శ్రీశ్రీ కవితలాగా 'కవి' కవిత నడిచింది.

''కవితా! ఓ కవితా! నాలో నిద్రిస్తున్న ఆవేశానికి/ నిన్నుబలి చేస్తున్నందుకు క్షమించు'' అనే ఎత్తుగడతో కవిత మొదలవుతుంది. కవిలో కలిగే ఆవేశం కవిత్వాన్ని బలిచేసేదిగా ఉండకూడదు అనేది కవిభావన.

''ఎగసి ఎగసి పడుతున్న/ నా రక్తపు కెరటాలు/ ఎన్నిసార్లు ఒడ్డుదాటలేక/ వెనక్కి వెళ్లిపోయాయో నీకు తెలుసు'' అంటూ కవితావేశం అక్షరం కాలేక అణగిపోవడాన్ని ఇందులో కవి ఆవిష్కరిస్తాడు.

ఆవేశ కావేశాలను అణుచుకోలేక ఆదర్శాలు విడనాడి, మానసిక దౌర్భల్యాలను కప్పిపుచ్చుకొనేందుకు కవిత్వాన్ని ఆలింగనం చేసుకొంటూ, ప్రేమ నటిస్తూ, పెదాలకు రంగులు పూసుకొని మాట్లాడుతూ, కలంలో సిరా బదులు సోనెలు నింపిరాస్తున్నాను, జీవితంలో వ్యక్తిత్వం నిలుపుకోలేనివాడు, ఎదగలేనివాడు దుష్టులతో, ధృతరాష్ట్రులతో నడవలేనివాడు కవిపంచన చేరుతాడు. కవిత్వం రాయడానికి ప్రయత్నిస్తాడు. ఎందుకంటే ''అడ్డమైన ప్రతివాణ్ణీ ఆదరిస్తావని నీ పంచన చేరాను'' అంటాడు. కవిత్వం రాస్తున్నవారీనాడు ఈ కోవకు చెందిన వానరేది కవి భావన.

గదిలో లైట్లు ఆర్పివేసి, ప్రపంచమంతా చీకటిమయమనుకునే దౌర్భాగ్య స్థితిలోకి కవులు వస్తున్నారనేది ఎత్తిపొడుపు. అసలు ప్రపంచాన్ని దాచుకుంటూ, తనదైన వ్యక్తిత్వంకాని ముసుగులో ''ప్రపంచ పంకిలాన్ని గురించి ప్రసంగిస్తూ ఉంటాను''.

కవి కవిత్వానికి, వ్యక్తిత్వానికి తప్పక అవినాభావ సంబంధం వుండాలి. దాన్నే నిజాయితీ గల కవిత్వం అంటారు. ''కవిత్వానికీ వ్యక్తిత్వానికి సంబంధం లేనప్పుడు మహత్తరమైన కవిత్వం'' రాయగలగడం నిజాయితీతో కూడిన అంశం కాదు. ఎవరైనా నీ వ్యక్తిత్వం నీ కవిత్వానికి భిన్నంగా వుందేమిటి? అని నిలదీస్తే ''నా ఉచ్ఛ్వాస నిశ్వాసమైన నీపైన అంటే కవిత్వం మీద కూడా విశ్వాసం ఉంచలేను అనే కపట బుద్ధి వెల్లడిస్తాడు కవి.

పద్యాల్లో ఇరుక్కుపోయిన నిన్ను/ విడిపిస్తానని/ వచనంలో ఇరికించాను/ నువ్వు కవులకోసం వెతుక్కోవచ్చు/ ఏ కవైనా దొరికితే నన్ను వదిలెయ్యొచ్చు'' అంటూ తదుపరి వాక్యాలు వ్యంగ్యంగా చెప్పారు. ''నేను కవి సమ్రాట్టుని/ ఈ కవికులం నాది/ దీనిని కకావికలం చెయ్యడం నీతరం కాదు/ అంటూ కవి నీచత్వాన్ని బయడపెడుతూ'' శ్రీశ్రీ చచ్చిపోయాడని చంకలు గుద్దుకొన్నవాళ్ళం మేం'' మా క్యారక్టర్ ఇది. అంటూ అవినీతి ఒప్పందాన్ని చేసుకునేందుకు ప్రేరేపిస్తాడు కవి'' మనం మనం సర్దుకొంటే/ నిన్ను అందాల అచ్చుల్లో అమరుస్తాను/ నీకీర్తి కండూతి తీరుస్తాను ...../ నీకా కక్కుర్తి లేకపోచ్చు/ కానీ నా కండూతి, నా కవితాదాహం/ తీర్చుకోడానికి నువ్వు నాకు దాసోహం కాకతప్పదు'' అంటాడు.

నేటి పరిస్థితిని చెప్తూ ''కవిత్వం పలచబడిపోతూ ఉంటే/ కవి బలపడుతూ ఉంటాడు/ అందుకని నువ్వు మడి కట్టుకొని ఇలాగే ఉండాలనుకోకు'' అని కవితను హెచ్చరిస్తాడు.

విప్లవ కవుల ముసుగులో కవిత్వం పేరుమీద పచ్చి వచనాన్ని నినాదాభిప్రాయంగా రాయడాన్ని ఎత్తి చూపుతూ ఖండిస్తున్నాడు కవి. ''విప్లవం కట్టెలు తెంచుకొంటున్న మాకు/ నీమడి అడ్డుకాదు/ నీ ఒడి గుడికాదు'' అంట ''రాసిందంతా కవిత్వమని/ దొరికిందంతా రంభని/ మురిసిపోతూ ఉంటే/ చీకట్లో పాతివ్రత్యాన్ని/ కవిత్వంలో శిల్పాన్ని/ ఎవడు వెతుకుతాడు!'' అంటాడు.

ఏది మంచి కవిత్వం ''ఇంతకూ/ న గాడు రాసింది గొప్ప కవిత్వమా?/ 'నా' గాడు రాసింది గొప్ప కవిత్వమా/ అని ప్రశ్నిస్తూ ''ఏ ప్రమాణం లేకుండానే/ వేలాది మంది కవులు/ కలాలు పుచ్చుకొని/ ఎవడు అధికారంలో ఉంటే/వాడివైపు సర్దుకొంటారు'' అంటే అవకాశవాదులుగా కవులు తయారవుతున్నారు. అధికారం వైపు కలాలు నిలబడడం అంటే అన్యాయానికి ఆజ్యం పోయడమేకదా!

ఒకకవి రాసే కవిత్వం నేలబారు కవిత్వమైనా, ఎటువంటి విలువలు లేని కవిత్వమైనా దాన్నే ''కవిత్వం భూమ్మీదపాకుతున్నా/ కవి ఆకాశంలో విహరిస్తుంటాడు. నరరూప బకాసురుల పెత్తనం ఎంతకాలం సాగుతుందంటే ''భీముడొచ్చేంత వరకూ / ప్రతి ఇల్లూ తన వాటాను చెల్లించక తప్పదు'' అంటారు. ఏ కవిత్వంలోనైనా కవిత్వ భాషలేకపోతే అది కవిత్వమే అనిపించుకోదు. కవిత్వపరమావధి పాఠకుడిలో అవ్యక్తమైన, అద్భుతమైన రసాను భూతిని కలిగించడమేననేది యదార్థ విషయం.

కొంతమంది కవీశ్వరులకు మద్యం తలకెక్కంది మాట పెగలదు. అటువంటి మహానుభావులైన కవులు ''రాత్రి రెండో రౌండ్లో ప్రారంభించిన చర్చ/ చంద్రుడు ఉడిగిపోతూ ఉంటే/ కవిత్వం తలకెక్కి/ రచ్చగామారీ తెల్లారేసరికి కాయితం మీదవాలి/ ప్రదర్శన మొదలు పెట్టింది'' రాత్రి రెండో రౌండు తరువాత కవి తలకెక్కేది కవిత్వం కాదు కవిత్వమనుకునే తిక్క. ఆ

కవిత్వమై కురిసిన కవి (మాడభూషి సంపత్ కుమార్ కవిత్వ విశ్లేషణ)

తిక్క కవిని ఊరకుండ నీయదు, పండుకోనీయదు, వదురుతూ ప్రక్కనున్న వారితో వాదాలలోకి దిగుతుంది. వాదం సమసి కాగితం మీదకు చేరిన అక్షరాలు కవిత్వంగా పిలువబడుతుంది. ''కవిత్వం వార్తయి విమర్శకుడి జడ్జిమెంటుకోసం పడిగాపులు కాస్తుంది'' ఈ కవిత్వాన్ని ఎవడు భుజాలకెత్తుకొంటాడు, ఎవడో తలమాసినవాడు అంటాడు సంపత్.

''ఎవడో తలమాసినవాడు భుజానికెత్తుకొంటాడు/ ఇంక భజనపరులు సిద్ధమౌతారు. ఈ కవిత్వం నచ్చక 'ఇంకెవడో అనామకుడు/ కత్తులు దూస్తాడు/ వందమంది అలియాసులు/ తాటిచెట్టు వెనుక నుంచి/ బాణాలు సంధిస్తారు'' అంటే విమర్శకు ప్రతివిమర్శ రాయిస్తారన్నమాట.

కవిత్వంలో అప్రయోజకుడు ఆదర్శవంతునిగా మారిపోయే తీరు చెప్తూ ''వామనుడు/ ఇంతింతై/ బ్రహ్మాండాంత సంవర్థియై/ గౌడడిరడిమభట్టు కంచు ఢక్కను పగులగొడతాడు/చిరమై, స్థిరమై/ వరమై/ అప్రయోజకుణ్ణి ఆదర్శవంతుడు గా మారుస్తుందీ కవిత్వం. ''నీవు కవిత్వానివి/ అందరినీ ఆదరించే జడత్వానివి'' అనడంలోనే వ్యంగ్యం కనిపిస్తుంది.

ఈ కవితలో కవిని కవిత్వాన్ని దుయ్యబడుతూ, నేటి సమాజంలో మహోన్నత కవులుగా చలామణి అవుతున్న కవుల వెనుక దాగివున్న చీకటి కోణాన్ని బహిర్గతపరచాడు సంపత్. కవులు నిస్సిగ్గుగా కలాలు పుచ్చుకొని ఎవడు అధికారంలో ఉంటే వాడివైపు పరుగులు తీయడాన్ని కవి దుయ్యబడుతూ 'కవి' కవితను ''శత్రువుతో ప్రయాణం'' కవితా సంపుటిలో వెలువరించాడు.

''ఇజాలు మారాయి'' కవితలో పాపులారిటీ కవిత్వానికి ఆధారాల్ని ఎత్తిచూపుతూ ''భాషాభేషజాలు/ ఏర్పాటు వాదాలు, కులమత భేదాలు/ పాపులారిటీ కవిత్వానికి ఆధారాలుగా పేర్కొంటారు.

సంపత్ కుమార్ మీద శ్రీశ్రీ ప్రభావం చిన్న తనం నుండి పండిరది. ఆయన్ను అనుకోకుండానే అనుకరించడం మొదలైంది. శ్రీశ్రీ 'జయభేరి' కవితకు ప్యారడీలాగా రాసిన 'కవిభేరి' కొత్తభావాలను మోసుకొచ్చింది. 'కవిభేరి' చివరి సూచనగా ''పులిని చూసి నక్క వాత పెట్టుకున్నట్టు' అని చెప్పడం మాడభూషి వారి స్వచ్ఛమైన, నిఖార్సయిన, మనస్తత్వానికి నిదర్శనంగా చెప్పుకోవచ్చు.

'జయభేరి'లో శ్రీశ్రీ ఎత్తుగడలో ''నేనుసైతం/ ప్రపంచాగ్నికి/ సమిధనొక్కటి ఆహుతిచ్చాను!'' అంటారు. సంపత్ గారు కవిభేరిలో ఎత్తుగడగా ''నేను కూడా/ స్వతంత్రానికి/ కవితనొక్కటిరాసి యిచ్చాను'' అంటారు. జయభేరిలో శ్రీశ్రీ ''నేనుసైతం/ విశ్వ సృష్టికి/ అశ్రువొక్కటి ధారపోశాను'' అంటే సంపత్ ''నేను కూడా దేశ విముక్తికి/ కంఠమెత్తి పాట పాడాను'' అంటారు.

''నేను సైతం/ భువన ఘోషకు/ వెర్రి గొంతుక నిచ్చి మ్రోశాను'' అని శ్రీశ్రీ అంటే, సంపత్'' నేను కూడా/ తెల్లవారల/గుండెలోన నిద్రపోయాను'' అంటారు. దేశంలో పాలకవర్గాలైన రాజకీయులు చేసిన దురాగతాలను గుర్తుజేస్తూ కవిత నడిచింది. ''ప్రెస్సుబిల్లు పెట్టినప్పుడు/ కలం ముల్లు/ విరిగిపోలేదా?'' అట్లే ఇందిరాగాంధీ ఎమర్జెన్సీ విధించినప్పుడు కవిగారి స్పందన'' ఎమర్జెన్సీ వచ్చినప్పుడు/ కవిత గొంతు/ మూతపడలేదా?'' అంటారు. కవి కవిత్వం రాయకపోతే కలిగే ప్రమాదాన్ని చెప్తూ ''నేనుగాని/ రాయకుంటే/ దేశభక్తి, దాస్యముక్తి, ప్రజాశక్తి/ దేశమందు/ నాశమౌతాయి'' అంటారు. చిట్ట చివరకు కవి ఎలా వుండాలి అనేది చెప్తూ ''నేను కూడా/ కర్మవీరుల/ కవిగానే ఖ్యాతి వహిస్తాను'' అంటూ కవిత ముగిస్తాడు సంపత్.

నేటి కవిత్వం అర్థరహితంగా అక్షర కూర్పుతో రసాత్మకమైన లోపంతో, అర్థపరిణామమంటూ జీవితాలకే అర్థం లేకుండా చేసే పంక్తులతో, జనం నాడుల్లోకి విషాన్ని పాకించే విపరీతం జరిగిపోతోంది. కనుక కవిత్వాన్ని రక్షించడానికి విరుగుడు కవిత రాశాడు కవి. ఒక పదం పుట్టాలంటే అచ్చులు హల్లులు ఐక్యతతో సంగమించాలి. ''అచ్చుల్ని హల్లుల్ని వేరుచేస్తే/ పదం ఎలా పుడుతుంది? / వాక్యం ఎలా వర్ధిల్లుతుంది/ కావ్యంగా ఎలా పరిఢ విల్లుతుంది? అంటూ ప్రశ్నిస్తాడు/ కవి అక్షరం సాకారం కావాలంటే ''వర్ణానికి వర్ణం కలిస్తే అక్షరం సాకారమవుతుంది'' అంటారు.

వర్ణాలను విడగొడితే ''ధ్వనులు వేటికవిగా/ అర్థరాహిత్యమై/ పరమార్థాన్ని కోల్పోతాయి/ వెర్రి తలలు వేసే/ వర్ణాలు/ పదార్థాల్ని వక్రీకరించే/ పెదాలు/ కలుపుమొక్కల్లా/ రసాత్మకమైన వాక్యాల్ని/ ముక్కలు చేస్తాయి'' అంటారు. అట్లే మన రాజకీయం ఏమిచేస్తుంది అంటే ''సమస్యల్ని సృష్టిస్తుంది/ సంఘర్షణల్ని ప్రేరేపిస్తుంది/ అంతరాలను కల్పిస్తుంది/ ఆశావాదానికి/ అవకాశవాదాన్ని/ పర్యాయమంటుంది'' అంటూ, పై విషయాన్ని అర్థంచేసుకొని నిలదీస్తే రాజకీయం ఏమంటుంది? అంటే`

''నిలదీస్తే/ అర్థపరిణామ మంటుంది/ జీవితానికే/ అర్థంలేకుండా చేస్తుంది/ ఐక్యతకూ/ అనైక్యతకూ/ అంతరం అక్షరాల్లో/ అనల్పమైనా/ అర్థంలో మాత్రం విపరీతం'' కనుక ''విపరీతం జరక్కముందే/ జనం నాడుల్లోకి/ విషం పాకక ముందే/ విరుగుడు మందు వాడాలి/ ఆకులూ కూడా కాలాక/ చేతులు చూసుకుంటే/ ప్రయోజనం లేదు/ ...రాజకీయపు చెలగాటంలో/ చెదపురుగులే ముందుండి/ జైకొడతాయి/ గ్రహిస్తే గెలుస్తాం/ మరిస్తే విలపిస్తాం'' అంటూ అక్షరాలు రాసే కవులకు హెచ్చరిక చేశాడు. ఆత్మావలోకనంతో అర్థం చేసుకోమని హెచ్చరిస్తాడు కవి. ఆత్మాశ్రయంలో వుండే స్వార్థాన్ని విడిచిపెట్ట మంటాడు కవి.

కవులు రాజకీయుల చేతుల్లో కీలుబొమ్మలుగా తయారై, వారు ఆడమన్నట్లుగా ఆడుతూ కవిత్వం రాస్తుంటారు. ఎన్నికల అదునులో స్వపక్షాల్ని పొగిడే కవితలు ప్రతిపక్షాలను తిట్టే కవితలు

కవులే రాసి యిస్తుంటారు. ఇటువంటి కవుల భావదారిద్రదృష్టిని, ఆర్థిక వ్యామోహ స్థితిని దుయ్యబట్టాడు కవి. ఎన్నికల సమయాల్లో కవులు రాజకీయనాయకులకు ఉపయోగపడేతీరును ఎంత గొప్పగా చెప్పాడో చూడండి. ''ఎన్నిక లొచ్చాయంటే / కవులకు పండగ తిట్టుకవితలు / రాసుకోవచ్చు దండిగ! అంటారు.

'కవి' ఎలా వుండాలో 'కవి' కవితలో చెప్పాడు కవి. ''ప్రజల కొరకు రోదించేవాడు/ ప్రజలకొరకు క్రోధించేవాడు, ప్రజలను ఆరాధించేవాడు / ప్రజలకు బోధించేవాడు / ప్రజలకోసం వాదించేవాడు / ప్రజలకోసం భేదించేవాడు / ప్రజలకోసం పోరాడేవాడు / ప్రజలకై ప్రయోజనాలు సాధించేవాడు / ప్రజలకై యుద్ధం సాగించేవాడు / ప్రజల్లో హితాన్ని పెంచేవాడు / ప్రజల్లోని మతాన్ని చంపేవాడు / గతాన్ని స్మరించేవాడు / భవిష్యత్తును దర్శించేవాడు / అనాధులను ఆదుకునేవాడు / సనాతనులను సంస్కరించేవాడు / కలాన్ని కత్తిగా మార్చేవాడు / జడత్వం నుంచి కవిత్వాన్ని పుట్టించేవాడు / కవిత్వంలో జడత్వాన్ని కదిలించేవాడు'' అంటూ కవి నిర్వర్తించాల్సిన ఎన్నో బాధ్యతలను చెప్పాడు కవి.

ప్రతి కవి తనదైన ముద్రతో కవిత్వం రాయాలనే భావాన్ని సంపత్ వెలిబుచ్చాడు. 'సముద్రం' కవితలో

''సముద్రంపై కవిత్వం / కవిత్వంలో నీముద్ర / ''

సముద్రానికి కవిత్వానికి సంబంధం ఎంత గొప్పగా కవి ఆవిష్కరించాడో పరిశీలిద్దాం.

''సముద్రంలో ఉప్పునీళ్ళు / కవిత్వంలో కన్నీళ్ళు
మనిషి కన్నీళ్ళు పెట్టుకొంటే / ఉప్పగా ఉంటాయి
సముద్రంలో నీళ్ళు పట్టుకొంటే / ఉప్పెనగా మారుతుంది
సముద్రాన్ని కవిత్వీకరించకు / కవిత్వం ఉప్పొంగుతుంది
సముద్రంలో కూడా ఉప్పుపొంగుతుంది
కవిత్వం / ఉప్పుమీదా? సముద్రం మీదా?
సముద్రంలోని ఉప్పు మీదా?
ఉప్పు సముద్రం మీదా?
ఉప్పు మనిషికి నిత్యావసర వస్తువు
మనిషి కవిత్వానికి నిత్యం అవసర వస్తువు
కవిత్వం రాయడానికి మనిషి కావాలి
కవిత్వంలో రాయడానికి మనిషి కావాలి
సముద్రం ఉప్పుకు తల్లి
ఉప్పు మనిషికి కల్పవల్లి

సముద్రం కవిత్వానికి కావాలి / కవిత్వం మనిషికి కావాలి

సముద్రం, కవిత్వం / మనిషికి కావాలి // అంటూ సముద్రమే ఒక జీవితంగా డిరైవ్ చేస్తాడు కవి. ''జీవితాన్ని ఈదిన వారికి సముద్రం పేలికతో సమానంమంటారు.

''మూడో మనిషి'' కవితా సంపుటిలో ''కవిత్వం'' అనే కవితలో కవిత్వం ఎలా వుండాలో విశదపరచాడు కవి.

''కవిత్వంలో / మడికాదు / తడి ఉండాలి''

ఇది చాలా లోతైన వాక్యం. చాలా మంది కవులు వాదాల గూట్లోనో, కుల మతాల, చావిట్లోనోకూర్చొని తప్పుడు నిర్వచనాలల్లుతూ కవిత్వాన్ని భ్రమల్లోకి నడిపిస్తుంటారు. దు:ఖమైన చోట ఆశల్ని మొలిపించాల్సింది పోయి, విషాదాన్ని అంటుకడతారు. భవిష్యత్తు నిరాకరించబడ్డ వాళ్లనుచూచి జాలిపడి, రేపటి పొద్దుపొడుపును వారి హృదయాల్లో ఆవిష్కరింపచేయాల్సింది పోయి, వారిని అంటరానివారుగా నిర్ధారించి తప్పుకుంటారు. ప్రపంచీకరణ వలలో చిక్కి, ప్రచారాల హోరులో కొట్టుకపోతూ, అల్ప సంతోషాలకు ఆవిరైపోతూ కలం విప్పిన సంగతి మరచిపోయే కవులున్నారు. సామాజిక సామరస్య పూర్వక మూలాలను పట్టుకొనేది పోయి, అరువు తెచ్చుకున్న సంస్కృతిని అందలం ఎక్కించి, భుజాన మోస్తుంటారు. వీళ్ళందరికీ కవిత్వంలో మడికాదు, తడి ఉండాలని ఉద్బోధించాడు.

''కవిత్వం / గుడికికాదు / బడికి నడిపించాలి''

కవి అక్షర చైతన్యాన్ని రాతిబొమ్మలచుట్టూ తిరిగి రాగాలాపన చేయించకూడదు. కనుక మనిషి చైతన్య వంతుడుకావాలంటే కవి చైతన్యాన్ని గుడికంటే బడికోసం వినియోగించాలి. అందుకే కవిత్వాన్ని గుడికికాదు బడికి నడిపించమన్నాడు.

''కవిత్వంలో / అందలం ఎక్కడం కాదు

అందరినీ ఎక్కించాలి'' అంటారు.

ఈ వాక్యం వెనుక ఎంతో నిస్వార్థ త్యాగ నిరతిదాగుంది. కవిగా కవిత్వాన్ని, రాజకీయ అధికారాన్ని అతిశయోక్తులతో, భాషా పదసంపదనంతా వినియోగించి, మెప్పుబడసి నీవు అందలం ఎక్కడం కాదు గొప్పతనం అంటాడు సంపత్‌కుమార్. కవిగా చైతన్యవంతమైన కవిత్వంతో నీవు జనంలోకి వెళ్ళాలి. జనాన్ని చైతన్యవంతుల్ని జేసి అందర్నీ అందలం ఎక్కించాలి. వారితో పాటు నీవు ఎక్కాలి. ఇది కవి గమనించాల్సిన ధర్మం. ఎంతో గొప్ప సీరియస్ క్లాస్ తీశాడు కవికి సంపత్ కుమార్.

'ఆవిష్కరణ' అనే కవితలో కవిత్వం అసలు రహస్యాన్ని విప్పి చెప్పాడు సంపత్ కుమార్. అసలు కవిత్వం ఎప్పుడు ఏ సమయంలో ఎట్టా పుడుతుందో ఆవిష్కృతమౌతుందో ఎవరికీ తెలియదు

అంటాడు. ఏదో ఆలోచనలు తన్నుకవస్తున్నాయని వాటిని కాగితాల్లోకి ఒంపుకొని, పుస్తకాలుగా ముద్రించుకొని ముందు తరాల కోసం దాచుకుంటారు.

తరాలు గడిచిన తరువాత దాని విలువ పెరగవచ్చు. పాత మద్యంలా మత్తుపెరిగి జనం ఆ కవిత్వంలో మునిగి తేలవచ్చుననే భావాన్ని వెల్లడిరచాడు.

సంపత్ కుమార్ గారి మాటల్లో చెప్పాలంటే కవిత్వం మీద కవిత్వమై కురిసాడు అనిపిస్తుంది. ఎత్తుగడ కుండబద్దలు కొట్టినట్లుగా చెప్పాడు.

''కవిత్వం / ఎప్పుడు ఆవిష్కృతమవుతుందో

ఎవరికీ తెలియదు''అంటారు.

వీరి స్టేట్‌మెంట్‌కు ఒక ఉపమానాన్ని తగిలించి ''ఊటీ కొండలపై/ వేలాడుతున్న మేఘాల్లా/ మస్తిష్కంలో ఎక్కడో వేలాడుతున్న అక్షరాలు'' అంటూ ఊటికొండలపై కనిపించే మబ్బులు ఎప్పుడు ఎక్కడ కురుస్తాయో అర్థంకాదు. అట్లే కవి ''మస్తిష్కంలో ఎక్కడో వేలాడుతున్న అక్షరాలు'' అంటారు.

''ఎప్పుడు పదాలై/ వాక్యాలుగా ఎదిగి/ కవిత్వంగా ఒదిగి మనసు నిండుతుందో/ ఎవరికీ తెలియదు.

కవిలో తలెత్తే ఈ ఆలోచనా సంపదను ''ఎవరికి వారు / తమ కాయితాల్లో ఒంపుకొని / దాహం తీర్చుకుంటారు / పుస్తకాల్లో పోసుకొని / భవిష్యత్తుకు దాచుకుంటారు / భావితరాలకు దాచి ఉంచుతారు.''

మన పూర్వకవులు తాళపత్రగంథాల్లో అలా దాచిన అక్షరాల్ని నేడు కాగితాల మీద పుస్తకాలుగా ముద్రించుకొని కవితా సారాన్ని గ్రోలుతూ సాహిత్యం మత్తులో ఊగి తూగుతున్నాం. ఆ విషయాన్ని....

''తరాలు గడిచిన తరువాత / విలువ పెరిగి పెరిగి / మద్యంలా మత్తు పెరిగి / కవిత్వంలో మునిగితేలుతారు'' అంటారు.

ఇక్కడ కొంతవరకు కవి కవిసమయాల్ని గురించి ప్రస్తావించాడు. కవి సమయాల్ని తెలుసుకొని కవిత బయటకొస్తుంది అనేది అసలు విషయం. ఏది ఏమైనా 'ఆవిష్కరణ' కవిత కవులకు సూచనలాగుంది. ''అక్షరాలు'' కవితలో అక్షరం శక్తిని, యుక్తిని, విలువను, అద్భుతంగా ఆవిష్కరించాడు కవి. కవి అక్షరానికి ఊపిరులూది సజీవతను సంతరించుకునేట్ల చేస్తాడు. అప్పుడు అక్షరం క్షరం లేనిదవుతుంది. ఈ విషయాన్ని సరళమైన భాషలో లోతైన భావాలతో నిండివుండే విధంగా అక్షరాలు కవిత రాశాడు.

''అక్షరాలు / చాలా విలువయినవి / లక్షల విలువయినవి / అందుకే అక్షర లక్షలన్నారు'' అంటూ 'జననానుడి'ని కవిత్వంలోకి తెచ్చాడు కవి.

"అక్షరాలు నక్షత్రాల్లాంటివి/ అందుకే/ వెలుగునిస్తాయి" అక్షరాలు చైతన్యాన్ని యిస్తాయి అది జీవితానికి వెలుగునిస్తుంది.

"కాయితాల మీద ప్రవహించి
జీవితానికి జీవాన్నిస్తాయి"

కవి భావాలను కాగితం మీదకు ఒంపుకోవాలంటే, అక్షరాలను ఆశ్రయించాల్సిందే. కాగితం మీదకు వచ్చిన కవి భావాలు జీవితానికి జీవాన్నిస్తాయి అంటారు.

"అక్షరాల్ని/ ఆయుధాలుగా ప్రయోగించవచ్చు" అంటే సామాజిక విధ్వంసక మూలాలను ఖండిరచాలంటే అక్షరాలు ఆయుధాల్లా పనిచేస్తాయి.

"అక్షరాలకు/ అణుశక్తి ఉంది/ భూమ్యాకాశాల మధ్య భావాల్ని పంచుతూ/ మనుషుల్ని ఒకటి చేస్తాయి". అంటే భావసారుప్యం గల మనుషులంతా ఒకటవుతారు 'మనుషుల్ని చేరుస్తాయి' అనడానికి నిదర్శనం.

"అక్షరాలు / ప్రేమికులను కలిపే / ప్రేమ పావురాలు" అంటే అక్షరాలు ప్రేమ ఉత్తరాలుగా మారి ఇరువురి భావాలను ఒకటి చేసి ప్రేమికులను కలుపుతాయి.

"అక్షరాలు / నమ్ముకున్నవాళ్లను / అమ్ముకున్నా సరే / క్షరం కాకుండా చూస్తాయి"

ఒకప్పుడు కావ్యాలను రాజులు అంకితమిచ్చి వారు బహుకరించే సొమ్ముతో కవులు బతికేవారు. నేడు నవనాగరికతా సమాజంలో అక్షరాలు వ్యక్తివికాస సాహిత్యానికి ఆలవాలమై పోతున్నాయి. వక్తృత్వ వికాసం, వ్యక్తిత్వ వికాసం, (Personality Development) క్లాసులకు బోధనాంశాలుగా మారిపోతున్నాయి. ధనార్జనకు వీలు కల్పిస్తున్నాయి. ఈ విధంగా అక్షరాలని అమ్ముకున్నా నమ్ముకున్న వారిని నాశం కాకుండా చూస్తాయి.

"అక్షరాలు / అనంతంగా / జీవితాంతం సాగుతూ ఉంటాయి / జీవితాన్ని సాగుచేస్తూ ఉంటాయి. ఈ కవితలో కవి అక్షరశక్తిని అద్భుతంగా ఆవిష్కరించాడు. కవిత్వానికి మూలమైన అక్షరం మీద కవిత్వం చెప్పాడు. అక్షర ప్రాధాన్యతను గుర్తుచేశాడు. అక్షరం మనిషిని వ్యక్తిత్వంతో తీర్చిదిద్ది మనిషిగా నిలబడడానికి దోహదం చేస్తుంది. ఊహల అల్లికలకు, మంచి చెడ్డల అవగాహనకు, వెలుగు చీకట్ల ఎరుకకు అక్షరం ఎంతగానో తల్లిప్రేమ చూపిస్తుంటుంది.

కవిత్వం స్తబ్ధం కాదు శబ్దం. "శబ్దం నిశ్శబ్దంగా కవిత్వంలోకి దూరి / మనసును కలవర పెడుతుంది / తిమిరంతో సమరం సలిపి / మనిషిలో వెలుగు రేపుతుంది / మనిషికి అక్షరజ్ఞానం కలిగించి/ స్థిరమైన భావజాలం ముద్రిస్తుంది.... శబ్దం తన సౌందర్యంతో.... పుస్తకంగా ప్రవహించి / మానవ మనుగడకు / శాశ్వత రూపమిస్తుంది / శబ్దంపై నిశ్శబ్దంగా జరిగే దాడిని / శబ్దం సహించదు" అంటూ కవిత్వమయం కాని శబ్దానికి విలువలేదు, మనస్సును కలవరపెట్టలేదు, తిమిరంతో సమరం సలపలేదు, మనిషిలో వెలుగులు నింపలేదు, శబ్దం కవిత్వం

కాంది పుస్తకంగా ప్రవహించలేదు. కాబట్టి కవిత్వంలో శబ్దశక్తిని గ్రహించి ప్రయోగించాలి అనేది కవి భావన.

కవిత్వమనే రంగుటద్దాలు తగిలించుకొని మనిషి దృష్టిని దృక్పథాన్ని దాచేందుకు ప్రయత్నించకూడదు. ఆప్తత, అనుభవసారం, ఆత్మీయ వ్యక్తీకరణ వున్న కవిత్వం ఎప్పుడూ రాణిస్తుంటుంది. కవిత్వం పేరుతో పచ్చి వచనాన్ని భావరాహిత్యంగా రాస్తూ కవిత్వానికి విలువలేదనే ప్రచారం చేయకూడదు. కవిత్వం రాయడానికి కవి పడాల్సిన తపన చేయాల్సిన తపస్సు, భాష భావం యెడల శ్రద్ధ వహించడాన్ని ఎప్పుడూ తేలిగాగ తీసుకోకూడదు. నిర్లక్ష్యం చేయకూడదు. సామాజిక కోణం సామాజిక ప్రయోజనం ఒక దిశానిర్దేశం గల కవిత్వం ఏ ప్రక్రియలో వున్నా, జనాదారణ పొందుతుంది.

5. మహిళా సాధికారిత మార్గాన్వేషణ

"శ్రీలు వాసముండు స్త్రీల హాసము నందు,
తరుణి విలువ నెపుడు తరుగనీకు
నాతి గౌరవమ్ము జాతికే గర్వమ్ము" అన్న కవి భావాలతో ఏకీభవిస్తూ సంపత్ కుమార్ మహిళాభ్యుదయాన్ని కాంక్షిస్తూ వారి హక్కులి పరిరక్షించు కోవాలనే తపనతో మహిళాసాధికారిక కవిత్వం వెల్లడిరచారు. "ఇంటఖైది జేసి వంటశాలలగుక్కి/ ఆడువారి శక్తి నణచివేసి/ 'అబల' బిరుదమొకటి అతివలకిచ్చేరు" అనే భావంతో 'మానవ జీవితాన్ని నడిపించే / ఆమెకు/ మానవతిగా పేరులేదు/ ఆమెను/ మానవత్వంతో చూడ్డం లేదు/ కనీసం/ మనిషిగా గుర్తింపులేదు/ అయినా/ ఆమెలేకుండా/ మానవ చక్రం పరిభ్రమించదు/ కనుక ఆమెను పరిమళించనివ్వండి' అంటూ పురుషాధిక్య ప్రపంచాన్ని వేడుకుంటాడు కవి. స్త్రీ శక్తిని పరిశీలనగా, నిజాయితీగా చూస్తే "ఆమె పుస్తకంగా ప్రవహిస్తుంది/ స్నేహంగా వికసిస్తుంది/ మనిషిగా విలపిస్తుంది/ భాషగా పలకరిస్తుంది/ మౌనంగా మరిపిస్తుంది/ చేతగా క్రియాశీలం చేస్తుంది/ బహుమతిగా పరిమళిస్తుంది/ పునాదిగా మొలకెత్తి/ సౌధంగా లేస్తుంది" అంటూ స్త్రీ దేనిలో తక్కువో ఆలోచించమంటాడు కవి.

మహిళ మానవతిగా పురుషుడు చేసే పనులకు మించి చేస్తూ "ఆకాశమంతా వ్యాపించి/ అందీ అందని ఆ తేజోమూర్తిని చూసి/ నిందలు మోపే వాళ్ళెందరో" అవెర్రి జనాన్ని ప్రశ్నించాలి. ఆమె ఎంతో తేలిగ్గా అందుబాటులో వుంటే బతకనిస్తారా? "మబ్బుల నడుమనుంచి/ అప్పుడప్పుడు మెరుస్తూ ఉంటేనే/ ఇంత అసూయగా ఉంటే/ పున్నమి వెన్నెల్లా విరిస్తే/ రెక్కలు ముక్కలు చేసుకొని/ ఆకాశానికి ఎగురుతున్న ఆమె రెక్కల్ని/ ముక్కలు చెయ్యడానికి ఎందరో! అంటూ సభ్యసమాజాన్ని నిలదీస్తాడు కవి.

స్త్రీ పరిస్థితి చిన్నతనం నుండి అంతే. వివక్షలోనే పెరిగింది అంటూ "చిన్నప్పటినుంచీ అంతే/ చిన్న చూపుతోనే పెరిగింది/ తాను నిద్రపోతూనే/ ముద్దుల కొడుకుని నిద్రపుచ్చుతూ/ 'కద్రిముండ' అని తన్ని నిద్రలేపే అమ్మ' అంటూ అమ్మ కూడా ఒక స్త్రీ అయివుండి ఆడపిల్లల యెడల వివక్ష కనపరచడాన్ని ఖండిస్తాడు కవి. ఆడబిడ్డల యెడల తండ్రి వివక్ష చూపడంలో తక్కువేమన్నా తిన్నాడా? "తన బద్ధకానికి దుప్పటి కప్పుకుంటూ / పనులు పురమాయిస్తూ / వీపు విమానం మోత మోయించే తండ్రి".

హీనాతి హీనమైన భాషతో, నిక్‌నేమ్‌లతో తన సంతానాన్ని అవహేళన చేస్తున్నామనే చింతన విడిచిపెట్టి ''కర్రిముండనే/ ముద్దుపేరుగా మార్చిన తల్లిదండ్రులు'' ఇంట్లో ఆడపిల్లల పరిస్థితి ఎంత దారుణంగా తయారయింది అంటే`

''చేసిన పనికి కృతజ్ఞతలేదు

చెయ్యాల్సిన పనికి మాత్రం దబాయింపు''

ఆమె భవిష్యత్తును ఆమెకు వినిపిస్తూ, శాపనార్థాలు ''మొగుడిరటికిపోతే/ చెప్పుదెబ్బలు తింటావని శాపనార్థాలు'' ముందుగానే వివాహం చేసుకునేవాడికి అనుమతి ఇచ్చినట్లుగా తల్లిదండ్రుల శాపనార్థాలు ఆడపిల్లల యెడల వుంటాయి. ''ముందుగానే మొగుడికి అనుమతి లభించింది/ ఇక పెళ్ళాంగా ఆమెగతి అధోగతి'' అనే భావంతో ఆడపిల్ల పెండ్లి తరువాత జీవితాన్ని తేల్చి చెప్పాడు కవి.

నేడు భర్తలు ఏ విధంగా తయారయ్యారంటే, వారు ఏవిధంగా భార్యను గౌరవిస్తారు అంటే, మగాడి దృష్టిలో ఆడది ఏమిటి? అనేదాన్ని అద్భుతంగా ఆవిష్కరించాడు కవి.

''అతగాడికి కావలసింది ఒక మరమనిషి

సంపాదించడానికి/ వండి పెట్టడానికి/ పండుకోడానికి/ కోరికలు తీర్చడానికి/ పెళ్ళి రోజున ''ఎ.టి.యం'' లాంటి పెళ్ళాం దొరికిందని మురిసి పోతుంటాడు/ తాను దొరికిపోతున్నానని ఆమె మరచి పోయింది/ బానిస దొరికిందని అతడు ఆనందించాడు'' చేతనా మూర్తి అయిన స్త్రీకి ''కనీసం ప్రశ్నించే హక్కు కూడా లేదు/ ఆమె నిఘంటువు నుంచి 'ఎ' నిషేధితం/ అందుకే/ 'ఎ' తెలియదు కనుక ఆమె ''ఎందుకు? ఏమిటి? ఎవరు? ఎలా? ఎప్పుడు? ఎక్కడ? లాంటి ప్రశ్నలు ఆమె నోట్లోరాకూడదని శాసనం.

శాసనాల్లోంఘనచేస్తే... తిట్లు,రాట్లు, పాట్లు/ కండబలం/ తో అణగదొక్కడం/ పదిమంది ముందే అవమానించడం/ పశువులా ప్రవర్తించడం/ గొడ్డును బాదినట్టు బాదడం/ అన్నీ ఓర్చుకొని పడివుంటేనే/ లోకంలో 'భార్య' అనే అంతస్తు నిలబడతుంది'' అంటూ వనితల కష్టాల్ని వల్లె వేశాడు కవి.

ఇంకా వాంఛతీరని భర్త ఇంకా పెండ్లి చేసుకోవాలనే నెపంతో ''రంకని బొంకి/ ఇంకొకరి మెడలో/ఉరితాడు బిగించడానికి సిద్ధం'' అవుతాడు అంటారు.

బాధలు తాళలేక ప్రాణారక్షణకోసం భర్తను వదిలించుకొని భార్య పుట్టింటికి వస్తే, ఆ కష్టాలు ఎలా వుంటాయో కళ్ళకు కట్టిస్తాడు కవి.

''మొగుణ్ణి వదిలేసిందన్న/ నెపాన్ని మోస్తూ/ బతుకీడుస్తూ/ పిల్లల్ని పెద్ద చేయాలి/ తాను మరణించడానికి సిద్ధపడి/ బిడ్డకు జీవాన్ని పోస్తుంది/ బిడ్డలకోసమే జీవితాన్ని ధారపోస్తుంది/ మాంసం ముద్దను మనిషిగా మారుస్తుంది/ బిడ్డ కాల్లో ముల్లు గుచ్చుకొంటే/

తనగుండెల్లో గునపం దిగినట్టే/ గుండెల మీద తన్నినా/ గుండెకు హత్తుకుంటుంది'' ఇది అమ్మ ప్రేమ, ఒక స్త్రీ ఇచ్చే త్యాగపూరితమైన ప్రేమ.

ముదిమి దరిచేరాక ముదితల పరిస్థితి ఏమిటి? అంటే... ''జీవిత మంతా పిల్లల కోసం పరుగెత్తి పరుగెత్తి/ అలసిపోయిన ఆమెకు ఆసరాలేదు/ ఆమెతో ఎవరికీ అవసరం లేదు/ వయసుడిగిన ఆమెతో ఎవరికీ పనిలేదు/ ఆమె ఏ పనికి పనికిరాదు/గనుక.

ఒకస్త్రీ పుట్టుక దగ్గర నుండి చావు వరకు గల వివిధ పరిణామ క్రమాల్ని ఎత్తిచూపుతూ ఏ స్టేజిలోనూ స్త్రీకి గౌరవం లేనితనాన్ని విలువలేని విషయాల్ని పూసగుచ్చినట్లు పాఠక హృదయాలకు అందించాడు సంపత్ కుమార్.

స్త్రీని అవమానపరుస్తూ, ఆమె శీలాన్ని కన్నతండ్రి దోచుకునే నీచాతి నీచమైన పురుషపుంగవుల అనాగరిక చర్యలను ఖండిస్తూ ''తండ్రి'' అనేక కవితలో ఆవిష్కరించాడు సంపత్ కుమార్.

''మగవాడినయినందుకు తలవంచుకొంటున్నా! తండ్రినయినందుకు సిగ్గుపడుతున్నా'' ఆ సిగ్గులేని తండ్రి తన నేరాన్ని ప్రపంచానికి కనబడకుండా చేయాలని ఎంత కష్టపడ్డాడో చూడండి!

''ఆరోజు పత్రికల్ని దాచిపెట్టేశా/ టీవీల్ని కట్టేశా/ ఎక్కడ కూతురు/ ఆవార్తల్నివిని/ తండ్రిని అసహ్యంచుకొంటుందోనని/ ఇది ఒకసారి కాదు/ ఒకరోజు కాదు/ ఒక తండ్రి కాదు/ కన్నబిడ్డనే కామించే తండ్రులు/ తండోపతండాలుగా పత్రికల్లో మెలుస్తూనే ఉన్నారు/ టీవీల్లో మెరుస్తూనే ఉన్నారు/ వాటిని చూసిన మోహంతో/ కన్నబిడ్డను చూసే శక్తిలేక/ ఆత్మహత్య చేసుకొంటున్నా/ ఆత్మలు లేని తండ్రులున్న లోకంలో నిలువలేక'' అంటూ మగజాతి మీద ఓకామెంటు చేస్తాడు. మగాళ్ళు ఎన్నిటికో ఆత్మహత్యలు చేసుకోవాలి/ కనీసం దీనిక్కూడా చేసుకోలేకపోతే/ మనుషులుగా మిగలడం కూడా అమానుషమే!''అని తండ్రి ఆత్మహత్య చేసుకుంటాడు.

తరాలు మారుతున్నాయి. అంతరాలు మారుతున్నాయి, మనిషి మనుగడలో తేడావస్తుంది. వివక్ష విస్తృతిస్తుంది. పురుషాధిక్యం అంతకంతకు పదింతలుగా పరిఢవిల్లుతుంది. పురుషాంకారం స్త్రీ స్వేచ్ఛను కురచ పరచడానికి యత్నిస్తూనేవుంది. కాలం మారేకొద్ది లింగ వివక్ష పెరుగుతూనే వుంది. పరువు హత్యలు జరుగుతూనే ఉన్నాయ్! స్త్రీ వాదులు స్త్రీల హక్కుల కోసం గొంతు చించుకొని నినాదాలైపోతూనే వున్నారు. స్త్రీ విద్య అభివృద్ధి చెందుతూనే వుంది. స్త్రీలు విద్యావంతులై పురుషులతో సమానంగా అన్నిరంగాల్లో అభివృద్ధి దిశగా అడుగులు వేస్తూనే వున్నారు. అయినా ఈ నాటికీ స్త్రీని చిన్నచూపు చూస్తూనే ఉన్నారు. ''మదిని తానె మెచ్చి మగువను మనువాడి/ కాసుకాంక్షతోడ కాటికంపె/ తాళి విలువ కన్న తైలంబు'నకే విల్వ'' అనే కవిమాటలు యధార్థమనిపిస్తుంది.

కవిత్వమై కురిసిన కవి (మాడభూషి సంపత్ కుమార్ కవిత్వ విశ్లేషణ)

తరాలు మారేకొద్ది తరిగిపోతున్న విలువలు ఏవిధంగా వున్నాయో 'మగాడు' కవితలో సంపత్ సావధానంగా వివరించాడు. అవ్వ, అమ్మ, కూతురు, మనుమరాలు దశలు మారాయి రోజులు మారాయి మగువల స్థితి ''నానాటికి తీసికట్టు నాగంబొట్లు'' అనే తీరుగా స్త్రీల విలువను దిగజార్చడాన్ని ఈ కవితలో గమనించవచ్చును. మగమహారాజులు మగువుల మీద చేసే ఆగడాల్ని కళ్ళకు కట్టించాడు కవి. 'మగాడు' కవితను విశ్లేషిస్తే......

మగాడిని గురించి అమ్మకు అవ్వ ఏమి చెప్పింది! ''మగాడంటే/ మొనగాడని చెప్పింది అవ్వ/ అవుననుకున్నది అమ్మ/ తరువాత 'అమ్మ' తన కూతురుకు ఏమి చెప్పిందీ అంటే... ''భర్తంటే/ భరించేవాడని చెప్పింది అమ్మ/ అవుననుకున్నానునేను/ కూతురు తన కూతురుకు ఏమి చెప్పింది.

'మగాడంటే/ మానరక్షకుడన్నాను నేను/ అవుననుకున్నది కూతురు/ తన కూతురు, మనవరాలుకు మగాడ్ని గురించి ఏమి చెప్పింది. ''మగాడంటే/ మనిషి అని చెప్పింది కూతురు/ అవుననలేదు మనవరాలు'' ఈతరం వచ్చేటప్పటికి నిజాలు వెలుగు చూశాయి. నిజాల్ని మాట్లాడడం, బహిర్గత పరచడం నేటి మహిళామణులు చేస్తున్నారు. మగాడిని భర్తగా భరిస్తూ మనుమరాలు లోకానికి మగాడిని గురించి ఏమి చెప్పింది! అంటే ''మగాడంటే మగరాయడంది/ మగాడంటే జల్సారాయుడంది/ మగాడంటే కూడా ఉండి గొంతు కోసేవాడంది/ భారాన్నంతా నాపైనవేసి/ నన్నే మోయమనేవాడు/ తాను మోస్తున్నట్లు మోసం చేసేవాడు/ సుఖాన్ని తాను అనుభవిస్తూ/ నన్ను సుఖపెడుతున్నట్టు భ్రమపెట్టేవాడు/ నన్ను నీడ పట్టులో ఉండమన్నట్టు చెబుతూ/ ఇంట్లో బానిసను చేశాడు'' అంటూ మగాడితో గల సంబంధాన్ని భర్తగా భరించిన వైనాన్ని చెప్తూ, మగాడి సహవాసం ఆమె దృష్టిలో ఎలా వుందో వివరంగా చెప్తూ మగాడి సహవాసం ఎట్లా వుంటుందో వివరంగా విప్పి చెప్పారామె.

''నేను సహవాసం చేస్తున్నది శత్రువుతో
నేను సహజీవనం చేస్తున్నది శత్రువుతో
నేను పని పంచుకొంటున్నది శత్రువుతో
పని చేస్తున్నది శత్రువుతో'' భర్తగా భరిస్తున్న మగాడు నాకు శత్రువులా కనిపిస్తున్నాడు అంటారామె. ఇంకా మగాడితో సంబంధం ఎలావుందో వివరిస్తూ...

''వాడు కావాలనుకొన్నప్పుడు నేను రావాలి
వాడు తేవాలన్నప్పుడు నేను తేవాలి
వాడు తిరగమన్నట్లు నేను తిరగలిలా తిరగాలి/ వాడు వాడుగా ఉంటాడు/ నేను నేనుగా ఉండకూడదు/ వాడికి సంతోషం కలిగితే/ నేను సంతోషించాలి/ నాకు దు:ఖం వచ్చినా/ వాడు ఆనందిస్తాడు'' అంటూ ఇదంతా వాడు ఎందుకు చేస్తున్నాడో చెప్తూ...

''వాడు భర్తయినందుకు బరితెగిస్తున్నాడు
నేను భార్యనయినందుకు భరిస్తున్నాను'' అంటూ వాపోతుందా ఇల్లాలు.

గతంలో నిష్కల్మషంగా ఆలోచిస్తూ ఆడ మగ అనుబంధాల్ని ప్రేమిస్తూ ఉన్నటువంటి ఆమె ఇప్పుడు భర్త ప్రవర్తన చూస్తూ....

''ఆడా మగా / వైవిధ్యం అనుకున్నా / కానీవైరుధ్యం'' అని తెలిసింది అంటారు.

తనలో తాను భావించిన విషయాల్ని ఇంకా ఏకరువు పెడుతూ.....

''వివిధ భావాలతో కట్టుకున్నగూడు వైవిధ్యం
వివిధ విరోధాలతో నడిచే తోడు వైరుధ్యం''

నేటి స్త్రీ అనాదిగా వస్తున్న ఆచార వ్యవహారాలను దుయ్యబడుతూ` ఆడపిల్లను తల్లిదండ్రుల పెంపకంలోనే బానిస మనస్తత్వాన్ని బోధిస్తారు. వారి ఆశల్ని అడుగంటే విధంగా ప్రవర్తిస్తారు. స్వేచ్ఛను హరిస్తారు.

''చెవులు కుట్టారు ముక్కు కుట్టారు బాధగా ఉన్నా / భరించాను నోరు మూసుకొని అంతా నా అందం కోసమేనని అంటూ ''తీరా నోరు తెరవాలని ప్రయత్నించినపుడు గానీ / తెలియలేదు ముందుగానే నోరుకూడా కుట్టేశారని'' ఇంకా మగాడు చేసిన క్రూరమైన చర్య...

''రెక్కలు తొడుక్కొని పక్షిలా ఎగిరే మనసుని /
ముక్కలు చేసి మూల కూర్చోబెట్టారు'' దానిపేరు పెళ్ళి అన్నారు. మగాడు మొగుడుగా చూపించే వికృత చర్యలు వాడి వికృత రూపం ఎత్తి చూపుతూ...

''వాడికి పదితలలు ఇరవై కళ్ళు
కళ్ళతో పొడుస్తాడు పెదాలతో కరుస్తాడు
నూరుగోళ్ళతో రక్కుతాడు
పది నాలుకలతో రక్తస్వాధన చేస్తాడు
ఇరవై చేతులతో ప్రాక్లైనులా కౌగిలించుకుంటాడు
అంతా వాడిష్టం ఇతరుల ఇష్టాన్ని గురించి ఆలోచించడానికి
వాడి తలలో మెదడు ఉండదు'' అంటారు.

''మగని కుండవలయు తగుప్రేమ మగువపై
నచ్చి తాళిగట్టి నడచువేళ
తాళి హక్కుగాదు తరుణిని బాధింప'' అన్నాడోకవి.

భార్య మనస్సు తెలుసుకోకుండా ప్రవర్తించే భర్త రాక్షసకృత్యాలను ''స్వర్గం'' కవితలో చక్కగా వివరించాడు కవి. భర్త, భార్యను ఏ విధంగా బాధపెట్టేది అద్భుతంగా ఆవిష్కరించాడు కవి.

ఆడ, మగలో ఒకరి సుఖం మరొకరికి నరకం కాకూడదు. ఒక కవి అంటాడు. ''ఆలు మగల మధ్య ఆరని పోరున్న/ జీవితంపు నడక చిర్రు బుర్రు/ నిప్పులోన వేయు ఉప్పు మాదిరిగాను'' అని

మగాడులోని మృగప్రాయమైన కామం మగువను ఏ విధంగా బాధించేది చెప్తూ...

''ప్రతిరాత్రీ వాడికి స్వర్గం/ ప్రతిరాత్రీ నాకొక నరకం/ దెయ్యంలా మారిన వాణ్ణి/ దేహంలా ఎలా భరించగలను?''అని ప్రశ్నిస్తూ వాడు చేసే చేష్టలు విన్నవిస్తూ...

''నా శరీరం మీదకి తాచుపాములా పాకుతాడు
మండ్రగబ్బలా పట్టుకుంటాడు
వాడి ఉడుంపట్టు నుంచి ఊపిరాడడానికి వీలుకాదు
పులిలా మీదపడతాడు/ నక్కలా నాకు ఫేవర్ చేస్తున్నట్టు నటిస్తాడు
బుసలు కొట్టే ఎద్దులా మారుతాడు
స్వర్గాన్ని రుచి చూస్తూ/ నరకాన్ని తాగిస్తాడు'' ఇక్కడ కవి మగాడిని పోల్చిన పోలికలన్నీ మగానివే!

''వాడి కోరికలు తీర్చే దేవతను నేను
నా కోరికల్ని అణచి వేసే రాక్షసుడు వాడు
స్వర్గానికి దండయాత్ర చేస్తాడు
నరకాన్ని స్థాపిస్తాడు
యంత్రంలా నేను భరించాలి/ మంత్రంలా వాడు వరిస్తాడు
వాడికీ నాకు/ స్వర్గానికి, నరకానికీ ఉన్నంత తేడా
వాడు నరకుడు/ స్వర్గాన్ని అనుభవిస్తున్నాడు
నేను స్వర్గిని/ నరకాన్ని అధిగమించలేకపోతున్నాను''

ఇంకా వారి మధ్య వున్న సంబంధాలలు
''వాడంటే నాకు ఒళ్ళు మంట/ నా ఒళ్ళు వాడికి పంట
వాడొక హింస/ నేనొక హంస
స్వర్గాన్ని దోచుకొని నరకాన్ని ధారబోస్తాడు''

చచ్చినాక కూడా వాళ్ళ పరిస్థితి
''వాడు చచ్చి స్వర్గానికి పోతాడు/ నేను చచ్చి నరకానికిపోతాను

అక్కడ కూడా వాడు స్వర్గ సుఖాలు అనుభవిస్తాడు'' అంటూ కవితలో ఓ గొప్ప ట్విస్ట్‌పెట్టాడు కవి. ఆ భావన భార్యచేత అనిపించాడు.

''వాడు లేని నరకం నాకు స్వర్గం / నేనుస్వర్గస్తురాలినవుతున్నా'' అంటుంది ఆమె.

నరకం కంటే నరకం భర్త చర్యలు అని వాడి దుష్టచేష్టలను ఎత్తి చూపుతుంది ఆమె. కనుక స్త్రీ వాంఛితంకాని విషయాలు శారీరకంగా (ముఖ్యంగా) పురుషుడు చేపట్టరాదు స్త్రీలను బాధపెట్టరాదు.

సంపత్ గారు రాసిన ''బావి'' కవిత చాలా లోతైన అర్థానిచ్చే కవిత. బావి ఊరూరా వుంటుంది. పూర్వం స్త్రీలకు సమస్యలు చెప్పుకోడానికి వీలులేని, తీరనివి అయివుంటే సమస్యలనుండి తప్పించుకోడానికి ప్రాణత్యాగం చేయడానికి బావి ఉపయోగపడేది. బావిలో దూకి ఆత్మహత్య చేసుకునేవారు. అటువంటి భామామణుల భవిష్యత్ హరించే బావిని గురించి కవి మాట్లాడుతూ భావిని గురించి ఆలోచించమనే సూచన చేస్తాడు.

''నేను మాట్లాడుతున్నది / బావిని గురించికాదు

భావిని గురించి / కాదు` భూతాన్ని గురించి / ఆ బావిలో

చాలా భూతాలున్నాయి/ చాలా భూతాల్లో చాలా భూతాలు ఆడభూతాలే!'' అంటే బావిలోదూకి చనిపోయేది ఆడవారే ఎక్కువ అనే భావన కవి స్పష్టం చేస్తాడు.

జీవితంలో అలివిగాని కష్టం వచ్చినప్పుడు, క్షణికంగా ఆలోచించేవారు. ఆత్మహత్యను పరిష్కారంగా ఎన్నుకుంటారు. అందుకే కవి అంటాడు ''జీవితంలో ప్రతి కష్టానికి పరిష్కార ముంటుంది / ముఖ్యంగా ఆడవాళ్ళకు'' అంటూ బావి ఆడవాళ్ళ కష్టాలు తీరుస్తుంది కనుక ''బావి చాలా దయార్ద్రి హృదయ'' అంటారు. బావి స్త్రీ కాబట్టి, స్త్రీలలాగే స్త్రీ లింగం కాబట్టి స్త్రీ మరోస్త్రీని అక్కున చేర్చుకున్నట్లు, బావి స్త్రీని అక్కున చేర్చుకుంటుంది. బావిలో దూకిన స్త్రీని అక్కున చేర్చుకున్నట్లుగా సంభావిస్తాడు కవి.

స్త్రీని వేదించేవాళ్ళు, స్త్రీ బావిలో దూకడానికి కారణమైనవాళ్ళు ఎవరయ్యా! అంటే కవి విస్తృతమైన పట్టిక కవిత...

''అత్త, భర్త, ఆడపడుచు, అయినంటి వాళ్ళు

కానింటి వాళ్ళు, చుట్టు పక్కల వాళ్ళు

చుట్టూ పట్టిన వాళ్ళు, చుట్టాలలో పట్టని వాళ్ళు

ముఖ్యంగా మగాళ్ళు, ఇంట్లో, వీధిలో, పల్లెలో, పట్నంలో

నగరంలో, అడవిలో, ఎడారిలో, కార్యాలయంలో, కర్మాగారంలో

మడిలో, గుడిలో, బడిలో, ప్రయాణంలో`

ఒంటరి మహిళగా ఉన్నప్పుడు, జంటగా వెళుతున్నప్పుడు ఎక్కడ చూసినా మగాళ్ళు` వేధిస్తుంటారు. స్త్రీ అడవిలోకి వెళ్ళినా చివరకు ఎడారిలోకెళ్లినా వేధించేవాళ్ళు పుట్టకొస్తారు. అనేది కవి భావన.

ఆమె ''ఇంత మందిని తప్పించుకొని / తరుముకొస్తున్న వాళ్ళ నుంచి తప్పించుకొని / మనసు దృఢం చేసుకొని మనిషి బలహీనమయినా / అడుగులు వేస్తూ, పరుగులు తీస్తూ...

''అర్ధరాత్రి భయంలేదు `గియంలేదు `జయం మనదే'' ననే ధృడ సంకల్పానికి వస్తుంది. ధైర్యం చేస్తుంది, సమస్యలను బతికి సాధించాలి కాని చచ్చి సాధించేదేముంది అనుకొంటుంది. అందుకే

''ఒక వీరవనితలా, ధీరవనితలా లోకాన్ని జయిస్తుంది బావిని చేరుకొంటుంది / బావి ఒళ్ళంతా ఏడుస్తుంది బావి అభయమిస్తుంది / ఎంతో మంది ఆమెనుంచి అభయం పొందారు'' గతాన్ని వీడి భావిని ప్రశ్నిస్తుంది. జవాబు లేని ప్రశ్నగా నిలదీస్తుంది / లేస్తుంది `పరుగులు తీస్తుంది భావిని ఏలుతుంది'' భావి తరాన్ని గూర్చి ఆలోచించే ఆమెలో ధైర్యం పెల్లుబుకుతుంది.

ఒళ్ళంతా ఏడుస్తున్న బావిని పూడుస్తుంది. భావిని కదిలిస్తుంది / భావిలోకి తిరిగి చూస్తుంది, కుందేలు కుక్కని తరిమినట్టు తరుముతుంది, సమాజానికి ఎదురు తిరుగుతుంది. తరిమిన వాళ్ళంతా ఆమెను చూచి తిరిగి చూడకుండా పరుగో పరుగు'' అంటూ కవిత ముగిస్తాడు కవి. నేటి తరం మహిళ కష్టాలకు ఆత్మహత్య సమాధానం కాదనే సత్యాన్ని తెలుసుకుంటుంది. సమస్యలకు ఎదురొడ్డి నిలబడి ధైర్యంగా గెలుస్తుంది.

ఈ కవితలో కవి మహిళా లోకానికి సమస్యలను ఎదుర్కొనే ధైర్యాన్ని యిచ్చాడు. చావువలన సమస్యలు తీరవని భావిని గురించి ఆలోచించమని ఉద్బోధిస్తాడు కవి.

''వెన్నెలమ్మ చలువ, వెన్నపూసమనసు
గుండె పిండియిచ్చు నిండు ప్రేమ
అమ్మకుండుగాని అన్యుల కుండునా?'' అన్నాడో కవి. అమ్మప్రేమను గురించి చెప్తూ సంపత్ కుమార్ ''ఆకురాలిన కాలం'' కవితలో అమ్మ ఎంత గొప్పదో, ఆమె కృషి ఎంత విలువైనదో తెలియజేస్తూ నేటితరంబిడ్డలు అమ్మ లేకపోతే తామే అధినాయకులమనుకున్నారు. అమ్మను గూర్చి ఏ ఒక్కడు నోరు మెదపని స్వార్థంలోకి కూరుకుపొయ్యారు. ఎవరికి వారు అధినాయకులమవుతామనే భ్రాంతిలో అమ్మను పట్టించుకోలేదు చివరకు ''అమ్మలేకపోవడంతో / అందరూ అనాధలే'' అయినారు.

అమ్మ ఆకులా రాలిపోయింది / పండీపండక ముందే

నిండా పండకముందే / ముదుసలి కాకుండానే, మధ్య వయస్కురాలుగా అమ్మచనిపోయింది.

ఆమె జీవితంలో ఎదుర్కొన్న కష్టాల్ని చెప్తూ కవి అమ్మ 'ఎన్ని గాలుల్ని ఎన్ని తుఫానుల్ని/ తట్టుకొని నిలబడినట్టే/ కాలాన్ని ఎదిరించి నిలబడుతుందను కొన్నాం/ కానీ అమ్మ పండుటాకులా రాలిపోయింది'' అంటారు అమ్మ విశిష్ట లక్షణాలు చెప్తూ.

''అమ్మకు ఎంత ప్రేమ/ అమ్మకు ఎంత పట్టుదల/ అమ్మకు ఎంత ధైర్యం/ అమ్మకు ఎంత ఆత్మవిశ్వాసం/ అమ్మకు ఎంత చాతుర్యం/ అమ్మకు ఎంత చేవ/ అమ్మ లేకపోతే ఎవరి దారివారిది''

అమ్మ ''కాలుడి అక్రమానికి గురైనప్పుడు/ ఒక్కరూ నోరు మెదపలేకపోయారు'' ఎందుకు నోరుమెదపలేదు అంటే వారిలో స్వార్థం పడగవిప్పింది. ఆశల కోరలు చాసాయి. వారి ఆలోచనలు వక్రంగా మారి ఆలోచించాయి.

''అమ్మలేకపోతే తామే అధినాయకులమనుకున్నా/
ఇప్పుడు అమ్మలేకపోవడంలో/ అందరూ అనాథలే!

ఒక విషయాన్ని గురించి దారితప్పి క్షణికావేశం ఆలోచనలతో ఎవరి స్వార్థాన్ని వారు చూచుకొని మాట్లాడుతారు. చివరకు అమ్మపోయాక ఆదరణ కోల్పోతారు. దారితెన్నూ లేకుండా చెట్టుకొకడు, పుట్టకొకడు తరమబడతారు. అనేది కవిభావన.

'తల్లి' అనే కవితలో` పదిమంది పిల్లల్ని పెంచటానికి తల్లికి బరువుకాదు. అదే తల్లిని వృద్ధాప్యంలో చూడడానికి అందరూ కష్టపడతారు. ఇదే విషయాన్ని చెప్తూ ''ఒకతల్లి/ పదిమంది పిల్లల్ని/ కనిపెంచి పోషిస్తుంది/ పదిమంది పిల్లలు/ ఒక తల్లిని పోషించలేకపోతున్నారు/ రాను రాను మనుషులు బలహీనపడిపోతున్నారు/ అందుకే తల్లి/ ఇప్పుడు ఒకే బిడ్డతో సరిపెట్టుకొంటోంది'' అంటూ వ్యంగ్యంగా చెప్పాడు కవి.

అమ్మ ప్రవర్తన గురించి అపోహపడుతుంటాం. అమ్మ అదిచేయలేదు, ఇది చేయలేదు, అమ్మకూ పక్షపాతం, స్వార్థం వుంటుంది. నిర్దాక్షిణ్యంగా ప్రవర్తిస్తుంది అనుకుంటాం. అమ్మ కారణాలు అమ్మకుంటాయి. అవి తెలియక మనం అమ్మమీద నిందల నిప్పులు కురిపిస్తుంటాం. అమ్మ ఆలోచనలు అమ్మకుంటాయి. అమ్మను నిజంగా అర్థంచేసుకొంటే చివరకు మన ఊహలన్నీ నిజాలు కావు భ్రమలు అనుకుంటాము అనే భావాలతో 'భ్రమలు' కవిత రాశాడు సంపత్.

''అమ్మకు/ పక్షపాతం ఉంటుంది
అమ్మకు/ స్వార్థం ఉంటుంది
అమ్మ/ నిర్దాక్షిణ్య నిర్ణయాలు తీసుకునేదానిలా కనపడుతుంది. ఇది నిజంకాదు భ్రమ అనే విషయాన్ని కవి సంపత్ ఎంతో గొప్పగా చెప్పారు.

''ఆడ దబల యనుట అసమర్థ నీయమే
సుంత నయము గాద సుబల యనుట

కవిత్వమై కురిసిన కవి (మాడభూషి సంపత్ కుమార్ కవిత్వ విశ్లేషణ)

ఆడువారి శక్తి అణుశక్తికే మిన్న'' అన్న కవి మాటలు పొలతులను ప్రోత్సహించే విధంగా ఉన్నాయి. అట్లే 'మాడభూషి' గారు మహిళా మణులను ప్రోత్సహిస్తూ, వారికి ధైర్యాన్ని కలిగిస్తూ, నిశ్శబ్దాన్ని వీడి ''నోరుతెరవండి'' అనే కవిత రాశాడు. ఇది ఆడువారిని సాహసోపేతుల్ని చేసే అండ దండలిచ్చే కవిత. ఈనాడు ఆడవారిని ఎట్లా అణచివేస్తుంది పురుషాధిక్య సమాజం అని చెప్పడం కవిత్వంలో ఒక కోణమైతే, ఆడువారు అణచివేతనుండి బయట పడడానికి ఏమి చేయాలో చెప్పడం రెండోకోణం. సమస్యను ఎత్తి చూపడమే కాదు; ఆ సమస్యను పరిహరించేందుకు తగిన మార్గాన్ని విశదపరడమూ సబబైనమార్గమే / కవిత / ఎత్తుగడ చూడండి! ఎంత అద్భుతంగా వుందో!

''ఇకనైనా / నోరు తెరిచి మాట్లాడండమ్మా
వేల సంవత్సరాల నుంచి / మౌనంగా ఉంచిన నోరు
తెరవడానికి కొంచెం ఇబ్బందిగా ఉన్నా
నోరు తెరచి మాట్లాడండి!'' అని ఉద్బోధిస్తాడు కవి.

''నోరు తెరవడానికి కొంచెం యిబ్బందిగా ఉన్నా'' అనడం ఎన్నోవేల సంవత్సరాల నుండి ఆడవారినోరు నొక్కివేసి, వారి మనస్సులను ఉండగా చుట్టి హృదిలో పాతిపెట్టుకున్న అబలత్వం మనకు గుర్తుకువస్తుంది. ఇంకా అంటాడు కవి.

''హృదయంలో దాచుకున్న / దు:ఖాన్ని దిగమింగకుండా / కొంచెం బయటికి కక్కండి / గుండెల్లో మండుతున్న / అగ్నిగుండాన్ని / కొంచెం రగలనివ్వండి'' అంటాడు కవి. గతమంతా కష్టాల్ని కన్నీళ్ళని దిగమింగిన చరిత్ర వారిది. దు:ఖాన్ని బయటకు కక్కితే గుండెల్లో మండుతున్న అగ్నిగుండం అగ్నిజ్వాలై బయటకొస్తుంది. అందరి మనస్సుల్లో ఆలోచనలు రేకెత్తిస్తాయి అనేది కవి భావన.

మండే గుండెలు రగిలే విధంగా అగ్నికి ఆజ్యంపోస్తున్నానని చెప్తూ ''ఇవిగో నిప్పుకణికలు / నిప్పులు చెరగమంటే / కళ్ళనుంచి / నీళ్ళు కారుస్తావేమిటి?'' అంటూ ప్రశ్నిస్తాడు కవి. సీత, ద్రౌపదిని ఆదర్శంగా తీసుకోమంటాడు. లోకం మారిన తీరును వివరిస్తాడు.

''లోకం మారిపోయి చాలా రోజులైంది / నువ్వు మోసపోతే / నీకు ఎవరూ సానుభూతి చూపరు / నువ్వు నోరు తెరవనంత మాత్రాన / లోకంనోరు మూసుకోదు / లోకానికి నిన్ను గురించి / కావలసినంత సమాచారం ఉంది'' అంటూ లోకం ఏ విధంగా స్త్రీని అపనిందలపాలు చేస్తుందో వివరిస్తూ....

''వదిలేసిన దానివి / తెగించిన దానివి / బరితెగించిన దానివి / బలిసిన దానివి / మట్టుమర్యాద లేని దానివి / ఇవన్నీ నీకు బిరుదులు'' అంటారు. ఈ విధమైన నిందా వాక్యాలు భరించే కంటే ''ఎదిరించే దానివి / బెదిరించే దానివి / అదిలించే దానివి / కదిలించే దానివి /

విదిలించే దానివిగా'' ఉండడం, అనిపించుకోవడం నీకు గొప్ప గౌరవాన్ని ఇస్తాయనే భావనతో చెప్పాడు కవి.

''తిరుగుబాటు వలన పొయ్యేదేమి లేదు దారిద్ర్యం తప్ప'' అన్నట్లు ''నీవు నోరు తెరిస్తే/ నీకు పొయ్యేదేమీ లేదు/ అవమానాలు తప్ప'' అంటాడు కవి.

ఇక్కడ స్త్రీని అంటిపెట్టుకొని వస్తున్న ఒక బలహీనతను చెప్తాడు కవి. ''పక్కింటి వాళ్ళను గురించి మాట్లాడ్డం కన్నా/ నీ దు:ఖాన్ని పంచుకో/ నీ కష్టాలను తెంచుకో'' మంటాడు. ఎక్కువ మంది స్త్రీలలో ఈ ''పక్కింటి వాళ్ళను గురించి మాట్లాడుకునే బలహీనత ఎక్కువగా ఉంటుంది. దాన్ని పరిశీలనాత్మకంగా గమనించిన కవి కవితలో ఎత్తిచూపాడు. ఇంకా ధైర్యంగా నోరు విప్పడం వలన బరితెగించి మాట్లాడడం వలన నీకు మేలు జరుగుతుంది. అదేమిటంటే...

''ఇంట్లోని కామాంధులు/ ఆఫీసులోని అల్లరిమూకలు/ వీధిలోని రౌడీలు/ నీకు ఎరవేసేవాళ్ళు/ నిన్ను కాల రాసేవాళ్ళు/ నువ్వు నోరు తెరిస్తే చాలు పరారు'' అంటూ ఒక హామి యిస్తాడు కవి. ''నోరు తెరవమ్మా/ నీకు పొయ్యేది ఏమిలేదు/ అవమానాలు తప్ప'' అంటూ మహిళామణులు మాట్లాడాల్సిన సమయంలో, సందర్భంలో నిర్భీతిగా మాట్లాడాలనే ఆసక్తిని రేకెత్తిస్తాడు కవి.

''వేద భూమినేడు వేదనా మయమాయె!
ప్రేమ తత్త్వమంత కామమాయె
నీతి సన్నగిల్ల జాతి బ్రతుకుటెట్లు?
మగువ తెగువ తోడ మసలవలయు'' అనిన కవి మాటలు ననుసరించి సంపత్ కుమార్ తన కవిత ''కుక్కలుంటాయి జాగ్రత్త''లో స్త్రీలకు ఎన్నో జాగ్రత్తలు చెప్తాడు. కామాంధుల నుండి కాపాడుకునే జాగ్రత్తలు తీసుకోవలసిన అవసరం స్త్రీకి వుంది అంటూ కవిత రాశాడు సంపత్. కామంతో కళ్ళు మూసుకుపోయిన వాడికి ఎదుట వున్నది, పసికందా పండు ముదుసలియా, యవ్వనవతా, గర్భవతా, పిచ్చిదా? అనే విచక్షణా జ్ఞానం వుండదు. కామాంధుడికి ఇవన్నీ కనిపించవు. చిత్త కార్తె కుక్కలు చిత్త చాంచల్యంతో తిరుగుతున్నట్లు కామోద్రేకులు ఆడస్పర్శ కోసం తిరుగుతుంటారు. కంటపడిన వారిని బలత్కరించడానికి ప్రయత్నిస్తుంటారు. బెడిసికొడితే హత్య చేయడానికి కూడా వెనుకాడరు. కనుక బజారుకు వెళ్ళి వచ్చే స్త్రీలు జాగ్రత్తగా వెళ్ళిరావాలి అనే సందేశాన్ని యిచ్చాడు సంపత్.

''నువ్వు పసికందువు కావచ్చు/ పండు ముదుసలివి కావచ్చు/ యవ్వనవతివి కావచ్చు/ గర్భవతివి కావచ్చు/ ఒంటరి దానివి కావచ్చు/ జంటగా ఉండవచ్చు/ పిచ్చిదానివి కావచ్చు/ అనాధవు కావచ్చు/ పేదరికంలో మగ్గవచ్చు/ సంపదలతో తులతూగవచ్చు/.... కామాంధుడికి ఇవన్నీ కనిపించవు/ కలసివచ్చే అంశాలుగానే ఉంటాయి'' అంటారు.

ఈ కామాంధులు ఎలా వుంటారంటే`

''చిత్త కార్తె కుక్కలు చిత్త చాంచల్యంతో తిరుగుతూ ఉంటాయి'' ఆ విధంగా ఉంటారు. కవి స్త్రీకి భద్రత చెప్తూ.....

''జాగ్రత్తగా వెళ్ళిరామ్మా! రోడ్డు మీద కుక్కలుంటాయి/ అర్ధరాత్రే కానవసరం లేదు/ పట్టపగలే కావచ్చు/ ఇల్లే కానవసరం లేదు/ వీధే కావచ్చు/ పోకిరీలు, రౌడీలు, శత్రువులే కానవసరం లేదు'' అంటూ ఈ విధమైన చిత్తచాంచల్యం.

''మిత్రులు, తండ్రులు, అన్నదమ్ములు, ఆఫీసర్లు అధికార్లు/ బంట్రోతులు, భూస్వాములు/ ధనికులు, దరిద్రులు/ శునకావేశంలో/ తిరుగుతూ ఉంటారు/ జాగ్రత్తగా వెళ్లిరావమ్మా/ రోడ్డుమీద కుక్కలుంటాయి!'' అంటారు. కామాంధులను కుక్కలతో పోల్చి వారినుండి రక్షించుకోండి అనే హెచ్చరిక చేశాడు కవి.

''ఎట్టి లాభమైన ఇసుమంత కోరక
సేవ జేయు వాడె దైవమోయి
వెలుగు నిచ్చు కవులు తలచునా స్వార్థమ్ము'' అన్నటువంటి కవి మాటలు నిజం చేస్తూ మన కవిగారు సంపత్ కుమార్ చైతన్యవంతమైన కవిత్వం రాశారు.

6. రైతరికానికి రక్షణ

ఈనాటి భారతదేశం రైతు పరిస్థితి చూచి ఒక కవి అంటాడు:

''హలము చేతబూని పొలము దున్నిన వాడు
అలమటించు చుండె ఆకలంచు
కష్టజీవి కిపుడు కన్నీరె వరమాయె''

ఈ పరిస్థితులే దేశంలో మిక్కుటంగా కనిపిస్తున్నాయి.

''అన్న దాతకేల ఆత్మహత్యల రాత
కపట వర్తకులకు కలిమిరాత
రాతలన్నియు మన నేతలే రాసిరి'' అంటూ ఒక కవి ఆవేదన వ్యక్తం చేస్తాడు. ఈనాడు కార్పొరేటు వ్యవస్థీకృత సర్పం రైతరికం నెత్తిమీద పడగెత్తి ఆడుతుంది. వ్యవసాయం తల్లి వేరు తెంపేయోచనలు జరుగుతున్నాయి. పల్లెతనాన్ని హరింపజేస్తూ, పట్టణానికి హారతులెత్తే రాజకీయం ముందు రైతు జీవితం ఓడిపోతూనే వుంది. రైతు దు:ఖాన్ని విప్పి చెప్పే కవిత్వం యిప్పుడు కావాలి. పల్లె వ్యవసాయ జీవన విధానానికి పాడె గడితే, ఇక మట్టి మనిషికి మనుగడెక్కడిది? మాటల మంత్రజాలంతో ఇంకెంత కాలం రైతు కళ్ళకు గంతలు గడతారు? రైతు పోరాటాలు చిక్కని ఐక్యతతో దేశంలో పరుగులెత్తాలి. మూగ వోయిన రైతు గళం విప్పాలి. గిట్టుబాటు ధరలకోసం, రసాయనిక ఎరువులకోసం, పురుగుమందుల కోసం, పంట విత్తనాల కోసం రైతు డిపోలముందు పడిగాపులు పడే పరిస్థితి నుండి రైతులు గట్టెక్కాలి. పల్లె జీవితం పచ్చ పచ్చని వెచ్చని కలలతో నిత్యనూతనంగా వెలుగొందాలంటే, రైతు జీవితం అప్పుల ఊబిలోంచి, ఆత్మహత్యల ఆలోచనల నుండి బయటపడాలి.

పెట్టుబడిదారీ వ్యవస్థ దోపిడీ సంస్కృతిని వంటపట్టించుకొని ఆయురారోగ్యాలతో నిండు చెరువులా తొణుకులాడుతుంది. వ్యవసాయమే ప్రధాన వ్యాసంగంగా ఎదిగే శ్రమజీవులైన రైతుల జీవితాల్లో ఎడారి విస్తరించి, ఇసుకలెత్తి పోతుంది. నేటి పాలకుల వాగ్దానాల జలపాతాల్లో నిలబడ్డా, తడి అంటని దౌర్భాగ్యం రైతుది. ఇంకా అమాయకత్వపు చంటిపాపగానే సేద్యం చేవచచ్చి కూర్చుంది. రైతుదేశ ప్రగతికి కంటిపాప అంటూనే కపట నాటకాలతో పాలకులు రైతుకళ్లే పొడిచేస్తున్నారు. ప్రభుత్వ ఆధీనంలో వున్న పరిశ్రమలను ప్రైవేటీకరణచేసి, కార్పోరేట్ శక్తులకు అప్పగించి చేతులుదులుపు కోవాలనే పనిలో పడ్డారు పాలకవర్గాలు. పరిశ్రమలు లాగానే

వ్యవసాయాన్ని కూడా కార్పోరేట్ వ్యవస్థ చేతికప్పగించాలని తీవ్ర ప్రయత్నాలు జరుగుతున్నాయి. అందుకే రైతులు పొలాల్లో ఏ పంటలు వేయాల్సింది, మార్కెట్‌లో ఎంతకు ఆ పంటను అమ్మాల్సింది నిర్ణయిస్తున్నారు. రైతులు చేసే ఆందోళనలు పెడచెవిని పెడుతున్న ప్రభుత్వాన్ని మనం చూస్తూనేవున్నాం.

రైతరికాన్ని రక్షించడానికి కలం పట్టిన కవులు, చలనమై, జ్వలనమై, అనలమై, అనిలమై, సమరమై, సకలమై, పోటెత్తే సాహితీ సముద్రులై రైతు కవిత్వం రాయాలి. రైతుకు వ్యతిరేకంగా వస్తున్న చట్టాల్ని రద్దు పరచే వరకు ప్రభుత్వ వైఖరిని ఖండిస్తూ కవిత్వం వెలువడాలి. మూగ తెరల్ని తెంపుకొని, మాటలపొరల్ని వలుచుకొని సమైక్యరాగంతో రైతు కూలీ సంఘాలు మాట్లాడుకోవాల్సిన తరుణం ఆసన్నమైంది.

కవి మాడభూషి సంపత్ కుమార్ కవిత్వంతో జడత్వాన్ని కదిలించే నేర్పుగల కవి. 'మూడోమనిషి' కవితా సంపుటిలో 'రైతు' శీర్షికతో కవిత్వం వెలువరించాడు. ఎత్తుగడ రైతుచిత్రాన్ని బొమ్మ కట్టిస్తుంది.

''మట్టిని పిసుక్కుంటూ / ఆనందించే రైతు / ఇప్పుడు చేతులు పిసుక్కుంటూ / ఆవేదన చెందుతూ ఉన్నాడు''

పొలం ఎండి పోయింది. పంట కొల్లబోయింది. కానీ ''అప్పిచ్చినవాడు/ అరుగుమీద కూర్చున్నాడు'' రైతు యముణ్ణి చూసినా భయపడడు, కాని అప్పిచ్చిన వడ్డీ వ్యాపారిని చూస్తే భయంతో వణికిపోతాడు. అటువంటి అప్పిచ్చిన వాడు అరుగు మీద కూర్చున్నాడు.

''పొలం ఎండిపోయి వెక్కిరిస్తోంది / ఆకాశం ఎండ మావిలాఉంది / వర్షం పడే సూచనలే కనిపిస్తాలేవు. ఇంట్లో పెండ్లాం, పిల్లల పరిస్థితి ఏమిటి? ''పిల్లల కడుపులు కాయితం పొరల్లా అతుక్కుపోయాయి/ పెళ్ళాం కళ్ళనీళ్ళోసుకొంది'' మారి ప్రభుత్వం పరిస్థితి ఎట్లాగుంది ''ప్రభువులకు జవాబుదారీతనం లేదు'' అంటే ఏలేవాడికి కాలే కడుపులబాధ తెలియదు.

''మట్టిని నమ్ముకున్నవాడు/ నట్టేట్లో మునగడానికి కూడా నీళ్ళు లేవు/ మట్టిని అమ్ముకున్నవాడు/ మహరాజులా బతుకుతున్నాడు'' రైతు అప్పుగా తీసుకున్న రొఖ్ఖం, ఎరువులు, విత్తనాలు కొనుగోలుకు సరిపోయాయి. ఈ విషయాన్ని కవి ''తీసుకున్న అప్పు అప్పుఅంగా/ ఎరువుగా/ విత్తనంగా / మట్టిలో ఎప్పుడో కలసిపోయింది'' అంటారు.

''అప్పుమాత్రం అభివృద్ధిచెంది/ అరుగుమీద వచ్చి కూర్చుంది/ అరుగు అరగక కూర్చునే దిన్నెకాదు/ పొద్దున్నుంచి సాయంత్రం దాకా/ అరిగిన కండరాల్ని కూడదీసుకోవడానికి/ కూర్చునే సింహాసనం'' అంటే రైతు శ్రమించి యింటికి వచ్చి విశ్రాంతి తీసుకునే వేదిక అన్నమాట. ఇప్పుడు అప్పులలోడు కూర్చున్న అరుగుమీద రైతు కూర్చోవాలంటే ముళ్ళమీద కూర్చున్నట్టుంది.

ఇప్పుడు "అరుగు అప్పుల వాడికి దఖలు పడ్డస్థలం/ అప్పుతీసుకున్న రోజే/ ఆస్తితో పాటు అరుగు కూడా వాడికి దఖలైపోయింది/ రైతుకు ఇప్పుడు తలదాచుకోవడానికి కూడ స్థలంలేదు/ తలతాకట్టు పెట్టడానికి కూడా మార్గం లేదు/ మట్టిని నమ్ముకున్నరైతును/ మట్టితల్లి మోసం చేసింది" అంటాడు కవి.

అన్నదాత అప్పుల ఊబిలో ఎందుకు చిక్కుకుంటున్నాడో? అంటే అందరి ఆకలి తీర్చే ధాన్యాన్ని పండిరచడానికి అప్పుసొమ్మును వ్యవసాయం పెట్టుబడికి ఖర్చుచేశాడు. ప్రకృతి వైపరీత్యాల వలన పంటలు పండలేదు. అప్పు మాత్రం వడ్డీతో జతగూడి పెరిగింది. అప్పు కారణంగా అన్నదాత ఆత్మహత్య చేసుకోవాల్సిన గతి పడుతుంది. దీన్ని ప్రభుత్వం ఆలోచించాలి/ రైతును ఆదుకోవాలి అనేది కవి భావన.

ఇప్పుడు కొత్తతరహా జంతు ప్రేమికులు పట్టణాల్లో తిరుగుతున్నారు. బహుశ: వీరి తాతతండ్రులెవరూ జంతువులతో సంబంధం ఉన్నవారుకాదు. జీవకారుణ్యం ఎరిగినవారుకాదు. జంతువులను ప్రేమించాలి, రక్షించాలి, అనే నినాదాలతో వీధుల్లో ఉపన్యాసాలు ఇస్తుంటారు. ఎద్దుల్నిగాని ఆవుల్నిగాని కష్టపెట్టకూడదు. ఇవి చాలా పవిత్రమైనవి అంటూ లెక్చర్స్ దంచుతుంటారు. నిజం మాట్లాడితే ఈ ప్రచారకుల యిండ్లల్లో పశువులు ఉండవు. వీరు పశువులను పెంచే పరిసరాల్లో నివసించరు. జంతు హింసకు వ్యతిరేకుల మంటూ వ్యవసాయం చేసుకునే రైతుల దగ్గరకొచ్చి ఎద్దుల్ని కష్టపెట్టకూడదని, చెర్నకోల దెబ్బలతో హింసించకూడదని, జీవహింసను గూర్చి మాట్లాడుతుంటారు. దీన్ని అంటే అట్టివారి మూలాలెరుగని ఉపన్యాసాలను ఖండిస్తూ 'ఎద్దు' అనే కవిత రాశాడు సంపత్.

"దూడగా పుట్టినప్పటి నుంచి/ అది ఎద్దుగా ఎదిగేంత వరకూ/ పాలుపట్టి/ గడ్డిమేపి/ అంబా అంటే/ అంబా అంటూ అది పరుగెడితే/ పరుగెత్తి/ దాని కాలికి నల్లదారం కట్టి/ మెడకు పలుపుతాడు చుట్టి/ ముక్కుకు ముక్కుతాడు వేసి/ కొమ్ములకు రంగులు వేసి" ఎంతో ప్రేమగా పెంచుతాడు రైతు ఎద్దును. ఎద్దును వ్యవసాయం పనులకు ఉపయోగించేటప్పుడు "బండ్లోఎంత బరువు వెయ్యాలి/ మడిలో ఎంత సేపు దున్నాలి/ ఎప్పుడు సేద తీర్చాలి/ ఎప్పుడు తవుడు పెట్టాలి/ ఎక్కడ కట్టెయ్యాలి" అన్ని పనులు ఎరుకతో చేస్తాడు రైతు. ఇంకా రైతు ప్రేమ ఎంత గొప్పగా ఉంటుందో రాస్తూ కవి అంటాడు" దానికి కాల్లోముల్లు గుచ్చుకుంటే తల్లడిల్లి/ దాని కాలికి బిళ్ళలు (నాడాలు) కొట్టి/ కంటికి రెప్పలా కాపాడుకొనే రైతుకు/ ఎవడో/ ఎద్దును గురించి తెలియని మొద్దుగాడు/ వచ్చి జీవహింస గురించి నేర్పుతున్నాడు" అంటూ విస్తుపోతాడు కవి. నిశితమైన జీవిత పరిశీలనతో వస్తు పరిశీలన చేసేకవి సంపత్. ఉత్తమ భావప్రాధాన్యత, భాషా సౌందర్యంతో రాసే వీరి కవితలు సామాజిక స్పృహకు తేజస్సునిస్తాయి. కవి భావనలో సామాజిక ప్రయోజన చైతన్యం ద్యోతకమవుతుంది.

''రైతు ఆత్మకథ'' కవితలో సంపత్ కుమార్ రైతు అంతరంగాన్ని అద్భుతంగా ఆవిష్కరిస్తూ ఓ గొప్ప వాక్యాన్ని రాశారు రైతు 'కష్టం పరోపకార్థం అనుకుంటాడు తప్ప/ అర్థం కోసమని భావించడు/ స్వార్థంకోసమని ఆలోచించడు'' ఇంతకంటే మనిషి జన్మకు పరోపకారం ఏముంటుంది? రైతుకు పంటదాహం తప్ప/ ధనదాహం ఉండదు/ తానే తన కష్టానికి గిట్టుబాటు ధరను నిర్ణయించుకోలేడు/ కష్టం తప్ప/ దాని విలువ తెలియదు''.

'రైతు ఆత్మకథ' ఎక్కడినుండి జాలువారుతుందో చెప్తూ ''రైతు ఆత్మకథ/ వాడిస్వేదం నుంచి జాలువారుతుంది/ మట్టివాడికి వస్తువు/ ఒళ్ళంతామట్టి పూసుకొని/ ఆత్మీయంగా, ఆప్యాయంగా/ చూసుకున్నప్పుడు/ కలిగే ఆనందం ఎందులో ఉంటుంది'' ఇటువంటి ఆనందం మనకు ఏ వృత్తిలోను బహుశ: దొరకదు.

ధనవంతుడి ఆనందాన్ని గురించి చెప్తూ; ''కోటీశ్వరుడు/ కోట్ల నోట్ల కట్టల మీద పడుకున్నట్టు/ మురిసిపోతాడు, కాని 'రైతు మట్టిమీద పడుకుని మురిసిపోతాడు''.

ఇంకా రైతు ఏవిధంగా ఎవరితో పోల్చబడ్డాడో చూడండి! 'పొలమే వాడికి కాయితం`/ కష్టమే వాడికి జీవితం`/ కలానికి బదులు వాడు నాగలిని ఉపయోగిస్తాడు/ కవులకు కావ్యం కన్యక అయితే/ రైతుకు కావ్యం తల్లి/ రైతు ఆత్మ కథలో/ అప్పులుంటాయి, ఆత్మ హత్యలుంటాయి/ అవమానాలుంటాయి, అవరోధాలుంటాయి/ ఆనందాలుంటాయి''.

తన కష్టాల్ని ఎవరికీ చెప్పుకోలేక/ పరువుకోసం ప్రాకులాడుతూ అప్పుల ఊబినుండి బయటకు రాలేక ఆలుబిడ్డలతో ఆత్మహత్యకు పాల్పడే సున్నితమనస్కుడురైతు. తాను అనైతికమైన తప్పు ఏదీ చేయకపోయినా, పండినపంటకు గిట్టుబాటు ధరరాని సందర్భాల్లో పంటను అప్పులవాడికి కల్లంలోనే కట్టి, చేతులూపుకుంటూ యింటికి వచ్చే కష్టజీవి రైతు. అన్నదాత ఒక్కడే ఆత్మహత్యకు పాల్పడే దురదృష్టవంతుడు.''రైతు ఆత్మకథ'' అలవిమాలిన కష్టం, అంతులేనినష్టం, అప్పులు, ఆత్మహత్య చుట్టే తిరుగుతుంది. ఈయన ఆత్మకథలో ఆనందాలు అరుదుగానే కనిపిస్తుంటాయి. అందుకే సంపత్ కుమార్ రైతు ఆత్మకథలో ఏముంటాయో వెల్లడిరచాడు.

రైతు ఆనందించేది '' ఆవుదూడను వేసినప్పుడు/ ఆకాశం నీటి చుక్కలు రాల్చినప్పుడు/ పొలం పచ్చగా ఎదిగినప్పుడు/ పంటను పదిమందికి పంచినపుడు'' ఇంతకంటే నిష్కామయోగి మరొకరుంటారా? ఈ భూమిమీద!

తన వృత్తినే పరోపకార్థం అనుకునే పరోపకారి అయిన ''రైతు తన ఆత్మకథను/ తాను రాసుకోడు/ కథగా బతకగలడు/ ఇతరులకు కథకాగలడు/ తన కథను తాను రాసుకోలేడు/ తన కథలో వ్యథలు ఉన్నాయని/ రైతుకు తెలియదు/ తన వ్యథల్లో/ యదార్థాలున్నాయని తెలియదు'' అంటే రైతు కథ కల్పితంకాదు. పచ్చి నిజాలతో కూడుకున్నది. రైతు కథ రచయితలకు కథావస్తువు; కవులకు కవితా వస్తువు అవుతుంది.

రైతులు సంఖ్యాపరంగాను అధికులే! రాజకీయపరంగాను బలమున్నవారే; కలుపు గోలు తనమూ ఉంటుంది. సమాజంలో పరువు ప్రతిష్టలతో కాలం వెళ్లబుచ్చుతుంటారు. కాని వీరిలో చెప్పలేని బలహీనత ఒకటుంది. రైతులు సంఘాలు పెట్టుకోలేరు/ సంఘటితం కాలేరు/ సంఘానికి ద్రోహం చెయ్యలేరు'' ఇది వీరి బలహీనత. ఒక విధంగా ఆలోచిస్తే వంశ పారంపర్యంగా వస్తున్న ఆత్మస్తైర్యమూ కావచ్చు. మట్టిమీదున్న ఆత్మ విశ్వాసమూ కావచ్చు.

కనుక ''రైతు కథకు/ విశ్రాంతి ఉండదు, విరామం ఉండదు/ తరతరాలకు సాగుతూనే ఉంటుంది/ ఆత్మవంచన చేసుకొనేవాళ్ళు/ ఉన్నంత వరకూ/ రైతు ఆత్మకథ రాసుకోలేడు'' ఇది ఈనాటి కాలపరిస్థితుల ప్రకారం ఆలోచిస్తే నిజమేనేమో అనిపిస్తుంది.

''పిడికిట బువ్వ ముద్దగా పిసికినప్పుడల్లా ప్రభుత గొంతుపిసికిన నా రైతే గుర్తొస్తాడు'' అన్నాడో కవి. తిలక్ అంటాడు'' దేవుడా రక్షించు నా దేశాన్ని లక్షలదేవుళ్ళనుంచి'' అని మనం అనుకోవచ్చు ''దేవుడా రక్షించు నారైతును అలక్ష్యంతో పాలకులు చేసే చట్టాలనుండి వారు కనపరచే వివక్షనుండి''.

నేటి పాలకులు క్రమేణా రైతును ఆటబొమ్మను చేసి ఆడిరచేందుకు సిద్ధమవుతున్నారు. ఈ విషయాన్ని ''రైతేకూలి'' అనే కవితలో సంపత్ కుమార్ సవివరంగా ఆవిష్కరించారు.

''ఎవరో ఇచ్చిన విత్తనాలు విత్తాలి`/ ఎవడో చెప్పిన ఎరువు వెయ్యాలి/ ఎవడి ఆజ్ఞప్రకారమో/ పంటలు పండిరచాలి/ ఎవరో నిర్ణయించిన ధరకు/ అమ్మకాలు సాగించాలి/ రైతు తన భూమిలో తనే కూలి''.

'కూలి' అంటే కొంత శ్రమకు తగిన ఫలితాన్ని తీసుకొని పనిచేసేవాడు. కానీ ఇక్కడ రైతుకు కూలి యిచ్చే నాధుడేలేడు. పెత్తనం చేసే ప్రభువులే కనిపిస్తున్నారు. తగిన పారితోషికం లేకుండా పనిచేసేవాడిని బానిస అంటాము. ఈ రోజురైతరికాన్ని బానిసత్వంలోకి దిగజార్చడానికి ప్రయత్నిస్తున్నారు పాలకులు. ''రైతు తన భూమిలో తనే కూలి'' అనడం కంటే రైతు తన భూమిలో తనే పనిచేసే బానిస'' అనవచ్చునేమో.

రైతు బతుకు ఇంకా ఎంత దారుణంగా దిగజారుతుందో గమనించండి'' పండిరచిన దంతా పరాయివాడి చేతిలో పెట్టి/ అన్నంకోసం అంగడిముందు నిలబడ్డాడు/ అన్నదాత ఎవడి దయకోసమో చూస్తున్నాడు'' అంటాడు కవి.

పంట పండిరచే తరుణంలో రైతు`

''వరుణుడి దయకోసం/ భూదేవి దయా దాక్షిణ్యాలకోసం/ చూసే రైతు`'' అంటూ, ఇప్పుడు....

"తన భూమిలో తానే నిలబడి / దళారీ దయాదాక్షిణ్యాలకోసం చెయ్యి చాస్తున్నాడు" వ్యాపారుల మధ్య రైతుల మధ్య దళారీ వ్యవస్థ ఒకటి ఆవిర్భవించి రైతు ధాన్యాన్ని అమ్మించడానికి ఈ వ్యవస్థ కమీషన్ తీసుకుని సహాయపడుతుంటుంది.

అన్నదాత అప్పుల నిప్పుల్లో కాలిపోతున్నాడు, చెప్పజాలని దు:ఖంతో చెల్లిపోతున్నాడు. ఆ విషయాన్ని చెప్తూ కవి "అన్నం పెట్టిన చెయ్యి / అప్పుకోసం పడిగాపులు కాస్తోంది / వేలకోట్లు ఎగ్గొట్టిన వాడిముందు / మోకరిల్లుతున్న బ్యాంకులు / వేల రూపాయలకోసం రైతును మోకాళ్ళపై నిలబెడుతున్నాయి".

ఈవేళ వార్తలు వింటుంటే పారిశ్రామికవేత్తలు, బడాబాబులు, వేలకోట్లు అప్పులు తీసుకొని బ్యాంకులకు ఎగనామం పెడుతున్నారు. వాళ్ళను ప్రభుత్వం ఏమీ చేయలేకపోతుంది. వాళ్ళను గౌరవ మర్యాదలతో పాలకులు` అధికారులు, మంత్రులు చూస్తున్నారు. వారి గౌరవానికి ఏ లోటూ రాకుండా కాపాడు తున్నారు.

"చేసిన అప్పులు ఎగ్గొట్టిన చేపల రాజును సముద్రంలో వదిలేసి / అప్పు తీర్చడానికి అవస్థలు పడుతున్న చేప పిల్లను గట్టునపడేస్తున్నారు / అప్పు తీర్చమని వాణ్ణి (గొప్పోణ్ణి) మాలలు వేసి బతిమాలుతున్నారు! అప్పు తీర్చకుంటే రైతుకు ఉరితాడని బెదిరిస్తున్నారు! అందుకే అవమానం భరించలేక "రైతు తన భూమిలో తానే ఉరేసుకుంటే / ఊరంతా చోద్యం చూస్తూవుంది".

ఎక్కువ మొత్తాలు ఎగ్గొట్టిన బడాబాబు "జైలుకు వెళ్ళినా రాజవైభోగాలు / చానళ్ళలో చర్చలు, కథనాలు, కోర్టులు, తీర్పులు / ఇంకా మహారాజు దొరికేంత వరకూ ఊరేగింపులు".

రైతు విషయానికి వచ్చేటప్పటికి మహాదారుణం. "రైతు తన భూమిలో తానే కూలి / అందరికీ అన్నం పెట్టడంకోసం / అప్పు చేసిన పాపానికి / తన చేత్తో తనకే ఉరి" ఇది రైతు జీవితం ఈవేళ.

"కొనేవాడికి అమ్మేవాడు లోకువ" అందరి యెడల ఈ వాక్యం నిజంకాదు. ఈనాడు కార్పొరేట్ మహారాజులు పెట్టిన నెట్‌వర్క్ చానల్స్ ఉన్నాయి. వారు సిమ్‌కార్డులు, రీచార్జింగ్ చేస్తుంటారు. సెల్ కంపెనీలు సెల్స్ అమ్మకాలు చేస్తున్నాయి. అంతా వాళ్ళు చెప్పిన రేట్లకు క్యూలో నిలబడి కొంటున్నారు. ఒక రైతు విషయానికి వస్తేనే అమ్మేవాడు కొనేవాడికి లోకువైపోతున్నాడు. ఇదంతా ప్రభుత్వం చేస్తున్న మాయాజాలం. కార్పొరేట్ వ్యాపారుల దగ్గర సొమ్ములు నొక్కేసి ప్రభుత్వాలు వారికి వంతపాడుతున్నాయి. వారి సొమ్మును అనుకున్న రేటుకు అమ్ముకునే వెసలుబాటు కలుగుతుంది. కానీ అన్నం పెట్టే రైతుకు ఆ అవకాశం లేకుండా చేస్తుంది ప్రభుత్వం. రైతుకు అండగా నిలబడడం, రైతు అభివృద్ధికోసం పాటుపడడం ఏనాడో మాని వేసింది. దళారి

వ్యవస్థను పెంచి పోషిస్తుందెవరు, వ్యవసాయ రంగంలోకి దళారి వ్యవస్థకు చోటు కల్పించిందెవరు; అనే విషయాల్ని అందరూ ఆలోచించాల్సిన సందర్భం.

''కొనేవాడికి / అమ్మేవాడు లోకువ / దళారి వాత పడ్డ రైతు''

దళారీలు చేతుల్లో పడి రైతు లోకువైపోతున్నాడు. ప్రభుత్వమే సరుకు కొనుగోలు చేసి గిట్టుబాటు ధర ఇస్తే, అమ్మేవాడు కొనేవాడికి లోకువ కాడు.

ఈవేళ రియలెస్టేట్ పంటపొలాలను, నీటి చెరువులను ఫ్లాట్స్‌గా మార్చి ఇండ్ల స్థలాలుగా అమ్ముతున్నారు. చెరువులు వాటి రూపాన్ని ఎప్పుడో కోల్పోయినాయి. చెరువులు నీటితో నిండడం లేదు. పెద్ద పెద్ద భవంతులతో నిండుతున్నాయి.

''రైతును కనికరించి / ఆకాశం కుమ్మరించింది / బస్టాండైపోయిన చెరువు''

ఒక్కోసారి అతివృష్టి మూలంగా వర్షాలు అధికంగా కురిసినందువలన చెరువులు తెగిపోతుంటాయి. తెగిన చెరువులు రిపేర్ చేయకుండా బస్టాండుగా మార్చేస్తుంటారు. బస్సులు ఆటోలు నిలబెట్టుకుని ఆటో,బస్సు స్టాండుగా మారుస్తుంటారు. ఈ విషయాన్ని...

''రైతును కనికరించి / ఆకాశం కుమ్మరించింది / బస్టాండైపోయిన చెరువు'' అంటారు.

భిక్షగాని కంటే హీనంగా రైతు మారిపోయిన వైనాన్ని చెప్తూ ''భిక్షగాడు వెళుతున్నాడు / జోలెనిండిపోయింది / దుర్భిక్షకుడైనరైతు'' అంటారు.

రైతుకు పాలుపోని స్థితి, పంటలనష్టం, అప్పుల తిప్పలు పస్తులే ఆస్తులు. ఈ పరిస్థితుల్లో ''పస్తులతో చావాలా / ఆత్మహత్య చేసుకోవాలా / పాలుపోనిరైతు'' అంటారు.

''యంత్రాలు పంటలు పండిస్తాయి
మంత్రాలు ప్రాణాలు తీస్తాయి
పల్లె మెదడులో మౌఢ్యం''

మూర్ఖత్వంలో వున్న పల్లెజనం, మంత్రాలను, తంత్రాలను, యంత్రాలను నమ్ముతారు. వాటి శక్తి సామర్థ్యాల్ని అర్థం చేసుకోరు. మూఢనమ్మకాలతో, విశ్వాసాలతో చెప్పిందల్లా నమ్ముతుంటారు. ఇది మౌఢ్యంగా కవి భావిస్తాడు. సమాజంలో రైతు వెలుగుల్ని మింగుతున్న చీకటి చట్టాలను గురించి చర్చించాల్సిన ధర్మం కవులు, రచయితల మీద వుంది.

7. ప్రకృతి పరిరక్షణకు సత్తువ

నేడు ''ఋతువులన్నీ గ్రీష్మ ఋతువులాయెను నేడు
కాలమంత కరువు కాలమాయె!
మారుకాలమునకు కారణం బరయరు!

అంటాడు ఒక కవి. తారుమారవుతున్న కాలానికి కారణం తెలుసు కోవాల్సిన అవసరం ఉంది. వానవనరు చచ్చె, పైబడె క్షామమ్ము, త్రాగునీరు కొనక తప్పకుండె, మనిషి పీల్చుగాలి మళిగల సరుకు కాక ముందే మనిషి మేల్కోవాలి, పర్యావరణ పరిరక్షణకు నడుముకట్టాలి. ప్రకృతి ధ్వంసం చేయడం వలననే వింత వింత వైరస్ పుడుతుంది. మానవ హననమునకు కారణ మవుతోంది. ఈనాడు విజృంభిస్తున్న 'కరోనా వైరస్ పుట్టడానికి కారణం కూడా ప్రకృతి నాశన మొనరించుట వలననే అనేది సత్యదూరమైన మాట కాదు.

''మాడభూషి'' వారు ఒక కవిగా ప్రకృతి మీద మనిషి చేస్తున్న అత్యా చారాన్ని పసిగట్టి, 'విరోధి' కవితలో ఎత్తి చూపారు. ఈ కవితలను 'ఉగాది' పండుగ సందర్భంగా రాశారు. ఎన్నో అగాధాలను ఎత్తి చూపారు. ''ఈ ఉగాది నాకు విరోధి'' అన్నారు. ఎందుకు విరోధిగా ఉగాదిని సంభావించాడీ కవి అంటే ''షడ్రుచులు వడ్డించిన భూమితల్లిపై అత్యాచారం'' చేస్తున్నందుకు, ''ప్రాణమై నిలిచిన/ ప్రకృతిపై పడగెత్తిన/ మానవ అహంకారం'' చెలరేగినందుకు అంటారు. ''మనిషి'' కవితలో మనిషి చేస్తున్న వికృత చేష్టలను ఎత్తి చూపాడు సంపత్ కుమార్.

''మనిషి రూపంలో ఉన్న మనిషి గురించే / నా భయమంతా'' అంటూ`

''చెట్లను, పుట్లను, నదుల్ని, సముద్రాల్ని/ పులుల్ని, పాముల్ని/ అన్నింటినీ చంపేసి/ మనుషులపై కత్తిగట్టాడు/ మమతలపై కత్తి దూశాడు/ సర్వమానవ సంహారానికి సమాయత్తమయ్యాడు / స్వప్రయోజనాలకు మానవ ప్రయోగశాలను / పణంగా పెట్టాడు'' అంటూ మనిషి ప్రకృతిలోని మనిషితో సహజీవనం చేస్తున్న సజీవులను, నిర్జీవులైన వనరులను సర్వనాశనం చేస్తున్నాడు. అందుకే మనిషిని చూస్తే నాకు భయం, ఎందుకంటే మనిషి మనిషిగా లేదు గనుక. ''మనిషిగా మారేంత వరకూ / మనిషంటే నాకు వణుకు / మనిషంటే నాకు బెణుకు'' అంటాడు.

''కడలి, అడవి రెండు కన్నులు జగతికి
ప్రాణకోటి కవియె ప్రాణరక్ష
అడవి నరక కడలి అలుగును కక్షతో''

తుఫానులు, సునామీలు, కత్రినాలు సృష్టించి మానవాళిని మట్టి కరిపిస్తుంది. ''ఇంకని సముద్రం'' కవితలో సముద్ర గర్భంలో ఎలా వుంటుందో కవి వెల్లడిస్తాడు. సముద్రంలోపల/ అగాథమైన లోతుల్లో/అంతంలేని అగాథంలో/ తీరానికి దూరంగా/దూరంగా ఉన్న నాభిలో/ మునకలేసి/ మునకలేసి/ కనుక్కొన్నాను/ సముద్రం రత్నగర్భ/ సంయమని/ విచిత్రమైన విశ్వం/ వినూత్నమైన దృశ్యం/ విశ్వంలోని ఎన్నెన్ని దుర్గుణాలు/ కలసినా/ పచ్చగ కనిపించే పసిడితల్లి/ విశ్వమానవాళిని కలిపే/ కన్నతల్లి/ఆకాశజలాలను/ నదీ ప్రవాహాలను/ తనలో కలిపేసుకొంటుంది/ మెల్లగా దుష్ట భూగోళాన్ని ఆక్రమించేస్తుంది'' అంటూ భూమి మీద జరిగే దుష్ట సంఘటనలను దునుమాడేందుకే సముద్రం ఇంకదు'' అంటాడు కవి. దుష్ట భూగోళాన్ని సృష్టిస్తుంది మనిషే! మనిషి వికృత చేష్టల వలననే భూమండలం కలుషితమై పోతుంది. దుష్టత్వానికి పట్టం కడుతుంది భూమి.

''భవిష్యత్కాలం'' కవితలో కాలాన్ని గురించి కవి ఎన్నో భావాలను తవ్విపోస్తాడు. కాల ప్రవాహాన్ని నదీ ప్రవాహంలా సంభావిస్తూ ''కాలం ప్రవహిస్తూ ఉంది/ గంగ, గోదావరి, కృష్ణ, తుంగభద్ర/ నదీజల తరంగాల్లా'' అంటారు. కాలం ఉధృతాన్ని చెప్తూ....'' కాలం ఎగిసి పడుతూ ఉంది/ హిందూ, అరేబియా సముద్రపు అలల్లా/ కాలం నిటారుగా నిలుచుంది పర్వతశ్రేణిలా'' అంటారు. అర్ధరాత్రి మొదలైన కాలచక్రం/ అడ్డదిడ్డంగా పరుగెడుతూనే వుంది''/ అంటూ మనకు స్వాతంత్ర్యం వచ్చిన కాలాన్ని ఎత్తి చూపుతూ ''అర్ధశతాబ్దం దాటినా/ కాలానికి కాళ్ళు తడబడుతూనే ఉన్నాయి'' అంటూ.....

''కాలం తనపని తాను చేసుకోవడం లేదు/ అడ్డమైన వాళ్ళకు అండగా ఉంటుంది/....
భవిష్యత్తులో కాలం బదులు చెప్పకతప్పదు/ కాలం దోషిగా నిలబడక తప్పదు
బెయిలుకోసం పరితపించ తప్పదు/ కాలాన్ని నిలదీసే కాలం వస్తుంది''.

ప్రపంచం ఇప్పుడు ''ధృతరాష్ట్రుడి ''రాజ్యంలా వుంది/ దుర్యోధన, దుశ్శాసనులు విర్రవీగుతున్నారు/ కర్ణాదులు కళ్ళప్పగించి చూస్తున్నారు'' ఇది చాలా ప్రమాదంగా భావించవచ్చును. ఈ కాలంలో దుర్యోధన, దుశ్శాసనులు లాంటి వారు విచ్చలవిడిగా విధ్వంసక చర్యలకు పూనుకుంటున్నాడు, కర్ణుడు, భీష్ముడు, ద్రోణులు లాంటి మేధావులు దుర్మార్గుల చర్యలను అరికట్టకుండా కళ్ళప్పగించి చూడడం హర్షింపదగిన అంశంగా కవి భావించడం లేదు.

అసమర్థ పాలకుల హయాంలో ప్రకృతి ధ్వంసం అవుతుంది, కరువు తాండవిస్తుంది/ పచ్చదనం పారిపోతుంది అనే భావనతో ''పాట్లు'' అనే కవిత రాశాడు సంపత్. ఈ కవితను పర్యావరణానికి సంబంధించిన విషయంగా సంభావించుకోవచ్చును.

''చెట్లు, పుట్టలు, కొమ్మలు, రెమ్మలు, చెరువులు, బావులు/ ఎండి పోయాయి/ మండుటెండలో/ మాడిపోయాయి'' నీటి ఎద్దడి వలన జరిగే అనర్థాలు ఎన్నో....!

''చుక్కరాని నీళ్ళకొళాయిలు/ పక్క పక్కలో వెలిశాయి, నోట్లు ఖర్చుపెట్టి/ కాలువలు తవ్వించారు/ కాయితాల్లో/ సాగునీరు తాగునీరు కోసం త్రవ్వించాల్సిన ప్రభుత్వం డబ్బు మాత్రం స్వాహాచేసి, రికార్డ్స్‌లో కాలువలు తవ్వించినట్లు రాసుకున్నారు.

ఎన్నో మంచినీటి పథకాలు తలపెడతామని ఎన్నికల టైంలో మీటింగ్స్‌లో చెబుతుంటారు. రాజకీయ నాయకులు. తీరా అధికారం వచ్చాక ఏమీ చేయరు. మీటింగ్‌లో చేసిన వాగ్దానాలు వాగ్దానాలు గానే మిగిలిపోతాయి.

నీటి ఎద్దడి ప్రాంతాలకు నీరు యిస్తామని వాగ్దానాలు చేశారు. అయినా ఇంకా ఇప్పలేదు పెద్దోళ్ళు మూటలు. చుక్కనీళ్ళకోసం పడతులు పాడే పాట్లు గమనించమంటాడు కవి. ప్రజలు ఇక్కట్లు తీరాలంటే ప్రభుత్వం పర్యావరణాన్ని రక్షిస్తూ తలపెట్టిన నీటి పథకాల్ని అమలు చేయాలి. అప్పుడే ప్రజలు సుఖ శాంతులతో జీవిస్తారు.

'భూమ్యాకాశాలు' కవితలో ప్రకృతి ధర్మాన్ని భూమికి, ఆకాశానికి వున్న సంబంధాన్ని చెప్పాడు కవి. భూమి మీద సముద్రం వుంటుంది. భూమికి అనంతదూరంలో ఆకాశం వుంటుంది. యదార్థంగా చెప్పాలంటే ''ఆకాశం గగనం శూన్యం'' అన్నారు పెద్దలు. కాని మనము ఆకాశం అనేదాన్ని చూస్తున్నట్లుగానే భ్రమపడుతుంటాము. దీనికి కారణం మబ్బులు. ఇవి ఏదో ఆకారంలో కనిపిస్తుంటాయి. ఆకాశం అనే భ్రమలో మనం చూస్తుంటాం.

''ఆకాశం/ తన మొహాన్ని సముద్రంలో చూసుకుంటుంది/ సముద్రంలో మేఘాలు కొట్టుకుపోతూ ఉంటాయి/ తనే భూమ్మీదకు దిగినట్టు'' మేఘాలు భూమ్మీదకు దిగినట్టు భ్రమిస్తూ ఉంటుంది. ''ఆకాశం భూమ్మీదకు వచ్చినప్పుడు ద్రవీకరణ చెందుతుంది. అంటే మేఘాలు వర్షిస్తాయి. సముద్రం నీరు ఆవిరై ఆకాశంలో మేఘాలుగా మారుతాయి అనే విషయాన్ని ''సముద్రం అకాశానికి వెళ్ళినప్పుడు మేఘీకరణ పొందుతుంది''.

''సముద్రం, ఆకాశం పరస్పర రూపాంతరాలు చెందుతాయి/ ఒకదానొకటి అనంత దూరంలో ఉన్నట్టున్నా అంతరంగం ఒకటే/ సముద్ర తరంగాలే ఆకాశ మేఘాలు'' అంటే సముద్రం తన ఆత్మను ఆకాశంలోకి పంపుతుంది. ఆకాశం తన అంతరాత్మను సముద్రం మీదకు పంపుతుంది. ఈ భావాన్ని ''ఆకాశం వర్షించినప్పుడు సముద్రం పులకరిస్తుంది/ సముద్రం ఆవిరైనప్పుడు ఆకాశం హర్షిస్తుంది''ఇక్కడ ప్రకృతి ధర్మాన్ని మనం పసిగట్టవచ్చు. సముద్ర జలం ఆవిరై మేఘాలుగా రూపాంతరం చెంది, ఆకాశానికి ఒక రూపమిస్తాయి. తిరిగి మేఘాలు వర్షించి, సముద్రానికి రూపమిస్తాయి.

సముద్రం ఆవిరై ఆకాశంలో గాలికి కొట్టుకుపోతున్నప్పుడు అక్కాచెల్లెళ్ళ అనుబంధం కనిపిస్తుంది. ''భూమ్మీదనిలబడి చూచినపుడు/ ఆకాశానికి భూమికి/ భూమ్యాకాశాలంత దూరం ఉంటుంది'' ప్రకృతిలో సముద్రం ఆకాశం యిచ్చి పుచ్చుకొనే నైజాన్ని ఆవిష్కరించాడు కవి.

ఈ సువిశాల విశ్వంలో మనిషికి మించిన విశ్వాసఘాతకుడు మరొకడు లేడు. అన్నం పెట్టే కంటికే సున్నపెట్టడం ఎరిగిన దుర్మార్గం వాడిది. ఈ విషయాన్ని కవి "చెట్టు" కవితలో చెప్పకనే చెప్పాడు.

"చెట్టుపూసిన పువ్వులను తురుముకోండి
చెట్టు కాసిన కాయలను తినండి
చెట్టుకు కాసిన ఆకులను ఉపయోగించుకోండి
చెట్టును మాత్రం నరికేయకండి!" అంటారు.

చెట్టు అందించే పువ్వులు, కాయలు, ఆకులను ఉపయోగించుకోండి. దాన్ని మొదలంతా నరికి నాశనం చేయకండి అంటారు కవి.

ఈ భావాన్నే ఒక కవి చెప్తూ
" నవ్వులొలుకు నట్టి పువ్వులు పూయును
పసిబి బిడ్డ వంటి ఫలము నిచ్చు
పెరటిలోన చెట్టు పెంచరేల జనులు /" అంటాడు.

అట్లా ఉపయోగకరమైన చెట్లను నరకవద్దంటూ కవి వేడుకుంటున్నాడు. ఎందుకు స్వార్థపరులు చెట్లను నరుకుతారు?

"పచ్చనోట్ల కొరకు పచ్చని చెట్లను
స్వార్థబుద్ధి తోడ చావనరుక
వర్షమెట్లు కురియు వనహంతకులు కల్గ"

పచ్చనోట్ల కొరక చెట్లు నరికితే వర్షములు కురియవు వసుధ మీద అంటూ "పావనమయినట్టి ప్రకృతిని చెండాడి / స్వర్గసీమ కలలు సముచితమ్మె!
రక్షజేయ ప్రకృతి రమణీయ స్వర్గమౌ" ను అనే భావన మనుజులు గ్రహించాలి.

"ప్రకృతి రక్షణకిల పాటుబడుటమాని
కృత్రిమ వసతులను కూర్చుటనిన
మూల మిడిసి వెతకు మూర్ఖుల మాదిరే!" అనే విషయాన్ని మనిషి మరిచిపోకూడదు అంటాడు కవి.

సంపత్ కుమార్ 'ప్రకృతి' కవితలో "ప్రకృతిని ఎదిరించి, బెదిరించి/ గుప్పెట్లో పెట్టుకొన్న మానవుడా / జాగ్రత్తపడు, గర్వపడకు, ప్రకృతిముందు నీవెంత! అదిరించి, బెదిరించి, ప్రేమ లేకుండా బలత్కారంగా చేసినపని ఎంతో కాలం రాణించదు.

"ప్రకృతిని జూలు విదిల్చిందంటే / నీ టెక్నాలజీ / నీ టెక్నిక్కులు / 'టైటాన్' లా కుప్పకూలి పోవలసిందే!"

ఏదో నీమేధో టెక్నాలజీతో, టెక్నిక్కులతో ప్రకృతిని వశపరచుకున్నానని గాని, ప్రకృతిని వికృతం చేసి వినియోగించుకొంటున్నానని గాని, గర్వపడకు. ప్రకృతి జాలు విదిల్చి కన్ను తెరచిందంటే టైటాన్ షిప్‌లా కుప్పకూలిపోతావు అంటూ హెచ్చరిస్తాడు కవి.

''అనుభవాలు అనుభవాలుగా/ కుప్పలుపోసినా/ ప్రకృతిని అర్థంచేసుకోక పోవడానికి / అనుభవం చాలడం లేదు''.

ప్రకృతి శక్తి అనంతమైనది, చలనశీలమైనది, చైతన్యవంతమైనది. మానవుడు ప్రకృతిని పరీక్షించి సాధించిన అనుభవాలు ఎన్నటికీ సరిపోవు! ఎందుచేతనంటే సముద్రంలో కాకిరెట్టలా ప్రకృతిలోని అనుభవం అంతే! కనుక ప్రకృతిని జయించాలని విర్రవీగకు అనే భావన స్ఫురించేవిధంగా కవి తన కవితను వ్యక్తీకరించాడు.

ఇవాళ రియల్ ఎస్టేట్ వ్యాపారం వెర్రితలవేస్తుంది. పంట పొలాల్ని, చెరువుల్ని, కుంటల్ని మోటబావుల్ని పూడ్చి యిండ్లప్లాట్స్ వేస్తున్నారు. అసలే వర్షాభావం. అదునులో ఏదో వరుణుడు కరుణించి వర్షం పడినా నీరు నిలువ ఉండే చెరువు వుండదు. పర్యావరణాన్ని స్వార్థపూరిత ఆర్థిక సంపాదనకోసం అడ్డంగా బలిచేస్తున్నాడు. స్వార్థపరుల ఆగడాలను పట్టించుకునే నాధుడేడి? ఈ అంశాల్ని ''చెరువుశాపం'' కవితలో పొల్లుపోకుండా రాశాడు కవి సంపత్. కవి హృదయం ద్రవించి అక్షరమై ప్రవహించింది.

''చెరువులో అపార్ట్‌మెంట్ కట్టినప్పుడు/ చెరువుకడుపులో మట్టి గొట్టినప్పుడు/ అది ఎంతగా విలపించిందో/ ఎవరికి తెలుసు'' అంటూ చెరువును వ్యక్తిగా భావిస్తూ దాని విలాపాన్ని విన్నాడు కవి. పుష్పవిలాపాన్ని కరుణశ్రీ విన్నట్లు, చెరువు విలాపాన్ని సంపత్ విన్నాడు.

''చెట్టుకూడా ఏడుస్తుందని / సుభాష్ చెప్పినట్టు'' అంటూ చెట్టుకూడా మనిషిలాంటి జీవే. దానికి కూడా మనిషికున్నట్లు భావావేశాలు ఉంటాయి. కాకపోతే మాటల్లో చెప్పలేదని వృక్షశాస్త్రజ్ఞుడు బోస్ చెప్తాడు.

ఇక్కడ కవికి చెరువు కన్నీళ్ళు కనపడ్డాయి. చెరువు ఎంత విశ్వాసం కలదో, విశ్వాసం లేని మనిషికి చెప్తాడు కవి.

''విశ్వాసంగా ఉన్న చెరువు/ కుడి చేతికి/ ఎడమచేతికి/ నీళ్ళిచ్చి ఆదుకున్నందుకు'' విశ్వాస ఘాతకుడైన మనిషి ఏమి చేశాడో చెప్తూ ''ఒక్క నిమిషం కూడా ప్రతి విశ్వాసం చూపకుండా/ దాని కడుపులో గునపాలు గుచ్చారు'' బహుశ: ఆ దుర్మార్గులకు తెలీదు ''అది శపిస్తుందని వాళ్ళు ఊహించి ఉండరు''.

ఎప్పుడు తెలిసిందీ పెద్ద మనుషులకు చెరువులేని లోటు! అంటే... నాలుక పిడచకట్టిన తరువాత/ ఇక్కడ చెరువు ఉన్నట్టు గుర్తుకొస్తోంది కదూ! ''అంటూ చెరువు గట్టు చుట్టూ ఉన్న చెట్లు/ ఎవడి గొడ్డలికి బలయ్యాయో/ చెరువులో ఎవడు భువనాలను తాకే/ భవనాలను లేపాడో /

వాడు ఇప్పుడు కనిపించడు/ జేబులు నింపుకొని వాడు ఎప్పుడో/ విమనాల్లో పారిపోయాడు'' అంటూ రియల్ ఎస్టేటర్ నైజాన్ని వ్యక్తీకరించాడు కవి. ఇప్పుడు ఇబ్బంది ఎవరికీ అంటే.... ''ఇక్కడే ఉండి/ చెరువు తల్లి గుండెల మీద/ కూర్చున్న నీకే/ ఇప్పుడు నోరు ఎండి పోతోంది''.

ఒక్కక్షణమయినా/ నువ్వు ఇది నా చెరువు తల్లి/ నాదాహం తీర్చిన కల్పవల్లి/ నన్ను గుండెల కత్తుకున్న పాలవెల్లి/ నాకు బువ్వపెట్టిన అమ్మతల్లి/ అని తలపోసి ఉంటే'' ఇంత పని జరిగి ఉండేదా!

''నీ ఊరు మునిగి ఉండదు/ నీ నోరు ఎండి ఉండదు/ దిద్దుకోలేని తప్పుకు/ చెరువు ఇచ్చిన శాపం/ తప్పకుండా ఫలించింది/ ఫలితమిచ్చింది''.

ఇప్పుడు లబోదిబోమని మొత్తుకుంటే ఫలితమేముంది. చేతులు కాలాక ఆకులు పట్టుకున్నా లాభమేముంది. అయినా ''కాలిన చేతులకు పట్టుకోవడానికి/ ఆకులు కూడా లేవు/ అవి కూడా నీ ఆర్థిక ఆకలికి ఎప్పుడో/ రాలిపోయాయి'' అంటూ పర్యావరణాన్ని పాడుచేసుకున్నందు వలన కలిగే దుష్పరిణామాలను విప్పి చెప్పాడు కవి.

ప్రకృతిలో భాగమై ఉన్న ''ఎండ, వాన, చలి, గాలి, నీరు, నిప్పు, ఆకాశం, చెట్లు/ ఆకులు, పూలు, పక్షులు, జంతువులు, కొండలు, గుట్టలు, అడవులు, మట్టి, రాళ్ళు, నదులు, సముద్రాలు, చెరువులు, బావులు, పొలాలు, పంటలు/ అన్నీ ఒకదానితో ఒకటి/ విశ్వాసంగా ఉన్నంతకాలం/ నిశ్వాసానికి కొరతలేదు/ ''మనిషి అనే ఒకే ఒక బొట్టు కాలుష్యం/ వీటితో కలిసి/ ప్రకృతి ప్రశ్నార్థకమైంది'' అంటూ మనిషి ఎంత ప్రమాదమో తెలియజేస్తాడు కవి. కనుక మనం ''ప్రకృతి రక్షణకును పాటుబడుటమాని/ కృత్రిమ వసతులను కూర్చుటనిన/ మూల మిడిసి వెతకు మూర్ఖులమాదిరే'' అనే మాటలు నిత్య సత్యాలు.

''సూర్య చంద్రులేర చుట్టాలు భూమికి
వారి కెపుడు దయయె పగలు లేవు
చూడ నిదియెగాదె చుట్టరికంబన్న'' అన్నాడోకవి. అటువంటి భావాన్ని ''సేవ'' కవితలో సంపత్ వ్యక్తీకరించాడు. ''రాత్రంతా/ వెలిగిన చంద్రుడు/ ఉదయాన్నే లేచి/ ఇంకోచోట/ వెలగడానికి/ వెళుతునున్నాడు తప్ప/ సేద తీరడానికి కాదు! పగలంతా/నడిచిన సూర్యుడు/ రాత్రి అయిందని/ పడుకోవడానికి పోవడం లేదు/ ఇంకో తీరానికి నడకసాగిస్తాడు/ అక్కడా వెలుగు చూడానికి/ ఇతరులకు/ సేవచేసే వాళ్ళకు/ నిద్ర ఉండదు/ 'నిలకడ' ఉండదు'' అంటారు.

''సెలవు క్షణమడుగరు నెలజీతమడుగరు
నిర్విరామ కృషికి నెలవు వీరు

కార్యశూరులనగ సూర్య చంద్రులుగారె!'' అనే కవి భావనను సంపత్ భావనకు సరిపోల్చవచ్చును.

''మనకు ప్రకృతి నేర్పు మరియెన్నో పాఠాలు
నష్ట మనుచు నవియు నాశమనుచు
దుడుకు చిత్తమునను దోషిగా నెంతుము'' అన్న రీతిగా ప్రకృతి మనకు ఎన్నో పాఠాలు నేర్పిస్తుంది. వాటిని మనం అపార్థం చేసుకొని, మనకు నష్టం చేస్తుందని క్షణికంగా ఆలోచిస్తాం. ఈ భావనతో ''గుణపాఠం'' కవిత నడిచింది.

''వాన కాలం వస్తుంది / తడిసి ముద్ద చేస్తుంది
ఎండకాలం వస్తుంది / కాల్చి బూడిద చేస్తుంది
చలికాలం వస్తుంది / గజగజ వణికిస్తుంది
వసంత కాలం వస్తుంది / సంతోషాన్ని తెస్తుంది
సంవత్సరం పొడవునా / ఇన్ని పాఠాలు నేర్పిస్తూ ఉంటే / అన్ని తరగతులూ ఎగ్గొట్టి / నువ్వు జీవితంలో ఏం పాఠాలు నేర్చుకొంటావు!

ప్రకృతి రుతువుల్ని మారుస్తూ కాలంలో మార్పు తెస్తుంది. మారే కాలం మన ఆరోగ్యాన్ని సౌఖ్యాన్ని మేలును కోరుతుంది. అయితే మనం మారే కాలాన్ని అర్థం చేసుకోం. ఏది ఏమైనా....

ప్రకృతి నేర్పించడానికి తప్ప / శిక్షించడానికి కాదు
నువ్వు మరీ మొండికేస్తే తప్ప / బెత్తం పట్టుకొని
గుణ పాఠాలు నేర్పదు'' అంటూ ప్రకృతి మార్పులను రుతు ధర్మాన్ని తెలుసుకొని జీవించాలి. అట్లా కాదని ప్రకృతికి వికృతిని చేస్తాననే మనిషి మేధ ప్రకృతిని ధ్వంసం చేస్తుంది. ప్రకృతి అలిగి మనకు ఏదో ఒక రోజున గుణపాఠం నేర్పుతుంది. ఇదినిజం అంటాడు కవి. కనుక మనిషి ప్రకృతి నైజాన్ని కనిపెట్టి నడుచుకోవాలి. ప్రకృతి మనిషికి శత్రువు కాదు. పర్యావరణ పరిరక్షణతోనే మనిషికి భవిష్యత్తు ఉంటుంది.

8. దళిత దృక్పథమే ఆత్మఘోష

భారతీయ ఔన్నత్యాన్ని, హిందుత్వాన్ని దిగజార్చడానికి ప్రముఖమైన పాత్ర వహించింది కులవ్యవస్థ. స్వార్థపూరిత ఆధిపత్య కులాల్లో, అగ్రవర్ణాల్లో, కొందరు మేధావులుగా చలామణిలో వున్నారు. శూద్ర వర్ణాల్లో అంటరాని వర్ణాల సృష్టికి ఆజ్యంపోస్తూ, వెలివాడల సృష్టిగావించారు. అంటరాని తనాన్ని మంటలుగా మనుష్యులమధ్య రాజేశారు. ఈ దేశం మూలాలకు చీడపట్టించారు. విశృంఖలమైన వివక్షను కులాల మధ్య సృష్టించారు. భారతీయ సంస్కృతి బానిసత్వంలోకి నెట్టివేయబడిరది. పరదేశీయుల పాలనకు అగ్రవర్ణస్వార్థం, వర్ణ, వర్గాధి పత్యానికి ఊతమిచ్చిందనే చెప్పొచ్చు. శూద్ర వర్గంలోంచి విడగొట్టబడిన వారే దళితులు. కాల మార్పిడిలో చైతన్య వంతమైన అస్తిత్వ భావజాలం, అణగారిన వర్గమైన దళితవర్గంలో అగ్నిజ్వాలైలేచింది. సనాతన సంస్కృతిని ఎదురొడ్డి ప్రశ్నించింది. అగ్రవర్ణ అంధభావజాలాన్ని తీవ్రంగా మందలించింది. మనిషి తనానికి వెలుగు నిచ్చే చిరు దివ్వెను వెలిగించింది. అయినా వర్గవైషమ్యాలు మిన్నంటుతూనే ఉన్నాయి. నడుస్తున్న చరిత్రలో అస్తిత్వపోరాటాలు జరుగుతూనే ఉన్నాయి. వర్గ, వర్ణ సంఘర్షణల మూలాలను అవగాహనించుకొంటూ, అమోఘమైన ప్రేరణలతో దళితవాదం తల ఎగ్గట్టి, ఉజ్జ్వల కాంతిపుంజమై, ఉన్నిద్రకంఠమై మ్రోగింది. అలుపెరగని అక్షరరమై సాగింది.

భారతదేశంలో అనాదిగా తల్లి కడుపులోనుంచే కులం, మతం, రక్తమాంసాలుగా బిడ్డను అంటిపెట్టుకొని పుట్టడం ఆనవాయితైంది. మన ప్రమేయం లేకుండానే మన మొక కులానికో, మతానికో వారసులుగా జన్మించడం జరుగుతుంది.

ఆధునిక యుగంలో విద్యా, వైజ్ఞానిక మేధస్సు కారణంగా పలువురు అగ్రవర్ణంలో పుట్టినప్పటికి కుల వివక్ష చూపకుండా చట్టాన్ని న్యాయాన్ని గౌరవిస్తూ, దళితవర్గాల మీద అగ్రవర్ణాలు జరిపే అన్యాయాలను మానవతా దృష్టితో పరిశీలిస్తూ ఖండిస్తూ, దళిత వర్గాలకు వెన్నుదన్నుగా నిలబడడం జరుగుతుంది. దళిత వర్గాల న్యాయమైన పోరాటాల్లో భాగస్వాములైన అగ్రవర్ణస్తులు లేకపోలేదు.

ఎందరో అగ్రవర్ణాలకు సంబంధించిన మహానుభావులు వర్ణవివక్షా ఉచ్చులు తెంచేందుకు కవితా ఖడ్గధారులై ఉద్యమాలకు బాసటగా నిల్చినారు. కవితామూర్తులు దళితవర్గాల న్యాయసమ్మతమైన హక్కుల్ని కాపాడేందుకు అక్షరమై ప్రవహించారు. దళిత ఈస్తటిక్స్‌ను పట్టుకొని దళిత కవిత్వాన్ని కుల దురహంకారుల నషాళానికంటుకునే విధంగా రాస్తున్నారు. ఈ కోవకు

చెందిన కవి మాడభూషి సంపత్ కుమార్. కాలమార్పిడి గమనించి, మానవీయతా విలువలను వలువలుగా ధరిస్తూ, మానవులంతా ఒక్కటేననే అభ్యుదయ భావాలతో కుల మత వివక్షను వీడినవారు. ముఖ్యంగా సంపత్ కుమార్ తండ్రి కాలం నుండి కుల మత బేధాలను విడనాడి, మనుషులలోని మంచితనాన్ని ప్రేమిస్తూ, మానవత్వమే మనిషికి భూషణమనే తలంపుతో జీవిస్తున్నవారు. సంపత్ కుమార్ చిన్నతనంలో వారి యింట దారిద్ర్యం పిలిస్తే పలికేది. అనుదినం కరచాలనం చేస్తూ కలిసేతిరిగేది. సంపత్ కుమార్‌కు ఆకలి రుచి తెలుసు. కష్టాల కన్నీళ్ళ ఆరాటము తెలుసు. తాను జీవితంలో నిలదొక్కునేందుకు ఎంత కష్టపడిరది తెలుసు. అభ్యుదయ భావాలతో అక్షరాన్ని అట్టడుగు వర్గాల అభ్యున్నతిని కాంక్షిస్తూ ప్రయోగించాలనే భావానికి కట్టుబడి, ఉన్నందున దళిత వర్గాల అభ్యున్నతిని కాంక్షిస్తూ కవిత్వం రాశారు. ‘‘జీవితపు రహదారిలో సేత తీర్చే చెట్టు కవిత్వం’’ అని నమ్మి జడత్వం నుండి కవిత్వాన్ని పుట్టిస్తూ, కవిత్వంతో జడత్వాన్ని కదిలిస్తూ, దళితుల మీద అగ్రకులాల అమానుషమైన, దారుణమైన, అనాగరికమైన ఉన్మాదంతో పాల్పడే హింసను చూచి ఆవేశపూరితమైన భావాలతో వారి దుర్మార్గాల్ని ఖండిస్తూ కవిత్వం రాశాడు. నేడు దళితకవిత్వం రాసే దళిత కవులు కూడ దళితుల పుట్టుక చెప్తున్నారేకాని కాలప్రవాహంలో దళిత వర్గాల్ని తాకుతున్న కొత్తగాయాల్ని తడిమిచూచి, వాటి పలపరింపులను కవిత్వంలో పలకరించడం లేదు. దళిత వర్గాల సంఘర్షణా రూపాన్ని, దానిసారాన్ని అందుకొని కవులు స్పందించాలి. అప్పుడే సమస్యలకు పరిష్కారమార్గం దొరుకుతుంది. దారిలేదని నిలబడి నడిచి వచ్చిన దారినే పదే పదే పలికించినందు వలన లాభం ఉండకపోగా విన్నమాటలే వినడం విసుగుపుట్టిస్తుంది. కనుక దారిలేదని నిలబడడం భావదారిద్ర్యం, వెతుకలాటలోనే దారి దొరుకుతుందని సృజనాత్మకతాదృష్టితో వస్తువును నూతనత్వంలోకి తీసుకుపోవాల్సివుంది.

మాడభూషి సంపత్ కుమార్ కవిత్వం నినాదప్రాయమైనదికాదు. విద్యా ప్రాముఖ్యతకు అద్దంపట్టేదిగా ఉంటుంది. లోతుల్లోకెళ్లి పరిశీలిస్తే వీరి కవితాస్పందన నడుస్తున్న కాలాన్ని వ్యక్తీకరించేదిగా ఉంటుంది. ‘‘శత్రువుతో ప్రయాణం’’ కవితా సంపుటిలోని ‘‘రూపాంతరం’’ కవితనే పరిశీలిద్దాం. ఏ విధంగా దళితుల మీద అగ్రవర్ణాల వారు వివక్ష చూపిస్తున్నారో, అంటరాని వాడిగా చూస్తున్నారో మార్మికంగా చెప్పారు.

‘‘నేను పుస్తకమై పుడతా/ నీ చేతిలో ఉంటా/ నేను వేదమై పుడతా/ నీనోట్లో ఉంటా/ నేను మడిగుడ్డ నవుతా/ నీ నడుముకు చుట్టు కుంటా/ మనిషిగా ఉంటేనే కదా/ నువ్వు అంటకుండా ఉండేది. అంటూ మనుషుల్ని అంటరాని వారిగా ఆధిపత్యవర్గం భావిస్తుందనే భావాన్ని వ్యక్తీకరించారు. పుస్తకాన్ని చేతిలో, వేదాన్ని నోట్లో, మడిగుడ్డను నడుముకు, చుట్టూకునే వర్గం, బ్రాహ్మణ సమాజమేననే సత్యం అందరకూ అర్థమౌతుంది. కాని ‘‘బ్రాహ్మణులు’’ అనే పేరు చెప్పకుండానే, వారి ఆచార వ్యవహారాలు చెప్పి, వారిని పాఠకుల స్పృహకు తెస్తాడు కవి.

"రాయిగా మారుతా/ పూజలందు కొంటా/ చెట్టుగా మొలుస్తా/ నీళ్ళు పోయించు కొంటా/ మనిషిగా ఉంటేనే కదా! నువ్వు అంటకుండా ఉండేది. ఇక్కడ రాయి, చెట్టుగా పుట్టడమే నయం మనిషిగా పుట్టేకంటే, మనిషిని అంటరాదు అనే భావన కల్పించిన భావజాల వర్గీయులకు ఈ వాక్యాలు చెంపపెట్టుగా ఉంటాయి.

చివరకు కవిత్వం ఆఖరి స్టేంజాలో "రాతిలో మొక్క మొలకెత్తి నట్టు/ మనిషిలో మనసు మొలకెత్తినప్పుడు/ నేను మనిషిగా నిలబడతా/ మనిషి మారకపోతే/ మనిషిపైనే తిరగబడతా" అంటారు. ఇప్పుడు సమాజంలో కనిపించే పెత్తందారీ వర్గాలు, అధిక కులస్తులమని విర్రవీగే వర్గాలు, అంటరాని తనాన్ని ఒక వర్గానికి అంటగట్టి, వారిని వస్తువుల కంటే, హీనంగా చూచే వర్గాలు మనుషులుగా కనిపిస్తున్నారే కాని వారిలో "మనసు" లేదు అనే అంశాన్ని చెప్పకనే చెప్పాడు కవి. రాతిలో మొక్క మొలకెత్తినట్టు మనిషిలో మనసు మొలకెత్తాలి అనే ఆశాభావాన్ని వ్యక్తపరుస్తూ చివరకు తిరుగుబాటు ధోరణితో ఓ వాక్యం రాశాడు. "మనిషి మారకపోతే/ మనిషి పైనే తిరగబడతా" ఈ వాక్యం దళిత వర్గాలకు ఆయుష్షుపోసే వాక్యం. వారిలో "మేము మనుషులమే మమ్ముల అంటరానివారిగా ఎందుకు చూస్తారు! మీరు మనుషులేనా? అన్ని ప్రశ్నించే వాక్యమది. మనిషిగా మారండి! మమ్ములను మనుషులుగా భావించండి, సమాజంలో అంటరానితనాన్ని మంట కలపండి అనే వేడుకోలు ఈ కవిత్వంలో వుంది. అట్లే మీరు మనసులేని మనుషులుగా ఉంటే మేం మీ మీద తిరగబడక తప్పదు. మా అస్తిత్వాన్ని మేం కాపాడుకోక తప్పదు అనే హెచ్చరిక ఈ వాక్యంలో కనిపిస్తుంది. ఏది ఏమైనా మనిషి మనిషిగా రూపాంతరం చెందాలి. మనసు ఉన్న మనిషిగా ప్రవర్తించాలి అనే సందేశాన్ని కవి యిచ్చాడు.

"కుల నిర్మూలన" అనే కవితలో 'కుల నిర్మూలన' నినాదాలు మాత్రమే పాలక వర్గం నుంచి వినిపిస్తుంటాయి. విధానాలు మాత్రం మారవు. కంటి తుడుపు మాటలు కార్యాచరణలో ఉండడం లేదు. పాలక వర్గం, ఆధిపత్య వర్గాలు వారి వారి పనులు సజావుగా చక్కబెట్టుకోడానికి మాత్రమే కుల నిర్మూలన నినాదం వినిపిస్తుంటుంది.

ఎవరి కులాన్ని ఎవరు రద్దు చేస్తున్నారు. అధికార వర్గాల కులాన్ని ఎవరు రద్దుచేస్తున్నారు. అధికార వర్గాల కులాన్ని అట్టేపెట్టి బహుజన వర్గాల కులాల్ని రద్దు చేస్తున్నారా? వారి భావాల్లోని అంతరార్థాన్ని ఎరిగి మసలమంటాడు కవి.

"కుల నిర్మూలన అంటే/ వేరేవాడి కులాన్ని నిర్మూలించడమే/ అనే ఎత్తుగడతో కవిత్వం మొదలవుతుంది. "ఎన్నికలంటే నాకు/ కులాలు గుర్తొస్తాయి తప్ప/ ఓటర్లు గుర్తుకు రారు" అంటూ ప్రజాస్వామ్యం పరిరక్షణలో ప్రముఖ పాత్ర వహిస్తున్న ఎన్నికల్లో కూడా కులాల పాత్ర అధికంగా ప్రలోభితం చేస్తుంది ఓటర్లను. ఇంతకంటే దౌర్జన్యం ప్రజాస్వామ్యంలో మరొకటి ఉండదు అనేది కవిభావన. ఇక్కడో గమ్మత్తు ఉంది. ఇవాళ ఏ ప్రచారమూ లేకుండానే ఎవరిది ఏ

కులమో తెలిసి పోతుంది. ఇది ఎట్లా తెలుసు అంటే, తప్పుచేసిన వాడి కులాన్ని బట్టి సమర్థించడమో, విమర్శించడమో చేస్తుంటారు. అందుకే అంటారు ''ప్రతి ఒక్కడికీ/ నరాలు వాడి కులం వైపు లాగుతూ ఉంటాయి''. ఓట్లు వేసేటప్పుడు ''చెయ్యితనకు తానుగా వెళ్ళి/ అక్కడే ముద్ర వేస్తుంది/ కూడికలు, తీసివేతలు/ కులం వైపు నుంచే మొదలవుతాయి'' అంటూ ఎన్నికల్లో ఎక్కడ ఎన్ని ఓట్లు అభ్యర్థికి వచ్చేది కులాన్ని బట్టి లెక్కించడం అందరూ ఎరిగిన విషయమే కదా!

''కులాన్ని నిర్మూలించడమంటే/ ఎదుటివాడి కులాన్ని నిర్మూలించడమనే/ విషయాన్ని చాలా అలస్యంగా గ్రహించాను/ ఇన్నాళ్ళు కులం లేకుండా బతికినందుకు/ మూల్యం చెల్లించుకోవలసి వస్తుందని అనుకోలేదు'' అంటూ కవి మానవీయతా భావాన్ని తాను అనుసరించినందుకు కలిగే నష్టాన్ని ఎత్తి చూపాడు.

వెనుకబడిన కులాల్లో కావచ్చు, దళిత వర్గాల్లో కావచ్చు ''ఏ కులంలోనయినా/ ముందుకు అడుగువేసిన వాడు/ ముందుకు పోతూనే ఉంటాడు/ వెనక్కి తిరిగి చూడకుండా'' ఈ వాక్యాలు అక్షర సత్యాలు దళిత వర్గం నుండి తల ఎగ్గట్టి పెద్ద చదువులు చదివి ఉన్నతమైన ఉద్యోగంలో చేరి, కుటుంబాన్ని ఉన్నతంగా తీర్చి దిద్దుకొని, తనకేమి కొదవలేదు అనుకునే సందర్భంలోనూ తాను వచ్చిన మూలాల్ని గుర్తుచేసుకోడు. ''వెనక్కి తిరిగి చూస్తే తెలుస్తుంది/ తనవాళ్ళు ఎంత వెనుకబడి ఉన్నారో/ వెనక్కి తిరిగి చూడకుండా ఉండడమే/ అభివృద్ధికి ఆనవాలుగా నడుస్తూనే ఉంటాడు'' అంటే తన అభివృద్ధి వ్యక్తిగతమైనా తన కులమంతా అభివృద్ధి చెందిందనే మోసపూరిత భావనతో బతుకుతుంటాడు. మనిషి నైజాన్ని ప్రశ్నించాడు కవి. దళిత వర్గం నుండి కాని వెనుకబడిన వర్గాల నుండి కాని బాగా చదువుకొని ఉన్నతమైన పదవి అలంకరించి, పదిమంది పేదలకు సహాయ సహకారాలు అందించేదశలో వున్నా, తన మూలాలను తాను మరచిపోయి పెటీబూర్జువా లక్షణాలతో క్రిందివారిని పట్టించుకోరు. ''కుల నిర్మూలనలో ముందుగా ఎవడి కులంవైపు వాడు చూసుకుంటాడన్న ఆశ చావలేదు'' అంటూ కవి తన నిస్సహాయక స్థితిని వెలిబుచ్చుతాడు. ఏది ఏమైనా మనిషి మానవతా విలువలతో చైతన్యవంతుడైతే సమాజంలో ఎదురౌతున్న విధ్వంసక చర్యలను ఎదుర్కొంటాడు. అంతే కాని చెట్టు పేరు చెప్పి కాయలమ్ముకునే స్థితిలో మనిషి తయారైతే కులాల కుంపట్లు రాజుకుంటూనే ఉంటాయి. కుల మౌఢ్యం రాజ్యమేలుతూనే వుంటుంది.

దళిత నామాన్ని ఉచ్చరించకుండా అట్టడుగు వర్గాల అధోగతిని అద్భుతంగా ఆవిష్కరించిన కవిత ''స్వాతంత్ర్యం వచ్చేసింది'' స్వాతంత్ర్యం వచ్చినమాట వాస్తవమే కాని కొన్ని వర్గాలవారి జీవితాలు ఎక్కడ వేసిన గొంగళి అక్కడే అన్నట్లు ఏ విధమైన మార్పు రాలేదు.

దాన్ని కవి చెప్తూ

"అయ్యా!/ స్వాతంత్ర్యం రాలేదంటే/ మీ రొప్పుకోరని మాకు తెలుసు/ ఇటుచూడండి/ మేం బురదగుంటల్లో/ పందుల్లా ఎలా బతుకుతున్నామో/ సందట్లో సమారాధన/ కుక్కలు కూడా మాతో తింటున్నాయి/ విసిరేసిన ఎంగిలాకులు లాక్కొని" అంటూ నిరుపేదల దిక్కుమాలిన తనాన్ని దృశ్యమానం చేశాడు కవి. "పరవాలేదు/ఎలాగో ఒకలాగు కడుపు నిండితే చాలు అనుకొనే వాళ్ళే మావాళ్ళంతా" అంటూ కడుపు నిండి ఆకలి తీరితే అదే పరమావది అనుకునే వారు. అంటూ తమ అల్పసౌఖ్యానికి ఆనందపడే పేదవారి నైజాన్ని వ్యక్తపరుస్తాడు కవి.

ఇలా స్వాతంత్ర్యం వచ్చి ఏండ్లు గడిచాయి. ఏ మార్పురాలేదు "ఇంక మా వల్ల కాదు బాబోయ్/ ఊరిపెద్దలు నిప్పంటిస్తారు/ పూరిగుడిసెలే కదాని/ కులంగలోళ్ళు సమ్మె చేస్తారు/ పైకి వచ్చేస్తామోనని" అంటూ ఆవేదన వ్యక్తపరచే దళిత వర్గాల బాధను వ్యక్తీకరిస్తాడు కవి. చివరికి ఓ కోరిక కోరుతాడు.

"మమ్మల్ని/ ఇలా బతకనివ్వండి/ స్వాతంత్ర్యం వచ్చేసిందని/ ఒప్పేసు కుంటాం/" అంటారు. స్వాతంత్ర్య ఫలాలు అట్టడుగు వర్గాలకు అందటం లేదనేది కవిభావన. దళితవర్గాలు అని కవి సంబోధించకపోయినా ఆయన భావాల్ని అన్వయించుకోవచ్చును.

"చెప్పులు' అనే శీర్షికతో రాసిన కవిత దళితుల్ని ఉద్దేశించి రాసిన కవిత. దళితుల్లో మాదిగవారు చెప్పులు తయారు చేస్తారు. చెప్పులు తొడుగుకోకుండా బయటకు వెళ్ళలేము. అంటే బయటకు వెళ్ళేటప్పుడు చెప్పులు రక్షణగా నిలబడతాయి. ఈ విషయం తెలియకుండా చెప్పులు తయారుచేసిన దళితుణ్ణేకాదు చెప్పుల్ని కూడా ఇంట్లోకి రానివ్వరు అనే భావనతో`

"నన్నే కాదు/ నేను కుట్టిన చెప్పుల్ని కూడా/ వాడు బయటే వదిలేస్తాడు" అంటే దళితుని శ్రమను కూడా ఉపయోగించుకుని వివక్షత చూపుతూ ఇంట్లోకి రానివ్వరు. అనే భావన కలుగుతుంది పై వాక్యాలు చదివితే!

"కానీ వాణ్ణి/ అక్కడిదాకా తీసుకెళ్ళిందెవరు?" అనే బాకులాంటి ప్రశ్నవేస్తాడు దళితుడు. "ఇల్లు చేరాక/ చెప్పులు వదిలేయడం/ తరతరాలుగా అలవాటే/" అంట తరతరాలుగా వివక్ష కనపరుస్తున్న విషయాన్ని గుర్తు చేస్తాడు. కాని "చెప్పులు" లాగా దళితుల్ని సంభావిస్తూ రాయడంలో కవి ఆంతర్యం. "రక్షణచేయువాణ్ణి భక్షణ చేయకుమీ" అని చెప్పడమే.

"అయినా చెప్పులు/ విశ్వాసంగా/ అరుగు దగ్గరే కూర్చున్నాయి/ మళ్ళీ వాణ్ణి/ మోసు కెళ్ళడానికి" అనే వాక్యాల్లో దళిత జాతి నిజాయితీని వ్యక్తపరుస్తాడు. వారిని ఎంత తేలిగ్గా చూచినా వివక్ష కనపరిచినా వారి రక్షణలో దళితులు నిమగ్నమైపోతూనే వుంటారనే భావన. ఏది ఏమైనా ఈ కవితలోని చెప్పులతో దళితుల్ని అన్వయించడం ఒక కోణంలో నిజమేననిపించినా, మరోకోణంలో కొంత ఎబ్బెట్టుగా కనిపిస్తుందనిపిస్తుంది కాని, అది నిజం.

"నిజం" అనే కవిత నిజమైన కవిత. ఇందులో వ్యక్తీకరించిన అంశాలన్నీ పచ్చి నిజాలు.

"నేను చూసిన/ నా దేశంలో/ ఎన్ని యిజాలు` కులిజం, మతిజం, భాషిజం, ప్రాంతీయిజం/ లేదొక్కటే/ దేశిజం" అన్ని యిజాలు ఉన్నాయి కాని దేశభక్తి గల "దేశిజం" దేశంలో కనపడుటలేదు అంటాడు కవి.

"విద్యాలయాల గోడలపై/ చెక్కేసిన మతతత్వం/ విద్యార్థి హృదయ కుహరంలో/ ముసుగేసిన / కులతత్త్వం".

విజ్ఞానాన్ని ప్రసాదించి అజ్ఞానాన్ని పారద్రోలి సమాజాన్ని చైతన్యవంతుల్ని చేయాల్సింది పోయి కుల తత్వం విద్యార్థి హృదయ కుహరంలో పేరుకుపోయివుంది.

"ప్రజల గుండెల్లో అట్టడుగున చెలరేగినమతమౌఢ్యం" కవి చూశాడు. కుల తత్వం, మతమౌఢ్యం లోహపునాదులతో లేచినవి మనుషుల మనసుల్లో.

ఇంకా కవి పరికించిన ఈ దేశంలో "పాలకుల ప్రకటనల్లో/ వికటించెను/ భాషాతత్త్వం" అంటూ "బజారుల్లో బారుల్లో ప్రకటించెను సంకుచితత్త్వం" అంటే భాషాతత్త్వం వికటన మూలంగా "నే చూసిన నా దేశంలో / కప్పేసెను మొహాలను / ప్రాంతీయపు గోడలు/ తుంచేసెను బంధాలను / బార్డర్లో / వాడలు" అంటూ కవిత ముగిస్తాడు కవి.

కుల తత్త్వం, మతమౌఢ్యం మూల కారకాలుగా పేర్కొన్నాడు కవి. మనిషి తన స్వప్రయోజనాలకు కులాన్ని, మతాన్ని ఫణంగా పెట్టాడు. "స్వప్రయోజనాలకు / మనిషి ఫణంగా పెట్టంది మతాన్ని కులాన్ని కూడా / మనిషి మనుషులపై కత్తిగట్టాడు / మమతలపై కత్తి దూశాడు / సర్వమాన సంహారానికి సమాయత్తానికి సహకరిస్తున్న దృశ్యం కనిపిస్తుంది అని కవి తన కవితలో అభిప్రాయపడ్డాడు.

దళితుడు బలితుడు ఎలా అవుతాడో చెప్తూ ఒక ముక్తకంలో "దళితుడికొక దళితుడు/ తిరగబడితే / బలితుడు / మాదిగ దండోరా" అనే ముక్తకాన్ని ఎత్తి చూపాడు కవి. మాదిగ దండోరా ఏమి చెబుతుందంటే, బలితుడివిగా ఎదగాలంటే ముందు నీవు తిరగబడాలని...

ఇవాళ మనిషి అంటురోగంతోనూ, అంటరాని రోగంతోనూ బాధపడుతున్నాడు. "కులం" అనే కవితలో "రంగుకు / తిండికి / బట్టకు / భాషకు / వేషానికి / మోసానికి / చెట్టుకు / పుట్టకు / జంతువులకు / పక్షులకు / అన్నిటికీ / కులం / మతం అంటగట్టడానికి / మనిషి నిండా అంటురోగం ఉంది / అంటరాని రోగం ఉంది" అంటాడు కవి.

స్వాతంత్ర్యం వచ్చి ఇన్నేండ్లయినా, మనిషిని మనిషిగా చూడలేనితనం, అంటరాని తనం అంటురోగంగా ప్రబలుతుంది. అన్నింటికి కులం, మతాన్ని అంటగడుతూ మనిషి మనుగడకు మచ్చతెస్తున్నవైనాన్ని వ్యక్తీకరించాడు కవి. ఇది ఇవాళ మన దేశంలో నడుస్తున్న చరిత్ర అంటాడు కవి.

ప్రభుత్వం వారు మనుషుల్లో కావాలని వివక్షత సృష్టిస్తున్నారో! లేక మనుషులు ఎన్నటికి ఒకటి కాకూడదనే భేదభావాన్ని సృష్టించడానికి ఈ పని తలపెడుతున్నారో అర్థంకాదు. పేదలకు పక్కా ఇళ్ళు కట్టిస్తాం అంటూ ఇండ్ల స్థలాలు పంపిణీచేస్తారు. వాటిని ప్రభుత్వం సొమ్ముతో నిర్మిస్తారు. కాని తీరా యిండ్లు పూర్తయ్యి వారు ఇండ్లల్లో చేరేటప్పుడు, ఆ ఇండ్ల సముదాయానికి ఎస్.సి.కాలనీ, బి.సి.కాలనీ, డి.సి.కాలనీ అని నామకరణం చేస్తుంటారు. పేదలనందర్ని కలిపి కుల,మత, వర్గ ప్రాతిపదిక పరిగణనలోకి తీసుకోకుండా యిండ్లు కట్టియిచ్చిన దాఖాలాలు లేవు. కుల వివక్ష, మత వివక్ష ప్రభుత్వం సృష్టిస్తున్నట్లా! లేదా కుల పెద్దలు సృష్టిస్తున్నట్లా? తెలుసుకోవాల్సిన అవసరం వుంది. కాలనీలు పెట్టుకునేటప్పుడే, కులాలవారిగా విడగొట్టి కుల సంఘాలు ప్రభుత్వానికి అర్జీలు పెట్టుకుంటారు. ఆ అర్జీల ప్రకారం ఒక కులస్థులకు ఒకేచోట పట్టాలు యిస్తారు. యిండ్లు కూడ కట్టించి యిస్తాడు.

నిరుపేదలగా వున్న వారి లిస్ట్ తయారుచేసి, అందర్నీ కలిపి ఒక చోట పట్టాల్ని యిచ్చి, అన్ని కులాల వారు కలసి వుండే రీతిగా ప్రభుత్వం వారు చేయవచ్చును. కాని ప్రభుత్వం జనాన్ని విడగొట్టి వారిలో అంత: కలహాలు సృష్టించి, వారి ఏజెంట్ల ద్వారా విడివిడిగా వారిని కూడగట్టి ఓట్లు దండుకోవడం ఆనవాయితీ అయిపోయింది. కులాల కుమ్ములాటల్ని ప్రభుత్వం వారే రేకెత్తిస్తున్నారు. కులాల మధ్య వివక్షత వాళ్ళే సృష్టిస్తున్నారు అనేది నగ్న సత్యం.

''పక్కాఇళ్ళు'' శీర్షికతో నాలుగు పాదాలుగా రాసిన కవిత ఎంతో విస్తృతమైన సమాచారాన్ని అందిస్తుంది.

''పక్కా ఇళ్ళు తప్ప
పక్కనే ఇళ్ళు కట్టలేకపోయారు
అంటరాని విషయంలో
అంటీ ముట్టనట్టున్నారు!'' అనడం కులాలను కలిపే విధంగా పక్కా ఇళ్ళు ప్రభుత్వం వారు నిర్మించడం లేదు. ఏ కులానికి ఆ కులం వేరు వేరుగా ఉండే విధంగా కులానికో కాలనీ కట్టిస్తున్నారు. ఇది కులవ్యవస్థను కాపాడే విధంగా ఉంది అనేది కవి భావన.

పక్కా ఇళ్ళు అంటారు పక్క పక్కన కులరహితంగా ఇళ్ళు కట్టడం లేదు. అంటరాని విషయంలో ప్రభుత్వం వారు 'అంటీ ముట్టనట్టున్నారు'' అనడం ఎంతైనా సత్యవాక్కులుగా చెప్పుకోవచ్చు.

ఈ చిన్ని కవితలో ఎంతో అర్థం ఇమిడివుంది. ప్రభుత్వం పూనుకొని చేస్తున్న పక్కా ఇళ్ళ నిర్మాణంలోనూ, వివక్షత కనిపిస్తుంది. అడుగడుగునా అంటరానితనం కనిపిస్తుంది. జనమంతా సమానమనే భావన కనిపించడం లేదు. కులాల పోరు రాజేసే విధంగా కులసహిత కాలనీలు వెలుస్తున్నాయి. వీటి వలన కులాల పోరు సమసిపోదు అనేది నగ్న సత్యం.

కుల వివక్ష కూడా ఒక్కోసారి వలసకు కారణమవుతుంది. అగ్రకులాలవారు దళితవర్గాలు, వారి మాటకు అణగిమణగి ఉండి వారు చెప్పిన పని చేయడం లేదనేమిషతో దళితుల మీద దాడులు చేస్తుంటారు. దళితులకు కండబలమున్నా ధనబలముండదు. వారిలో ఏదో తెలియని న్యూనతా భావం భయం వారిని పిరికివారుగా మారుస్తుంటాయి. అందుచేత ఊరు విడిచి పారిపోతుంటారు. భార్యా పిల్లలతో ఏదో దూరప్రాంతంలో కూలి చేసుకొని బ్రతకవచ్చుననే ధీమాతో వలసవెళుతుంటారు. వలసలు ఎన్ని విధాలుగా ఉంటాయో, 'వలస' కవితలో మాడభూషివారు వివరంగానే చెప్పారు.

"అనాది కాలంలో నీళ్ళకోసం/ ప్రారంభమయిన వలస సొంత నేలమీద/ కాళ్ళు నిలపడానికి తావులేక/ కొందరు పుట్టిన గడ్డమీదే/ వివక్షకుగురై/ అణగారినవారు/ కొందరు" పొట్టచేత బట్టుకొని వలసలు పోతుంటారు. కొందరు "జన్మభూమి మీద/ స్వేచ్ఛకోసం/ పోరాడి నందుకు/ శిక్షగా కొందరు" వలసలు పోతుంటారు. వీళ్ళంతా ఒకే కారణంతో వలసలు పోవడం లేదు. వివక్షకు గురై వలసపోయే జనం ఎక్కువగా దళితులే వుంటారు. దళిత వర్గాన్ని వారి పేదరికాన్ని ఆసరాగా తీసుకొని అగ్ర కులస్థులు పనులు చేయించుకుంటూ బానిసలుగా ట్రీట్ చేస్తుంటారు. శ్రమకు తగిన ఫలితాన్ని అందించరు. కష్టం చేసినా కడుపు మాడుతుంది. కఠినమైన ఆసామి మాటలు వినలేక తలపగులుతుంది అనుకొని, చివరకు ఉన్న ఊరువదిలి పట్టణాలకేసి వలసపోతుంటారు. ఈ విధంగా వలస జీవితం మొదలవుతుంది.

కులాన్ని విసర్జించలేని తనాన్ని ఎంత గొప్పగా చెప్పాడు కవి. "కులం కన్నా/ మలమేగొప్ప/ మలాన్ని విసర్జించగలుగుతున్నాం" అంటూ మనం అసహ్యించుకునే 'మలం', 'కులం' కంటే గొప్పగా చెప్పడం వలన కులం పేరు చెప్పుకొని విర్రవీగే దొరలకు కొంతైనా కనువిప్పు కలుగుతుందనే దృష్టి కవిలో కలిగి ఉండవచ్చు. అందుకే అంత పరుషంగా అనగలిగాడు కవి. కుల నిర్మూలన కాకుండా మనకు భవిత లేదు అనే అంశాన్ని నొక్కి చెప్పినట్లుగా ఉంది ఈ కవిత.

పాకీ పనివారిని చూచి దూరంగా తొలగిపోయే జనం ఈనాటికీ కనిపిస్తుంటారు. వారిని అంటరాని వారుగా చూస్తుంటారు. 'విసర్జన' కవితలో

"ఎవడి విసర్జన/ వాడికే అసహ్యం/ ఎవడిదో విసర్జన/ అసహ్యించు కోకుండా/ శుభ్రంచేసి/ వాణ్ణి సంతోషపెట్టడం/ అదిశిక్షా? ఉద్యోగమా? శిక్షణే ఉద్యోగంగా మార్చి ఏమార్చే వాళ్ళు `శిక్షణే ఉద్యోగంగా చేసి తరించేవాళ్ళు/ ఎవడిది వాడు/ కడుక్కోవడం ఇప్పుడిప్పుడేగదా/ ప్రారంభమయింది/ ఒకనాడు మల మూత్రాల్లో మునిగితే/ బిడ్డను కడిగి/ బంగారమని ముద్దుపెట్టుకొని/ మురిసిపోయే తల్లిలాంటి/ పాకీని అంటరానిదని నిషేధం".

మల మూత్రాలను శుభ్రపరచే ఆమెలో కనిపించే ఔదార్యం ప్రేమను మెచ్చుకొని, హత్తుకునేది పోయి ఆమెను అంటరాని దానిగా చూడడం ఎంత దురదృష్టమో అంటాడు కవి.

విచక్షణా జ్ఞానం లేని వివక్షత తగదు అనేది కవి భావన. కష్టించి అందరూ చేయలేని పాకీ పనిని చేస్తున్న వాళ్లను అభినందించాలి. అందరిలో ఒకరిగా వారిని కలుపుకొని పోవాలి. ఇది మానవత అంటే, అనే భావన కవిది.

ఎంత దుర్మార్గం తాండవిస్తుందండి, ఈ దేశంలో. దేశ రక్షణలో అసువులు బాసిన వీరజవాన్ ధైర్య సాహసాలకు మెచ్చి అంతా వేనోళ్ళ పొగడిన వారే మరసటి రోజు ఆ వీరజవాన్ అగ్రకులస్తుడు కాడు, దళితవర్గం వాడు అని తెలిసి ''అభినందనల పరుగునుంచి/ చల్లగా జారుకున్నారు''. ఒకచో ఆ వీరజవాన్ ఏ కులంవాడో అంతుబట్టక, మన కులం వాడు కానప్పుడు మనం అభినందించేదేంది? అనే నిరాశతోను అభినందనల పరుగునుంచి చల్లగా జారుకుంటాడు.

''మొదటిరోజు ఎవరెస్టుకు చేరిన/ అభినందనల గ్రాపు/ మూడో రోజుకు/ కన్యాకుమారికి దిగిపోతుంది/ దేశభక్తికి కూడా/ కులమే కొలమానం'' అనుకునే సమాజంలో మనం బతుకుతున్నాం. కులాన్ని శౌర్యానికి, వీరత్వానికి ధైర్యసాహసాలకు అంట గట్టే దౌర్భాగ్యపు మనస్తత్వాలున్న సమాజం మనది. ఈ వైఖరిని పరిహరించుకోవాల్సిన అవసరం ఎంతైనావుంది అనేది కవిభావన.

దళితుల్ని అంటరాని వారనుచూ, తక్కువ కులస్థులనుచూ వివక్ష చూపించడం మానవతకు మచ్చగా భావించాలి. ఏది ఏమైనా సమాజంలో ఒక వర్గాన్ని అణచి వేయచూడడం ధర్మవిరుద్ధం.

''అణచి వేత కూడా అగ్నియై దహియించి
అదును దొరకు దనుక నాగి యుండి
నివురు గప్పియున్న నిప్పు రగలినట్లు'' అనే కవి భావన అక్షరాల భవిష్యత్తులో కార్యరూపం దాలుస్తుంది. కనుక కులాల కుళ్ళు మతాల మౌఢ్యాన్ని ఎంత త్వరగా విసర్జిస్తే అంతమంచిది సమాజానికి అనే భావనతో సంపత్ కుమార్ దళితవర్గాన్ని సమర్థిస్తూ కవిత్వం రాశాడు.

9. అరాచక రాజకీయాలను అంటగాల్చే అగ్నిజ్వాల

'నీతి లేని యట్టి నిలకడ లేనట్టి
రాజకీయు లేల రాజ్యమందు
కొమ్మలెక్కి ఊగు కోతులమాదిరి
కుర్చీ యెక్కి కులుకు కుటిల మతులు'' అనినటువంటి కవి వాక్కులు అక్షరాల సత్యం. నేడు రాజకీయులు స్కాముల్లో స్వాములుగా వెలుగుతున్నారు. ప్రజాస్వామ్య విలువల్ని దిగజార్చే విధంగా స్వార్థం పరాకాష్టకు చేరింది. ప్రజాస్వామ్యంలోని ప్రశాంతత అల్లకల్లోలం కావడానికి రాజకీయం కీలకమై కూర్చుంది.

సంపత్ కుమార్ రాసిన 'విరుగుడు' కవితలో నేటి రాజకీయాన్ని ఎక్స్‌రే తీసినట్టుగా వివరించారు.

''రాజకీయం / సమస్యల్ని సృష్టిస్తుంది/ సంఘర్షణను ప్రేరేపిస్తుంది / అంతరాలను కల్పిస్తుంది/ అవకాశావాదాన్ని/ ఆశావాదానికి/ పర్యాయమంటుంది/ నిలదీస్తే/ అర్థపరిణామమంటుంది / జీవితాలకే/ అర్థం లేకుండా చేస్తుంది'' అంటారు.

రాజకీయం నేడు సమాజంలో అనైక్యతకు అజ్యం పోస్తుంది. జనాన్ని విడగొట్టి బతకాలనుకుంటుంది. ''ఐక్యతకూ / అనైక్యతకూ / అంతరం అక్షరాల్లో / అనల్పమైనా / అర్థంలో మాత్రం/ విపరీతం/ విపరీతం జరక్కముందే/ జనం నాడుల్లోకి/ విషం పాకకముందే/ విరుగుడు మందు వాడాలి'' అంటూ నిజమైన నీతిగల ప్రజాస్వామ్యవాదులైన రాజకీయులకు ఓ హెచ్చరిక చేస్తాడు కవి.

ప్రజాస్వామ్యాన్ని పరిరక్షించుకోవాలంటే తగిన చర్యలను తగిన కాలంలో తీసుకోవాలి. అట్లా తీసుకోకపోతే ''ఆకులూ కూడా/ కాలాక/ చేతులు చూసుకుంటే/ ప్రయోజనం లేదు'' అంటారు.

రాజకీయం వ్యాపారమైన తర్వాత అక్రమసంపాదన పరులంతా కోట్లకుపడగలెత్తారు. వారి సంపద రక్షిచుకోడానికి రాజకీయం రక్షణ కావాలి. అందుకే అక్రమదారులు రాజకీయాన్ని ఆశ్రయిస్తున్నారు. వారు బకాసురుల్లా దోపిడీ సొమ్ముకోసం ఆవురావురమంటున్నారు.

''అదిగో అల్లంత దూరాన / బకాసురుడు

ఆవురావురుమంటున్నాడు / అధికారంకోసం''

వాడు అధికారాన్ని హస్తగతం చేసుకుంటే ఒక్కొక్కర్ని చివరకు అందర్నీ మింగుతాడు.

''ఈరోజు వాడు / రేపు నేను / ఎల్లుండి నువ్వు / ఆదమరచి ఉంటే / అందర్నీ ఒకేసారి త్రేన్చగలడు'' అంటారు. అటువంటి రాజకీయ నాయకులకు అవకాశమే యివ్వకూడదు. కనుక ప్రజలంతా ఐక్యతతో పోరాడి వారిని తరిమి కొట్టాలి. కనుక ''చేతులు కలిపి సాధించలేంది / కత్తులు దూసి గెలవగలమా? / ఆత్మావలోకనంలో / అంతా స్వచ్ఛమే / ఆత్మాశ్రయంలో / అంతా స్వార్థమే / గమనించాలి. ''రాజకీయపు చెలగాటంలో / చెదపురుగులే ముదుండి / జైకొడతాయి. ఈ రాజకీయ నాయకులను అభినందించేవారు జైకొట్టేవారు పరులసొమ్ము కొరకు ప్రాకులాడేవారు. రాజకీయ నాయకుల మోచేతి క్రింద నీళ్ళు త్రాగేవారు. వారి తాబేదార్లు కనుక వారిని గూర్చి తెలుసుకోండి లేకపోతే దు:ఖ బాధితులమవుతాము. వారి నైజాన్ని ''గ్రహిస్తే గెలుస్తాం / మరిస్తే విలపిస్తాం'' తేల్చుకోండి అంటూ జనాన్ని హెచ్చరిస్తాడు కవి.

జాతీయ రాజకీయాలు అటు ఉంచండి. అంతర్ జాతీయ రాజకీయాలు చూచినా రాజ్యకాంక్షతో రగిలే రాజకీయమే దర్శనమిస్తుంది. జన్మభూమి విముక్తికి ప్రాణాలు అర్పించే త్యాగధనులైన యువత కనిపిస్తుంది.

''పాలస్తీనా దృశ్యాలు'' కవితలో ''రమ్యమయిన / జీవితాన / రక్తపుటేరులు పారించిన / రణతంత్రపు కుతంత్రాలు'' గమనించవచ్చును. ఒకదేశంపై మరోదేశం స్వార్థబుద్ధితో పెత్తనం చేయాలనుకోవడం అగ్రదేశాల విధానమైంది. పేరుకు అగ్రదేశాలు, నిజానికి ఉగ్రవాదుల్ని తయారుచేస్తున్న, కపట రాజకీయంతో బడుగుదేశాల అస్తిత్వాన్ని కాలరాయడానికి నడుము కడుతున్న బడా బూర్జువాలు వారు.

అనవసరంగా శాంతియుతంగా జనజీవనం సాగిపోతున్న దేశంలో యుద్ధం సృష్టిస్తారు. విభజనకు తెరలేపుతారు. దేశంలో యుద్ధం మొదలైంది అంటే ఎంత భీభత్సంగా ఉంటుందో ''జన్మభూమి విముక్తికి / పోరాడిన కన్నతల్లి శవం మీద / పాలకై పరితపించే పసిపాప /'' యుద్ధంలో తల్లి పోరాడి చనిపోయింది. పసిపాప ప్రక్కనేవుంది. ఆకలి అవుతుంది. తల్లి శవంమీదకు పాకి పాలకై వెతుకుతుంది. కవి బొమ్మకట్టించిన చిత్రీకరణ పాఠకులకు కళ్ళు చెమ్మగిల్లుతాయి. ''త్యాగధనుడు మగడి / మార్గాన్ని అనుసరిస్తూ కన్నకొడుకును / కదనానికి పంపుతున్న వీరమాత'' యుద్ధం ఎవరికోసం వచ్చింది. ఎవడు కవ్వించింది. ఎవడు యుద్ధంలో చస్తున్నాడు గమనించాలి.

వీరమాత త్యాగం, ఆమె దేశభక్తి, ఎంత గొప్పదో పైన చెప్పిన కవి వాక్యాలు తేటతెల్లం చేస్తాయి. ఒక ప్రక్క యుద్ధంలో భర్త అసువులుబాశాడు. భర్తత్యాగాన్ని అనుసరిస్తూ, కన్న కొడుకును కదనానికి పురిగొల్పే వీరమాత మనకు దర్శనమిస్తుంది.

ఇదంతా "అధికారపు విషజ్వాలల/ రాక్షస కౌగిలిలో మసిబారిన/ అమాయక ప్రజాకంకాళాలు" యుద్ధంలో అమాయకప్రజలే అసువులు బాస్తారు.

రాజకీయం "రమ్యమయిన జీవితాన రక్తపు టేరులు పారించింది. అగ్రదేశాలు తమ ఆధిపత్యాన్ని నిలుపుకోడానికి యుద్ధాన్ని సృష్టిస్తూ, ఒక వర్గం వైపున నిలబడి సహాయపడినట్లు వారు తయారు చేసిన ఆయుధాలు అమ్ముకుంటారు. ఈ విధంగా సాగిందే పాలస్తీనా యుద్ధం.

"ఇజ్రాయిల్ హస్తాలతో / విషాన్నం తినిపిస్తున్న అమెరికన్ల / కెదురొడ్డిన యువకిశోరాలు రణంలో దుముకటానికి ముందుకువస్తున్నారు. అగ్రరాజ్య కుతంత్రాలను అడ్డుకునేందుకు నడుం కడుతున్నారు.

"పాలస్తీనా దృశ్యాలు" కవితలో అధికార దాహంతో రాజ్య పాలకులు ఏవిధంగా యుద్ధాల్ని సృష్టించేది చెప్పారు. "తడిగుండెల మాటున రగులుతున్న మాతృస్వేచ్ఛ జయకేతన ఎగరేసే దృశ్యాన్ని అద్భుతంగా ఊహాజనితంగా ఆవిష్కరించాడు కవి.

రాజకీయుల స్వార్థం దోపిడీని పురిగొల్పి ధనార్జనే ధ్యేయంగా ఉన్నప్పుడు "మనిషి విలువ/ రూపాయలులాగా పడిపోతూనే ఉంది/ అందుకే నేడు మనిషి విలువలను డాలరుతో కొలుస్తున్నారు. అతను ఎన్ని ఎంబీలో తెలుసుకొని మర్యాదివ్వడం జరుగుతుందని "విలువ" కవితలో వ్యక్తీకరించాడు కవి.

"అందరూ రాజ్యాధికారం కోసమే `తమ అధికారంలోనే సమత్వమంటారు / అధికారం వచ్చిన తరువాత అక్రమసంపాదనతో "కొమ్మలేని చెట్టులా పెరిగిపోయే వైనాన్ని కవి "సమాజం" కవితలో చెప్పాడు.

"మనం ఎప్పుడూ / అసమ సమాజంలోనే పయనిస్తూ ఉంటాం / పట్టాల్లా ప్రవహించడం తప్ప జంక్షన్ రానేరాదు / రంగుల రాట్నంలో / స్థితులు / మారడం తప్ప / గతులు మారడంలేదు / "జనజీవనం ఎప్పుడూ అధోగతిలోనే తిరుగుతుంది. గతులు మారిన దాఖలాలు ల్లేవు. మన సమాజం అసమ సమాజంగానే దర్శనమిస్తుంటుంది. ఎన్ని సంవత్సరాలు గడిచినా మనిషి స్థితి మారుతున్నట్లు గతి మారడం లేదు. అసమానతలు దినదిన ప్రవర్ధమానంగా పెరిగిపోతూనే ఉన్నాయి. రాజ్యాధికారం మీద దృష్టి నిలిపి ప్రజాసేవ చేస్తున్నట్లు నటిస్తున్న రాజకీయనాయకులు అంతటా కనిపిస్తున్నారు. మనిషి స్థితిమారాలి గతి మారాలి అనేది కవి భావన.

ఒకదేశం స్వేచ్ఛ స్వాతంత్ర్యాలతో వెలుగులీనుతుంటుందో, సమానత్వం సౌభ్రాతృత్వంతో ఐకమత్యంతో అలరారుతుంటుందో, దేశభక్తి త్యాగనిరతి గల ప్రజాసందోహంతో ప్రజ్వరిల్లుతుంటుందో, అట్టి దేశపు జాతీయ జెండా నింగిని తాకే ఆనందంతో, దేశం నాలుగు దిక్కులా పొంగి పొర్లే శాంతి అహింసలతో సంతృప్తికరంగా నింగిలో రెపరెపలాడుతుంటుంది. కాని దేశ పరిస్థితి దిగజారి దౌర్భాగ్యాన్ని, దౌర్జన్యాన్ని, ఊసరవెల్లితనాన్ని, మోస్తున్న దేశంలో జెండా.....

జెండా వంగి/ వాడి మొలతాడుకు చుట్టుకొంది/ ఈ దేశపు దౌర్భాగ్యాన్ని దర్శించలేక'' జెండా వంగి/ గుండా గిరికి సలాం చేస్తోంది/ ఈ దేశంలోని దౌర్జన్యాన్ని ఎదిరించలేక/ జెండా రంగులు మార్చుకొంటోంది/ రాజకీయపు ఊసరవెల్లిని పసిగట్టలేక/ జెండా గింజుకొంటోంది/ కట్లు విప్పుకొని/ స్వేచ్ఛగా ఎగరడానికి''

దేశ పౌరుల దుస్థితి చూసి దేశానాయకుల స్వార్థాన్ని చూచి జెండా తలదించుకొంటుంది. జెండా ఎప్పుడూ ''నీ వందనం కోసం చూడ్డంలేదు/ దేశాన్ని నందనంగా మార్చేవాణ్ణి/ అభినందించడం కోసం చూస్తోంది'' మొక్కుబడి జెండా వందనాలు ప్రభుత్వం చేస్తుంటోంది. నీతి నిజాయితీ లేని వారి జెండా వందనాలు నా కవసరం లేదూ అని తెగేసి చెబుతుంది.

మనం ముఖ్యంగా గుర్తుపెట్టుకోవలసింది ఏమిటంటే జెండా ఎప్పుడూ దేశాన్ని నందనంగా మార్చేవాణ్ణి అభినందించడంకోసం చూస్తుంటుందని. ''జెండా/ మీటరు గుడ్డకాదు/ లక్షల మంది/ ప్రాణత్యాగం చేసి కన్నబిడ్డ'' అనే విషయాన్ని మరచిపోకూడదు. ఈ కవిత రాజకీయనాయకులు చెవుల్లో దూరితే, చైతన్యవంతులవుతారు.

ఈవేళ నడుస్తున్న రాజకీయాన్ని గురించి ''ఇజాలు మారాయి'' కవితలో ఎత్తి చూపాడు కవి. రాజకీయం ఏ విధంగా మారిందో చెప్తూ ''ఇప్పుడు దేశాన్నేలుతున్నది/ రౌడియిజం, దాదాయిజమే/ రంకుకీ రాజకీయానికి అభేదం/ అని తేల్చిపారేశాడు కవి. ''ప్రజాస్వామ్య బురఖాలో/ కాలం పరుగెడుతున్నది/ ధనస్వామ్యం జేబులోకే'' పాలకులు ప్రజాస్వామ్యవాదుల్లా ముసుగులో కనిపిస్తుంటారు. కాలం పరుగెత్తేది ధన స్వామ్యం జేబులోకే. ప్రజాస్వామ్యం పేరుకు మాత్రమే/ పెత్తనం పెత్తనం దార్లదే/ ధనవంతుల చేతుల్లో రాజకీయం బంధీ అయివున్నది. వాళ్ళు ఆడమన్నట్లు ఆడుతుంది.

కవిత్వం కూడా పాపులర్ కావాలంటే పాలకుల ఆశీస్సులుండాలి. పాలకుల ఆశీస్సులు కవికి దక్కాలంటే రాజకీయులు ఆడే ఆటకు కవిత్వం వంతపాడాలి.రాజకీయులు వారి అవసరాన్ని బట్టి అధికారదాహంతో ఏర్పాడు వాదులుగా, కులమత భేదాల్ని సృష్టిస్తుంటారు. కవులు కూడా వేర్పాటువాదాన్ని సమర్థిస్తూ, కులమత భేదాల కుమ్ములాటకు విషయాన్ని అందిస్తూ కవిత్వం రాస్తుంటారు. వీరి కవిత్వం రాజకీయనాయకుల దృష్టికిపోతే వీరికి సన్మానాలు సత్కారాలు ఉంటాయి. ఈ రోజు రాజకీయపు లాభాలకు లోనుకాని కవులు అరుదుగా కనిపిస్తుంటారు.

''భాషాభేషజాలు/ వేర్పాటు వాదాలు/ కుల మత భేదాలు/ పాపులారిటీ కవిత్వానికి అధారాలు'' అనే కవిమాట నిత్యసత్యం.

దేశంలో జరిగిన అప్రజాస్వామిక సంఘటనలను గూర్చి కవి ఎత్తి చూపుతూ

''అయోధ్య మసీదు/ మానసికంగా కుంగదీస్తే/ గోదారైలు/ మానవత్వాన్నే కూల్చేసింది/ చుండూరులో ఊచకోత కోస్తే/ కారంచేడులో కడుపుకోత నింపింది'' అంటూ కవి

బాబ్రీమసీదు సంగతి, గోదారైలు ప్రమాదం సంగతి/ దళితుల మీద జరిగిన చుండూరు, కారంచేడుల్లో దాడులు ప్రస్తావించాడు. ఇవన్నీ అప్రజాస్వామిక కార్యకలాపాలు. వీటివెనుక ఉంది రాజకీయాలే.

దేశంలో రాష్ట్రాల మధ్య తలెత్తిన నదీజలాల పంపిణీ విషయంలో పెద్దరాజకీయమే నడుస్తుంది. ''నదుల మధ్య సమరం తప్ప/ సంధిలేదు/ నీటిక్కూడా అంటరానితనం/ ఆకాశంపై దేశాలు/ నదులపైన రాష్ట్రాలు ఆంక్షలు విధిస్తున్నాయి. ఆకాశంపై దేశాలు ఆంక్షలు అంటే ఒకదేశం భూభాగం ఆకాశంపై మరో దేశపు విమానం ఎగరకూడదు దీనికి ఎన్నో ఆంక్షలు పెడుతున్నారు.

రాజకీయం బలహీన పడడంవలన దళారుల దందా ఎక్కువైయింది. వ్యాపారస్థులు రైతు కష్టాన్ని దోచుకోడానికి జిత్తులమారి ప్లాన్స్ వేస్తుంటారు. అందుకే కవి అంటాడు ''రైతును బజార్లో నిలబెట్టి / వేలం వేస్తున్న కాలం ఇది'' అంటూ స్త్రీలను కూడా అవమానకర స్థితిలోకి తెస్తున్నారు.

''స్త్రీలను బజారు సరుకుగా/ మారుస్తున్న కాలం ఇది/ దీనివెనుక వో వ్యసనం గూడుకట్టుకొని వుంది అది సెల్‌ను ఇష్టాను సారంగా విపరీతంగా అడ్డూ ఆపులేకుండా ఉపయోగించడం.

సెల్ ధర తగ్గితే అవసరం లేకపోయినా 'సెల్' కొనడం, ''ధరలు తగ్గించి ఎలక్ట్రానిక్స్ అంటగట్టడం. అదే విధంగా మార్కెట్‌లో నిత్యావసర వస్తువుల ధరలు పెంచి సామాన్య మానవునికి అందుబాటులో లేకుండా చేయడం. క్రెడిట్ కార్డుల మాయాజాలంలో అందరూ పడుతూనే ఉన్నారు.

''ఆదాయంతో సంబంధం లేకుండా
అవసరంతో నిమిత్తం లేకుండా
అందరికీ కార్డుల రూపంలో క్రెడిట్''

ఇక చదువుల విషయానికి వస్తే రాజకీయ మాయాజాలం అంత యింత కాదు. మాతృభాష చదువులు మసిబట్టిపోయాయి ఆంగ్ల భాషలో చదువు అందరికీ ఆమోద యోగ్యమైంది. ఎందుకు?

''చదువులు ముగియక ముందే
పరాయివాడి సేవలో తరించడానికి
పాస్‌పోర్ట్, వీసా రెడీ!'' దుర్మార్గం రాజకీయం ధర్మమా అంటూ ''దేశంలో అన్నిటికీ బైపాస్ ప్రయాణాలకు సిద్ధం. ఇది కాలం చేస్తున్న వింత అంటాడు గాని కవి ఇవి కాలం చేస్తున్న వింతలు కావు. రాజకీయం చేస్తున్న రాకాసి కృత్యాలు వీటికి ''ఎదురు నిలిచిన వాళ్ళు లేరు''.

మనిషి ఏ విధంగా తయారవుతున్నాడు అంటే మానవత్వాన్ని నటించడం/ మొహానికి లేని నవ్వును పులుముకోవడం/ కడుపులో కత్తులుదించే కుట్రలు, మనసులకు అంతరాయం కలిగిస్తుంటాయి. 'అంతా కాలమహిమ' అనుకుం టూం కాని ఇది అంతా రాజకీయ ఇంద్రజాలం అని గ్రహించాల్సి వుంది. మనం కాల ప్రవాహంలో ''ఎంతో దూరం వచ్చాము/ ఎన్నో మోసుకొచ్చాము/ వీటిలో కాలానికి నిలిచేదెంత/ భవిష్యత్తుకు పనికొచ్చేదెంత?/ నీటిబుడగల్ని మొయ్యకు/ నీటిలో బుడగల్ని తొయ్యకు'' అనే హెచ్చరిక చేస్తాడు కవి.

''మహా కామ్రేడ్'' కవితలో 'కామ్రేడ్'కు ఉండాల్సిన లక్షణాలు చెప్తూ

''నాకు మనసుంది/ స్వాతంత్ర్య పిపాస వుంది/ సమభావముంది/ భౌతికవాదం ఉంది/ తార్కిక చింతన ఉంది/ కలగలపి నేనో కామ్రేణ్ణి'' అని చెప్పాడు కవి. పై లక్షణాలన్నీ ప్రక్క కామ్రేడ్‌కు ఉన్నాయని ఈయన చేతులు కలిపాడు/ చివరి దాకా నడుస్తాడని ఆయన్ను అనుసరించాడు.''

ఇద్దరి గమ్యం కొండ శిఖరాన్ని అందుకోవడం అంటే రాజ్యాధికారాన్ని చేపట్టడం. అష్టకష్టాలు పడి గమ్యం అందుకొనే సమయంలో అకస్మాత్తుగా ఏదో విమానం వచ్చిందని ''ప్రక్కవాణ్ణి పాతాళానికి తోసేసి వెళ్ళిపోయాడు నమ్మిన కామ్రేడ్. అంటే మధ్యలో ప్రలోభాలకులోనై విప్లవ పోరాటాల్ని నీరుగార్చే విధంగా లోనవున్న కామ్రేడ్స్ పనిచేస్తుంటారు.

గోల్ రీచ్చి అయ్యాక కిందున్న వాళ్ళ చింతలు తీరుస్తామని మాట యిస్తారు. సొంతంగా కష్టపడి పైకి రావాలని ఎన్నో మాటలు చెబుతారు. మనల్ని శిఖరం చేర్చడానికి విమానాలు రావు కష్టపడి పైకి చేరాలని చెబుతారు. ఆ విధంగా అందర్నీ నమ్మిస్తారు.

''అయిన వాళ్ళను కాదనుకొని/ నీతోవచ్చాను/ సోదర కామ్రేడ్స్ వేస్తున్నది/ తప్పటడుగులన్నావు/ ఎన్ని సిద్ధాంత రాద్ధాంతాలు చేశావు/ నాకు సరయిన శాస్తి జరిగిందని/ అందరూ నవ్వుకొంటున్నారు/ అయినా కామ్రేడ్స్, నాకు తెలియకడుగుతున్నా....

నువ్వాడిరదంతా నాటకమేనా/ ఎన్నిసార్లు నువ్వు విమానం నుంచి పడిపోలేదు/ పనైపోతే కిందకు తోసేస్తారని/ నీకు మాత్రం తెలీదు?/ అయినా నీకు విమానం మోజు తీరలేదన్నమాట/ నీవ్యూహం, ఎత్తుగడ, డయలెక్టిక్స్/ నాకర్థం కావంటావు/ అంతేనా! అవునులే/ నేను సామాన్య కామ్రేణ్ణి/ నువ్వు మహాకామ్రేడివి! అంటూ కవిత నడిచింది. కమ్యూనిష్టు పోరాటాల్లో కలసినడుస్తూ మధ్యలో ప్రభుత్వం పెట్టే ప్రలోభాలకులోనై ఉద్యమాన్ని నీరు కార్చి తన స్వలాభాన్ని చూచుకొని ప్రక్కవారి మీదకు అపవాదును నెడుతుంటారు. అందుచేతనే మనదేశంలో కమ్యూనిష్టులు రాజ్యాధికారాన్ని చేపట్టలేకపోతున్నారు. పార్టీలో కోవర్ట్స్ ఎక్కువయ్యారు. రాజకీయం స్వలాభచింతన నీడనే సేద తీరుతున్నప్పుడు పార్టీలో పైకిరావడం కష్టం. ఈ విషయాన్నే సంపత్ కుమార్ అనుభవపూర్వకంగా చెప్పాడనిపిస్తుంది.

''విరోధి'' కవితలో ప్రజాసేవకుల ముసుగులో ఉన్న రాజకీయ నాయకులు ఏమి చేస్తారో చూస్తాం. ''ఒకసారి/ ఇంకోసారి/ మరోసారి/ అధికారంపై మమకారంతో/ అవకాశాలపై/ అర్రులు చాస్తున్న/ రాజకీయ నాయకుల అవకాశవాదాన్ని సూచన ప్రాయంగా చెప్పాడు కవి.

''ఆలోచనలు'' ముక్తకాల సంపుటిలో రాజకీయాల్ని ఎన్నోచోట్ల ప్రస్తావనకు తెచ్చాడు కవి. ''చర్చలు చర్చలే/ కాల్పులు కాల్పులే/ భారత్ ` పాక్ మిత్రభేదం'' చర్చలు జరుగుతూనే ఉంటాయి. ఉభయ దేశాధినేతల స్వార్థప్రయోజనాలు వారి వారి మనస్సుల్లో దాక్కొని ఉంటాయి. ఏవీ భయటకు రావు చర్చలు ఒక కొలిక్కిరావు. ఇరుదేశాల మధ్య కాల్పులు ఆగవు. మిత్రలాభాన్ని ఆశించకుండా మిత్రభేదాన్ని వాంఛిస్తాడు.

అగ్రదేశమైన అమెరికా రెండుదేశాల మధ్య మైత్రి కుదర్చడానికి అండదండలివ్వదు. రెండు దేశాల మధ్య సంఘర్షణ రాజేయడానికి ప్రోత్సహమిస్తుంది. ఏది మనసులో అనుకుని రాయబారానికి వస్తారో అది చేయించడానికే ప్రయత్నిస్తారు. శ్రీకృష్ణరాయబారంలో పాండవులకు కౌరవులకు మధ్య రాజీ కుదరకూడదనేది రాయబారిగా వచ్చిన శ్రీకృష్ణుని అభిమతం. అందుకే రాజీ పడకుండా కౌరవ పాండవ యుద్ధానికి తెరలేపాడు. ఈ భావనతోనే అమెరికా ప్రవర్తించిందని చెప్పేందుకే ఈ ముక్తకం.

''భారత్ ` పాక్ మైత్రికి
అమెరికా అండదండలు
శ్రీకృష్ణరాయబారం'' అన్నారు.

''దున్నేవాడిదే భూమి/ ఏలే వాడిదే రాజ్యం/ రాజకీయ నాయకులు'' ''దున్నేవాడిదే భూమి' అని చెప్పడం నినదించడం సబబైన స్టేట్‌మెంట్. దాని చాటున ఏలేవాడిదే రాజ్యం' అని చెప్పడం రాజకీయుల స్వార్థం. ఇది సరైన స్టేట్‌మెంట్ కాదు. దీన్ని ఎవరూ అంగీకరించరు. ఒక మంచి విషయంతో మరో చెడ్డ విషయాన్ని పోల్చి రాజకీయనాయకులు ఏ విధంగా పబ్బం గడుపుకుంటారో తెలియజేస్తుంది ఇది.

ఎన్నికల 'టైం'లో ఓట్లు వేయించుకోవడమా రిగ్గింగ్ ద్వారా దాచుకోవడమా? ఓటరు ఇష్టంతో ఓట్లువేస్తే అది ప్రజాస్వామ్యం. ఓటరు ఇష్టం లేకుండా ఓటరును ఓటువేయనీయకుండా రౌడీల అండదండలతో రిగ్గింగ్‌కు పాల్పడితే అది అన్యాయం. రిగ్గింగులతో గెలిచినవాడు ప్రజాహక్కులను హరిస్తాడు. వాడికి అనుకూలంగా ప్రభుత్వ యంత్రాంగాన్ని మార్చుకుంటాడు. ''రాజకీయ నాయకుడు/ ఓట్లు దోచుకువెళుతున్నాడు/ హరించుకుపోయిన హక్కు'' అన్నాడు.

''ప్రజలే వేళ్ళు/ ప్రభుత్వమే ఫలం /అధికారం మీదే అందరి ప్రేమ''

ప్రజాస్వామ్యానికి మూలాలు ప్రజలు ` ప్రజల చేత ఎన్నుకోబడిన ప్రభుత్వం పాలన సక్రమంగా జరిపి ఫలాన్ని అందిస్తుంది. కాని ప్రజల్ని ప్రేమించే వారు ఉండరు. అధికారం మీదే అందరి ప్రేమ ఉంటుంది అంటాడు కవి.

జంతువుల్లో నక్కను జిత్తులమారి దానిగా మోసపూరిత ఎత్తుగడలు వేస్తూ బతకనేర్చిన దానిగా భావిస్తారు. నక్కలు అడవిలో ఉంటాయి. జంతు ప్రపంచంలో జాగ్రత్తగా అతితెలివిగా బతుకుతుంటాయి. కవిగారి ఈ ఆలోచనలో 'అడవంతా వెదికినా/ ఒక నక్క కనిపించలేదు/ రాజధానిలో రాజకీయుల ఊళ' అంటారు. అడవుల్లో ఉండాల్సిన నక్కలు రాజధానిచేరాయి. అవి జిత్తులమారి ఊళవేస్తున్నాయి. అంటే రాజకీయ నాయకులు వేసే జిత్తులు ఎత్తులు చూచి కవి వారిని నక్కలతో పోల్చిచెప్పాడు. రాజధాని నడి బొడ్డున చేరి రాజకీయుల ఊళ వేస్తున్నాయని చెప్పాడు.

ప్రతిపక్షం అధికార దాహం తీరాలంటే, ఏదో విధంగా అల్లర్లు సృష్టించి పాలిస్తున్న పాలనను రద్దు పరచి తిరిగి ఎన్నికలు వచ్చేటట్లు చేయాలి. అందుకే ఈ ఆలోచన. మధ్యంతర ఎన్నికలు రావాలి అధికార దాహం తీరాలనే భావనతో రాసింది... "అధికార దాహం/ తీరాలంటే మధ్యంతరం/ " అంటారు. ప్రతిపక్ష లేవనెత్తే సమస్యలు అన్నీ నిజమైనవి కావు. కొన్ని అపోహలుగా బురదచల్లేవిగా ఉంటాయి. జనాన్ని నమ్మిస్తాయి. అలజడి లేపుతారు ప్రభుత్వాన్ని గద్దె దించుతారు.

రాజకీయ రొంపిలోకి దిగి ఒక పార్టీచేతిలో కీలుబొమ్మగా మారిన కవికి ఎన్నికలు వస్తే చాలా లాభం. ఆ కవి ఒక పక్షం వారి వద్ద డబ్బులు గుంజి మరోపక్షం వారిని తిడుతూ కవిత్వం రాయడానికి వీలుంటుంది దీన్నే...

"ఎన్నికలొచ్చాయంటే/ కవులకు పండుగ/ తిట్టుకవితలు/ రాసుకోవచ్చు దండిగ" అంటూ వ్యంగ్యంగా కవుల సంతోషాన్ని వ్యక్తీకరించాడు సంపత్.

"అవినీతి నాయకులను/ తరిమికొట్టమని టీవీ ప్రచారం/ అందుకు మినహాయింపు/ ఎవరూ లేకపోవడమే విచారం"

టి.వి.ప్రచారం బాగానే వుంది. అవినీతి లేని నాయకుడే రాజకీయాల్లో కనిపించడం లేదు అనేదే విచారకరం అంటారు.

ఓటర్లు ఎన్నికలకు ముందు ఎన్నో ప్రగల్భాలు పలుకుతుంటారు. రాజకీయనాయకుల అవినీతిని గురించి తీరా ఎన్నికలు వచ్చాక తిట్టిన పార్టీకే ఓటు వేసి గెలిపిస్తుంటారు. అంటే ఓటర్లకు మతిమరుపు ఎక్కువ. ఓటర్ల మతిమరుపే అవినీతి నాయకుల ఆస్తిగా చెప్పాడు కవి.

"ఓటరు మహాశయులకు/ మతిమరుపు జాస్తి/ అవినీతి మహానాయకులకు/ అదే కదా ఆస్తి" అంటాడు.

మంచి, చెడ్డ, నీతి, న్యాయం విచారించకుండా గెలిచే పార్టీకే ఓటు అనడంద్వారా ఓటరు విధానం గొర్రె దాటుగా ఉందని చెప్పాడు కవి.

"గెలిచే పార్టీకే ఓటు/ గొర్రె దాటుకు మారుపేరు/ నిజం తెలుసుకొని/ మసలుకోండి ఓటరుగారు" నిజం తెలుసుకొని ఓటువేయడం ఓటరు గారు అంటూ తెలియజేసాడు కవి ఓటరుకు. గొర్రెదాటు పనికిరాదు అంటాడు.

వీరి ముక్తకాల్లో హాస్యపుజల్లులు కూడా ఉంటాయి. "హంగ్ తప్పదని/ అందరూ అంటున్నారు/ నాయకులంతా గోడపైకెక్కి/ ఎదురు చూపులు చూస్తున్నారు."

ఎన్నికలు జరిగాక ఏ పార్టీకీ ప్రభుత్వాన్ని ఏర్పాటుచేసే మెజార్టీ రాకపోతే పొత్తులతో ప్రభుత్వాన్ని ఏర్పాటు చేయడానికి ప్రయత్నిస్తారు. పొత్తులు కుదరక ఏ పార్టీకి అబ్ సెల్యూట్ మెజార్టీ రాకపోతే హంగ్‌తప్పదు. గెలిచిన రాజకీయ నాయకులంతా గోడపైకెక్కి ఎదురు చూపులు చూస్తున్నారంటే, గోడమీద పిల్లివాటం. అంటే ఎవరూ ఎక్కువ డబ్బుగాని, పదవిగాని ఆశ చూపెడితే వారి ప్రక్కకు దూకడానికి సిద్ధపడతారు. దీన్నే గోడలెక్కి ఎదురు చూపులు చూస్తున్నారని వారి అవినీతిని అపహాస్యం చేసే విధంగా రాశాడు కవి.

ఈ ముక్తకంలో ఓట్లు వెయ్యడానికి/ కావాలి మనుష్యులు/ అందుకైనా ఆపండి/ ఆత్మహత్యల వెతలు" అంటారు. ఇది అతిశయోక్తిగా చెప్పిన వ్యంగ్యధోరణి, రైతులు గిట్టుబాటు ధరలు లేక తెచ్చిన అప్పులు చెల్లించకలేక ఆత్మహత్యలు చేసుకుంటున్నారు. దీన్ని ఎంతో అతిశయోక్తితో అందరూ ఆత్మహత్యలు చేసుకుంటే మీకు ఎన్నికల టైంలో ఓట్లు వేసేది ఎవరు? అందు కోసమైనా ఆత్మహత్యలు ఆపండి అంటాడు కవి. ప్రతిదీ రాజకీయ నాయకునికి స్వలాభమయితేనే పనిచేస్తాడు అనే భావన అందులో వుంది.

బిజెపిని గద్దెదించడానికి అందరూ ఏకమౌతున్నారనేది వార్త. ఇది లౌకికం ముసుగులో లౌక్యం లాగుంది అంటూ కవి "బిజెపికి భయపడి అందరూ/ 'చేతు'లు కలుపుతున్నారు/ లౌకికం ముసుగులో/ లౌక్యం ప్రదర్శిస్తున్నారు" అంటూ 'చేతు'లు దగ్గర ప్రత్యేక సూచన యిచ్చాక కవి. అది కాంగ్రెస్‌తో చేతులు కలుపుతున్నారనే భావన చెప్పడానికి...

"ఆలూ లేదు చూలు లేదు/ కొడుకు పేరు సోమలింగం/ గెలుపో ఓటమో తేలకుండానే/ ప్రధానట మన్మోహన్‌సింగ్" అంటూ కాంగ్రెస్ తిరిగి మన్మోహన్ సింగ్‌ను ప్రధానమంత్రిని చేస్తామనడాన్ని ఎద్దేవాచేస్తూ ఈ ముక్తకం కవి నుండి వెలువడిరది.

"చివరకు నువ్వే గెలుస్తావు" కవితా సంపుటిలోని "కారణం" కవితలో రాజకీయ స్వభావాన్ని వ్యక్తీకరించాడు కవి.

"వాడి చావుకి ఎవరూ కారణంకాదు/ వాడి చావుకి/ వాడు కూడా కారణం కాదు" మరి ఎవరు కారణం! అంటే "రెండు ఏమిటి అంటే ` "విచక్షణా రహితంగా/ ఎవడు అధికారంలో ఉంటే/ వాడి చంకనెక్కడం `/ లేదా/ ఎవడు అధికారంలో ఉంటే వాణ్ణి దుమ్మెత్తిపోయడం/

ఆరెండే అజెండాలు అయితే "దేనికీ ఎవడూ కారణం కాకుండా/ అన్నిటికీ ఎవడ్నో కారకుల్ని చేస్తూ/ ఇంత బరువైన సమాజాన్ని/ భుజాన మోస్తూ మోస్తూ పడిపోతే/ ఎవరుకారణం?".

కవి, వాడు ఇంత బరువైన సమాజాన్ని భుజానమోస్తూ పడిపోయాడని చెప్పడంలోనే వాడి పనికిమాలిన తనం కనపడుతుంది. వ్యంగ్యంగా వాడు మోసే బరువును 'బరువైన సమాజాన్ని మోస్తున్నట్టుగా అభివర్ణించాడు.

వాడిపని "ఎప్పుడూ ఒకడి మీదకి ఒకణ్ణి ఉసిగొల్పుతూ/ ఒకణ్ణి చూస్తే ఇంకొకడికి పడకుండా చేస్తూ...! మొత్తం స్వేచ్ఛను ఒకడే అనుభవిస్తూ/ అవతలివాడినోరు నొక్కేస్తూ" ఉంటాడు. వీడొక టైప్ అయితే "సమస్యల్ని ఆర్చేబదులు / పేర్చడానికి వచ్చేవాళ్ళే ఎక్కువ దేనికి ఎవరు బలవుతారో తెలియదు" వీళ్ళు మరోవైపు "ఒకడు ప్రాణాలు బలిస్తాడు/ ఒకడు పదవిని బలిపెట్టుకుంటాడు/ ఎవరు కారణమో తెలియదు/ అదృశ్యహస్తాల్ని గుర్తించేలోపే/ఇంకెవణ్నో బలిపెట్టేస్తారు/ ఒకడు కులాన్ని అజెండా పైకితెస్తాడు/ ఒకడు రాజకీయాన్ని పులుముతాడు/ ఒకడు అవకాశవాదాన్ని ఆయుధంగా ఉపయోగిస్తాడు/ ఎవడికి తోచిన రీతిలోవాడు/ మంటని ఎగదోస్తాడు/ సమస్యమండుతున్నంతసేపు రాజేసిన వాళ్ళే/ రాజీమంత్రం పఠిస్తారు/ మంత్రాలకు మంటలు ఆరనప్పుడు/ కమిటీలు కారణాలను గుర్తు పట్టలేనప్పుడు/ వెలిపడినవాడు, వెలుగు చూడనివాడు/ చీకట్లను చీల్చుకుంటూ కలసిపోతాడు/ కారణాలు ఎప్పటికీ కనిపించవు/ ఎవరూ కారకులుగా ఉండరు/ చరిత్రంతా ఆత్మహత్యచేసుకొని/ కారణాలను వెలికితీయమంటుంది/ మానసిక బలహీనతల్ని/ రాజకీయ బలాల్ని/ కులాల సమీకరణల్ని/ అధికారాల సయ్యాటల్ని/ ఇంకా సవాలక్ష అంశాల్ని.../ కంటి నిండా పొంగుతున్నా/ ఎవరూ కారణంగా గుర్తుపట్టలేరు/ "అంటే ఎవడు ఎందుకు బలైపోతాడో కారణాలు తెలియని సందర్భాల్ని కవి ఎత్తిచూపుతూ `కారణాంతరాలు పసిగట్టేంతవరకూ/ ఎన్ని ఆత్మహత్యలు జరిగినా/ అకారణంగానే మిగిలిపోతాయి/ ఆ కారణంగానే / ఆత్మహత్యలు జరుగుతూనే ఉంటాయి" అంటూ అనేక రకాల మనస్తత్వాలు కలిగిన వారు అనేక సమస్యల్లో ఇరుక్కుంటూ కారణం తెలియకుండానే బలైపోతుంటారు. ఇంత బరువైన సమాజాన్ని భుజానమోస్తూ మోస్తూ పడిపోతే ఎవరు కారణం? అనే ప్రశ్నవేస్తాడు కవి.

"చివరకు నువ్వే గెలుస్తావు" కవిత రాజకీయ నాయకునికి సామాన్య ఓటరుకు మధ్య జరిగే సంభాషణ లాంటి స్వగతం సామాన్యుని నోటివెంట వెలువడుతుంది. "నేను పచ్చని చెట్టుగా ఎదిగాను/ నువ్వు వెచ్చని కుర్చీలో కూర్చున్నావు" అంటూ "నేను ఇక్కడ సామాన్య మానవుణ్ణి అంటే సాధారణ ఓటరుకు Personification "నువ్వు" రాజకీయ నాయకుణ్ణి గురించి.

సామాన్య ఓటరు కాయ కష్టం చేసుకొని పచ్చని చెట్టుగా ఎదుగుతాడు. రాజకీయ నాయకుడు ఏ కష్టం చేయకుండా పరుల కష్టంతో బతికేవాడు గనుక తిని వెచ్చని కుర్చీలో

కూర్చుంటాడు. ఎన్నికల సమయంలో సామాన్య ఓటరు వేలుకు ఓటు వేసినట్టు గుర్తుపెడతారు. దాన్ని కవి ''నావేలుకు మచ్చపూసి / నువ్వు అధికారాన్ని చేపట్టావు. నిన్ను చూస్తున్నంతసేపు / నాకు నేను గుర్తొస్తాను / నువ్వు నా వేలికి పూసిన మచ్చ / నా జీవితానికి అంటుకుంది / చివరకు నువ్వే గెలుస్తావు'' అంటాడు సామాన్య ఓటరు. ఇంకా చెప్తాడు అసలు రహస్యం'' నీ గెలుపులో నా హస్తం ఉంది / కానీ / నువ్వు నాకు చెయ్యిస్తావు'' అంటాడు.

తీరా గెలిచాక రాజకీయనాయకుడు సామాన్య ఓటరును మరచిపోతాడు. చివరకు తన పనిని తాను చక్కదిద్దుకొని ఆర్థికంగా బలపడతాడు. కానీ సామాన్య ఓటరు చితికిపోతాడు. ఎందుకు సామాన్య ఓటరు చితికిపొయ్యాడు అంటే, రాజకీయ నాయకుడు గెలిచిన తరువాత ఓటరుకు నఖఅస ఇస్తాడు. అంటే అతనికి ఏ విధమైన సహాయం చెయ్యడు.

ఓటరు ''చివరకు నువ్వు గెలుస్తావు'' అని అంటాడు. రాజకీయ నాయకులు చెప్పేది చెయ్యరనేది ఈ కవిత సారాంశం.

''జెండా'' కవితలో కవి జాతీయజెండా గొప్పతనమేమిటో, నేటి రాజకీయ నాయకుని ఘనత ఏమిటో విడమర్చి విప్పి చెప్పాడు.

ఒక దేశం జెండాలో వుంటే పదార్థాలు ''ఒక గుడ్డముక్క, ఒక కొయ్యముక్క, కొంచెం దేశభక్తి కలిపికుడితే / నిలువెత్తు జెండా అవుతుంది''.

రాజకీయ నాయకుణ్ణి గురించి కవి అంటాడు. ''నువ్వు ఎంత భ్రష్టుడివైనా / దాని నీడలో / సుభాష్ చంద్రబోస్‌లా కనిపిస్తావు / అది జెండా మహత్యం'' అట్లే ''నువ్వు ఊసరవెల్లివైనా / ఆ రంగుల నీడలో / కళ్ళద్దాలు పెట్టుకొని / కొయ్య పట్టుకొని / నడిచే గాంధీలా కనిపిస్తావు / అది జెండా మహత్యం.

''నువ్వు చెప్పే అబద్ధాలన్నీ / జాతీయగీతంలా వినిపిస్తుంది / అది జెండా మహత్యం.

ఒక్కసారి నవ్వు జెండాకు ఎడంగా / ఎండలోకి వచ్చి చూడు / నవ్వు అవినీతికి బాసులా / నడిచే బ్రాందీ బుడ్డీలా / ఎన్నికల వాగ్దానంలా / నీ అసలు రంగు కనిపిస్తుందా / అదంతా నీ మహత్యం.

జెండా కర్ర అంటే ఒక చెట్టు ప్రాణ త్యాగం చేసి నిలువెత్తు జెండాగా ఎదిగింది.

ఒక గుడ్డ శరీరాన్ని ముక్కలు చేసుకొని / భూమి తన గుండెలో / గునపం దింపుకొని / జెండాను నిలబెట్టింది ఆకాశంలో రెప రెపలాడిరది''.

నేటి సమాజంలో

''దొంగ లందరూ జెండా నీడలో దర్జాగా బతుకుతుంటే జెండా ఎండలో ఎండుతుంది / రంగు వెలుస్తూ ఉంది''.

రాజకీయ నాయకుణ్ణి కవి అడుగుతాడు. ''నువ్వు జెండాకు/ కొంచెం ఎడంగా జరిగిచూడు/ నీ అసలు రంగు అందరికీ అర్థమవుతుంది.

నేటి రాజకీయ నాయకులారా మీరంతా జెండా నీడన జేజేలు కొట్టించుకుంటూ, మీ తప్పుల్ని కప్పిపుచ్చుకుంటూ, దర్జాగా బతుకుతున్నారు. జెండా నీడలేకుంటే మీరంటే ఏమిటో జనానికి వెల్లడవుతుంది. మీకు నూకలు చెల్లుతాయి ఆ కాలమందే!

మీరు పొందే గౌరవం జాతీయ జెండా మహత్యం. మీకంటూ కొద్దిపాటి విలువలు లేవు. జెండాకు దూరమై మీ ప్రతిభను చూపించండి! చూద్దాం! అంటూ సవాల్ విసిరే కవిత రాజకీయ నాయకుల్ని నిలదీసే కవిత ఇది.

''కుడికాలు'' శీర్షికతో రాసిన కవిత గొప్ప హాస్యప్రధానంగా నడిచింది. మనిషి ఏవిధంగా దిగజారి మూఢవిశ్వాసాలతో మునిగితేలుతుంటాడో ఈ కవిత వివరిస్తుంది. జనాలు ఓట్లువేసి గెలిపించిన రాజకీయ నాయకులు ఓటరును ఎడమకాలితో తన్నేవారు కొందరైతే కుడికాలితో తన్నేవారు మరికొందరు. ఏది ఏమైనా అధికారం వచ్చాక రాజకీయనాయకుడు సామాన్య ఓటరును తన్నడం మాత్రం ఖాయం.

తన్నడం ఖాయమని తెలిసాక తన్నడం తప్పుకాదనే నిర్ణయానికి వస్తాడు ఓటరు. తన్నింది ఎడమకాలితోనా కుడికాలితోనా? ప్రశ్న ఉదయిస్తుంది. ఎడమకాలుతో తన్నడం మహాపరాధం. కుడి కాలితో తన్నినవాడికి ఓటువేయాలి అనే నిర్ణయం ఓటర్లలో కలుగుతుంది. పోనీ తన్నాడు కదా! ఓటువేయకపోతే, అనే భావన కలుగుతుంది. రాజ్యాంగం కల్పించిన పవిత్రమైన హక్కుకు ముప్పు తలపెట్టడం మహాపరాధం అనుకుంటారు. ఇప్పుడు అంతా చర్చించింది కాలును గురించే కాని తన్నును గురించికాదు. ''ఇప్పుడు కుడికాలుతో తన్నించుకోడానికి సిద్ధం.

''వచ్చే ఎన్నికల్లో మళ్ళీ/ బూటు కాలితో తన్నినవాడికి/ ఓటెయ్యాలా/ చెప్పుకాలితో తన్నిన వాడికి ఓటెయ్యాలా?/ అనే సందేహంతో మళ్ళీకలుద్దాం/ అంతవరకు తన్నిన కాలికి నమస్కారాలు'' అంటూ కవిత ముగుస్తుంది.

ఇకనైన ఓటర్లు విజ్ఞానవంతులై రాజకీయనాయకుల్ని గమనిస్తూ, వాళ్ళ ఓటర్లను ఏవిధంగా అణచివేస్తున్నారో, వారి పనులను ఏ విధంగా చక్కబెట్టుకుంటున్నారో గమనించాలనేది కవిభావన. నెత్తిన కాళ్ళుపెట్టే రాజకీయ నాయకుణ్ణి ఎన్నికల టైం వచ్చినప్పుడు వాడిదుష్ట చేష్టల్ని మరచిపోయి, వాడికే ఓటువేయాలనే బానిస మనస్తత్వాన్ని ఎత్తిచూపుతాడు కవి. ఈ కవితలో వ్యంగ్యం వుంది. అవహేళనా వుంది. జనం రాజకీయనాయకులను గమనించాలనే చైతన్యం వుంది. ఏది ఏమైనా జనం చైతన్యవంతులై ఓటర్లకోసం పని చేయని రాజకీయ నాయకులకు ఓటువేసి గెలిపించకూడదు. మూగ మనస్తత్వం నుండి ఓటరు విముక్తి కావాలి అంటాడు కవి.

ప్రపంచంలో మానవాళి మారాలి. మనిషిని మనిషిగా చూచేరోజు రావాలి. ఏదేశమేగినా ఎందుకాలిడినా వివక్ష నీడలా వెంటాడడం అదో రాజకీయం. 'అమెరికా' అనే కవితలో ''ఇక్కడున్న వివక్షను / తట్టుకోలేక / అక్కడికి పారిపోయిన వాడిని / అక్కడ కూడా అదే వివక్షవెంటాడిరది''.

ఇతరదేశం వలసపోయేది ''నాలుగురాళ్ళకోసం / చలికి వానకు, ఎండకు / తట్టుకొని / రాత్రీపగలూ ఎవడికోసమో ఊడిగం చేస్తూ / తల్లిదండ్రులకు పెళ్ళాంపిల్లలకు దూరంగా / ఉంటూ జీవితాన్ని వెళ్ళదీయడం. జీవితంలో ''అనుభూతుల్ని, అనుభావాల్ని / పాతరేసి / గూగుల్నే ప్రపంచంగా చేసుకొని / మార్కులు, ర్యాంకులు / తప్ప రెండో ధ్యాసలేకుండా / జీవితమంతా పరుగెత్తి పరుగెత్తి సాధించిన అమెరికా ప్రయాణం / చివరకు ఒకే ఒక క్షణంలో / విధిపేరుతో వివక్షకు బలైపోయింది.

దూరపు భవనాలు తెలుపు / లైట్‌హౌస్ రక్తపుమరకలు / దగ్గరికి వెళితేగానీ కనిపించవు''.

ఏదేశ పరిస్థితి అయినా దగ్గరకు వెళ్ళి పరిశీలనాత్మకంగా అనుభవ పూర్వకంగా తెలుసుకుంటేనే తెలుస్తుంది. రాజకీయంలో అరాచకీయం అంతటా వుంటూనే వుంటుంది. కాకపోతే ఎక్కువ, తక్కువ పాళ్ళల్లో వుంటుంది. ఏది ఏమైనా విశ్వమానవ సమాజం ఏర్పడిననాడే వివక్ష కనుమరుగవుతుంది. మనిషి మారకుంటే వాడిలో పరివర్తన రాకుండా, రాజకీయం మారదు. అధికార దాహం తీరదు. కనుక మనిషి మారాలనే నగ్న సత్యాన్ని గ్రహించాలి.

''రెండంచుల కత్తి'' కవితలో రాజకీయాన్ని అద్భుతంగా చెప్పాడు కవి. రాజకీయం అనే కత్తికి రెండంచుల పదును ఉంటుంది. ఎటు ప్రక్కకు మొగ్గినా తెగుతూనే వుంటుంది. కాకపోతే ఒకవైపుకు కొంత కాలము మరో వైపుకు కొంతకాలము మనస్సు మార్చుకొని జరుగుతుంటారు. మారినవైపున పదునైన కత్తి అంచులా పనిచేసే రాజకీయం తెగ్గోస్తుంది. బాధ సహించలేక మరో అంచుకు మారతావు అంటే మరో రాజకీయపార్టీని ఆశ్రయిస్తావు. అదికూడా కొద్దికాలంలోనే నిన్ను తెగ్గోస్తుంది. మళ్ళీ మరో అంచుకు మారడానికి ప్రయత్నించి మారుతావు. తిరిగి గతంలో జరిగిన కోత మళ్ళీ జరుగుతుంది. ఈవిధంగా రాజకీయం సామాన్య ఓటరును ఆకర్షిస్తూ వాడ్ని అడిగి ఓటువేయించుకుంటూ అధికారం చేపట్టాక వాడ్ని విస్మరిస్తూ, కొన్నిసార్లు హానితలపెడుతూ రాజకీయం రాజ్యమేలుతుంటుంది.

రాజకీయం కత్తికి రెండంచులాపదును / రెండూ నిజాయితీగానే ఉంటాయి / ఈరోజు ఈపార్టీ మంచిదని / దీనికి ఓటువేస్తాడు / అయిదేళ్ళ గడవకముందే / మానసిక పరివర్తన జరిగి / ఆపార్టీవైపు జరుగుతాడు / అప్పుడది / ఇప్పుడిది / సరైందిగా / అనిపిస్తుంది / కనిపిస్తుంది / ఇదేమీ శాశ్వతంకాదు / రేపు మళ్ళీ పరివర్తన కలగవచ్చు'' అంటూ ''కాలానికి ఎదురొడ్డినవాడు / అమాయ కుడిగా / అసమర్థుడిగా / ముద్రవేయించుకొని / మూలలోకినెట్టివేయ బడతాడు /

కాలమహిమవలన వైరుధ్యాలు సమసిపోయి/ చేతులు కలుపుకుంటారు/ స్నేహాలు సమసిపోయి/ కత్తులుదూసుకుంటారు'' ఇదీ రెండంచుల కత్తిగా ఉన్న రాజకీయం వరస.

ఇవ్వాళ ''ప్రజాస్వామ్యం/ ప్రజల పాలకులు/ రెండంచుల కత్తికిందే'' అనే విషయాన్ని తెలుసుకోవాలి. ప్రతి మనిషి ''జీవితంలోని ఎదురు దెబ్బలు తట్టుకోలేక/ జీవితం చివరి పడిలో/ ఏదో ఒకరాయిని నమ్ముకొని/ పరమార్థాన్ని సాధించినట్టు/ పరవశించిపోతాడు/ మనిషి ''రెండు నాల్కలతో/ రెండు మనసులతో/ రెండురకాల జీవితాన్ని సాగిస్తే/ రెండంచుల కత్తి/ రెండు వైపులా కోస్తుంది/ అవతలి వాణ్ణేకాదు/ మనల్నికూడా/'' అనే సత్యాన్ని గ్రహించాలి.

ఇక్కడ రెండంచుల కత్తి రాజకీయం అనుకుంటే రెండునాల్కలతో, రెండు మనసులతో, స్థిరమైన చైతన్యవంతమైన నిర్ణయాలు తీసుకోకుండా, అటు కొంతసేపు ఇటు కొంతసేపు దొర్లుడు పుచ్చకాయలా తిరుగుతుంటే అటైనా, ఇటైనా తెగిపోక తప్పదు. స్థిరత్వంలేని, నిక్కచ్చిత అభిప్రాయం లేని, ధృడచిత్తంలేని, చైతన్యవంతమైన సంకల్ప బలం లేని వాళ్ళు రెండంచుల కత్తికి ఎరకాక తప్పదు అనేది కవి భావన.

''యుద్ధం'' కవితలో రాజకీయం ఎత్తుగడ ఎలా వుంటుందో, ప్రజల్ని ఏవిధంగా భయపెట్టాలో, మభ్యపెట్టాలో, రాజకీయపబ్బం ఏవిధంగా గడుపుకోవాలో తెలియజెప్పే విధానం చూస్తాము.

''అప్పుడప్పుడూ/ యుద్ధం చేస్తూ ఉండాలి/ అప్పుడే అవతలివాడికి భయం ఉంటుంది.../ నీరసంగా ఉన్న జనానికి/ అప్పుడప్పుడూ యుద్ధం గ్లూకోజ్ ఎక్కిస్తేగాని/ ఒంట్లో వేడిపుట్టదు.

''అంతా ప్రశాంతంగా ఉంటే / అంతర్గత యుద్ధం మొదలవుతుంది/ నీళ్ళు కావాలంటారు/ నిరుద్యోగం పోవాలంటారు/ జీతాలు పెంచమంటారు/ జీవితాలు మారాలంటారు/ అవినీతి పెరిగిందంటారు....అంతా ఒక్కటై గగ్గోలు పెడతారు. అందుకే జనంలో ఐక్యత మొదట లేకుండా చేయాలి. అనేది రాజకీయులైన పాలకుల కాన్సెప్ట్.

సరిహద్దు రక్షణలో సైనికుడు వీరమరణం పొందితే ''వాడి ప్రాణంపోతే/ వీడు (రాజకీయనాయకుడు/ త్యాగం చేసినట్టు విర్రవీగుతాడు/ వాడు విజయం సాధిస్తే/ వీడు పోరాడి గెలిచినట్టు మీసం మెలివేస్తాడు. యుద్ధం జనాన్ని ఏమార్చడానికి చాలా గొప్పసాధనం. దేశంలో ఏదైనా సమస్య వచ్చి ప్రభుత్వం మీద వ్యతిరేకతవచ్చినపుడు/ దేశమంతా యుద్ధం పుకార్లు షికార్లు చేస్తూ ఉంటుంది/ యుద్ధం టీవీ వాడికి భలే ముచ్చట/ రేట్లకన్నా రేటింగ్ విపరీతంగా పెరుగుతుంది'' కనుక యుద్ధం వచ్చిందన్న పుకార్ల వలన దేశంలో తలెత్తే అసంతృప్తిని సద్దుమణిగించవచ్చును. పుకార్లు ఎలా వుంటాయి అంటే ''వర్షం పడకుండానే/ ఉరుములు మెరుపుల్లా/అదిగోయుద్ధం/ ఇదిగో యుద్ధం'' అని ప్రచారం చేయడం. ప్రభుత్వం పుకార్లు లేపి

పబ్బం గడుపుకొని ప్రశాంతంగా వుంటుంది. అందుకే నాయకులు యుద్ధం ప్రకటిస్తూ ఉంటారు. ఇటువంటి రాజకీయపు ఎత్తుగడలు జనాన్ని మోసం చేస్తుంటాయి.

రాజకీయం అరాచకీయం కాకుండా కాపాడుకోవాల్సిన అవసరం ప్రతిపౌరుని మీద ఉంటుంది. ఎవడోవస్తాడని ఏదో చేస్తాడని ఎదురు చూచి మోసపోవద్దు. అవినీతి రాజకీయాన్ని మూలాలతో పెకలించి అవతలపారేయ్యండి అనేది కవిభావన.

10. మరణం మీద అక్షరం రణం

''కాల మాటవెలది, కవ్వించు నవ్వించు
ఆశరేపి మనసు నాడ జేయు
కలచి యేడిపించు విలయ తాండవమాడి'' అనినకవే

''మరణ ముండ బోదు మాన్యులకెప్పుడు
మంచికార్యములను మించిచేయ
వెలుగ గలరు వారు వినువీధితారలై'' అంటూ

''మనిషి చచ్చినంత మనునది కొన్నాళ్లు
ధర్మ కార్యమొకటె ధనముకాదు
ధనము దాచిపెట్టి దద్దమ్మచావేల?'' అన్నారు.

మనిషి పుట్టినపడె మరణాంకురము పుట్టు
మనలగుండె యద్దిమసలు చుండు
మనిషివగచుటేల మరణమ్ము నూహించి'' అంటూ మరణం మనిషికి తప్పదని తెలిసి భయపడుట ఎందులకని ప్రశ్నించారు? గతంలో కవులు.

మరణాన్ని 'ప్రయాణం' క్రింద సంభావిస్తూ ''ప్రయాణం'' కవిత రాశాడు సంపత్ కుమార్. అందులో ఎన్నో ప్రశ్నల్ని సంధించాడు. ''మన ప్రయాణం సుదీర్ఘంకాదు / ఆ మాత్రానికి ఆశ ఎందుకు? ఆవేశం ఎందుకు? ప్రాధాన్యంలేని ఈ ప్రయాణం కోసం / చర్చలెందుకు? సమరం ఎందుకు?/ అవసరం లేని ఈ ప్రయాణంలో/ గొడవలెందుకు? కోపాలెందుకు?/ ఎవరూ పూర్తిగా ప్రయాణించరు/ ఎవరు ఎప్పుడు దిగుతారో/ ఎవరు ఎప్పుడు ఎక్కుతారో ''దిగేవాడు టాటా చెప్పేసి దిగిపోతాడు ఎక్కేవాడు/ కూర్చున్నవాళ్ళు ఎప్పుడు దిగుతారా అని చూస్తుంటాడు/ చిటికెలో ముగిసే ప్రయాణానికి/ చిందులు తొక్కడం దేనికి/ ఎప్పటికైనా ముగియాల్సిందే ఈ ప్రయాణం/ ముగించేలోపు/ నువ్వు ఎవరనేది/ ఎదుటివాడికి అర్థమయితే చాలు/'' అంటూ నీ జీవిత ప్రయాణం ముగిసేలోపు నీవు ఎవరు అనేది అర్థం కావాలంటే నీవు నీకోసం కాకుండా

సమాజం కోసం పాటుపడాలి. ఏ రూపంలో పాటుపడతాడో అది రికార్డు అయి నిలవాలి. అప్పుడే నీ జన్మ చరితార్థం అయినట్లుగా భావించాలి. నీవు చరిత్రలో సజీవంగా నిలిచే ప్రయత్నం చేయాలి! అంటాడు కవి.

మరణాన్ని తాత్త్వికంగా చెప్పడం ఒకపద్ధతి అయితే మరణాన్ని యధాతథంగా వ్యక్తి మరణించిన తరువాత ఆ ఇల్లు ఎట్లా వుంటుందో చెప్పడం మరో పద్ధతి.

''శవం లేచిన ఇల్లు'' శీర్షికతో రాసిన కవితలో ''ఇంటినిండా జనం// ఇల్లంతా నిశ్శబ్దం అవరించింది/ దు: ఖానికి ఒక ఇల్లు కట్టినట్టు ఉంది'' అంటూ ఆ ఇల్లు కనపడే విధం దృశ్యమానం చేశాడు కవి. ఆ ఇంట్లో మనిషి చనిపోయాడు. ఎవరికీ నోటమాట రావడం లేదు. ఊళ్లో జనం వచ్చారు. ఈ సందర్భంగా అంతా ఒకచోట చేరారు. చేరినపుడు చాలకాలంగా చూచిన వారిని పలకరిస్తుంటారు. కాని ఇంటికి వచ్చిన వాళ్లు ''అక్కడక్కడా కొంతమంది/ నోళ్ళు తెరవకుండానే పలకరించుకొంటున్నారు! ''అంటే వారి కళ్లే మాట్లాడుతున్నట్లున్నాయి.

''ఆ విషయాలు తరువాత మాట్లాడుకోవచ్చనని కొందరు/ మౌనంగా ఉన్నారు/ ఆ విషయాలు మాట్లాడడానికి ఇది సమయం కాదని కొందరు మౌనంగా ఉన్నారు'' ఏది ఏమైనా ఆ ఇల్లు నిశ్శబ్దం ఆవహించి ఉంది. మౌనమే అక్కడ భాష. తప్పనిసరిగా చెప్పాల్సి వచ్చే విషయాలు ''గద్గదస్వరంతో పంచుకొంటున్నారు''.

ప్రస్తుతం ఆ ఇంటి పరిస్థితి ఏమిటి అంటే, ''అది శవంలేచిన ఇల్లు/ ఊరు ఊరంతా అక్కడే ఉంది/ మౌనం తప్ప వాళ్ళకు మరోభాషరాదు/ ఒకే ఒక మనిషి/ ఆ ఇంట్లో నుంచి నిష్క్రమించాడు/... అంతా అయిపోయింది/ వచ్చిన పని అయిపోయింది'' అనుకుంటూ తాత్త్వికమైన పలుకులతో బయలుదేరుతున్నారు.

''ఆ మనిషి లేని ఇంట్లో/ ఒక్కక్షణం కూడా ఉండలేమన్నట్లు/ ఎవరూ ఎవరితోనూ చెప్పకూడదని/ ఎవరికి వారు బయలుదేరుతున్నారు/ రుణాను బంధం తీరిపోయిందని/ నీళ్ళుపోసి కడిగేశారు/ వాకిట్లో ముగ్గువేశారు/ ఇక ఏ రూపంలోను ఆ మనిషికి ప్రవేశం లేదని''. ''ఆ వ్యక్తి మరణించినప్పటి నుంచి/ గగ్గోలు పెట్టిన ఆ ఇల్లు/ శవం ఇల్లు వదలి వెళ్ళిపోయిన తరువాత/ ఆ దు:ఖాన్ని దిగమింగుకున్న ఇల్లు/ ఇప్పుడు ఏడవలేకపోతోంది''.

ఎందుకు ఏడవలేకపోతున్నారు? అంటే నిశ్చేష్టులైన, నిర్ఘాంతపోయిన వారు, గ్రాన్పడిపోయినవారు, మౌనంతో గడ్డకట్టి ఏడవలేక పోతున్నారు/ ఏమి చేసినా ఏమీ చెయ్యలేమని/ ఏడవలేక పోతోంది/ ఏడుపు ఆగలేకపోతోంది/ ఏడుపు ఆపుకోలేక పోతోంది. మరణించినవాడు తిరిగి రాడనే సత్యం తెలిసినా మరణించిన వ్యక్తి మంచిచెడ్డలు తలచుకున్నప్పుడు ఏడుపు ఆగదు. ఈ భావాన్ని కవి ''శవం లేచిన ఇల్లు'' కవితలో వ్యక్తీకరించారు.

''ఏడుపు'' అనే కవిత ఎంతో తాత్త్విక భావాల్ని అద్ది రాసిన కవిత. ఇతరులకు ఉపయోగ పడడానికి, సంతోషపరచడానికి ఎన్నో విధాలుగా అక్కర గడపడానికి, వృక్షాల నుండి వెలువడే వృక్ష సంపద మరణానికి వెరవవు సంతోషపడతాయి అనే భావనతో ఈ కవిత నడిచింది.

''పువ్వులు రాలిపోయేటప్పుడు / కన్నీళ్లు కార్చవు

హృదయాన్ని పరిమళింపజేస్తాయి /'' గనుక.

అట్లే ''ఆకులు గాలి ఊసులకు / పరవశించినప్పుడు / మాత్రమే రాలిపోతాయి''.

''పండ్లు పరిపక్వం చెంది / ప్రజలకు పనికొస్తామనుకొంటేనే / రాలుతాయి''.

''మనిషి చావడానికి / ఎందుకు ఏడుస్తాడు?'' అనే ప్రశ్న వేసి కవి దానికి సమాధానంగా ''జీవిత కాలంలో / ఎవరికీ ఉపయోగపడలేక పోయామే` అని కావచ్చు'' అంటారు.

మనిషి మనిషికి ఉపయోగపడే తత్త్వం ఎప్పుడో మానుకున్నాడు. ప్రతివాడు, వాడిస్వార్థం కోసం ఇతరులను ఉపయోగించుకోవాలనే చూస్తుంటాడు. తాను మాత్రం సహాయం చేయగల స్థితిలో ఉన్నా అవకాశం కలిసివచ్చినా, ససేమిరా సహాయపడడు. మనిషి స్వార్థపరత్వం పరాకాష్టకు చేరుకొంది'' అనే భావనతో కవి ఈ కవిత రాశాడు. మనిషి చస్తున్నందుకు ఏడుస్తున్నాడు కాని చివరిలోనైనా ఇతరులకు నేను ఉపయోగపడలేకపోయాను అనే చింతనతో దు:ఖించడం కూడా చచ్చే కాలంలోనైనా కనువిప్పు కలిగిందని సంతోషించవచ్చు. వాడు నిజంగా యేడ్చేది వాడు ఇక ఈ భూమి మీద ఉండననే బాధతోనే అనేది నా భావన.

''మరణం'' కవితలో ఈ భూమ్మీద మరణించినా జీవించివున్న వారిలా, వారిని తలచుకొనే వర్గాన్ని గురించి కవి అద్భుతమైన కవిత రాశాడు. ప్రాణాన్ని తృణప్రాయంగా పూసిక పుల్లలా విసర్జించే మహాత్యాగధనులు కొంతమంది ఉంటారు. వారు జీవితాన్ని దేశరక్షణ కోసం తన దేశప్రజల సుఖశాంతులకోసం ఖర్చుచేస్తారు. వారు తదితరమైన ఆర్థికాపేక్షతో ఈపని చేయరు. వారి రక్తంలో పరోపకార పరాయణత ప్రవహిస్తుంటుంది. వారి గుండెల్లో దేశరక్షణ బాధ్యత గూడుకట్టుకొని ఉంటుంది. అటువంటి త్యాగధనులకు, వీరులకు మరణం ఉండదు. మరణాన్ని ఎడమకాలితో తన్ని, శత్రువు గుండెల్లో నిద్రపోగలరు. మరణాన్ని లెక్కచేయకుండా రణంలోకి ఉరకగలరు. అట్టివారికి మరణం అంటదు.

కవిత ఎత్తుగడ ''ప్రాణాలను సైతం / త్యాగం చేసే వాడిని / మరణం అంటదు'' త్యాగం చేయడం అంటే ఇతరుల కోసం ప్రాణాన్ని పణంగా పెట్టడం. తన స్వార్థానికి ప్రాణాలువిడవడం కాదు. ఈ విధంగా దేశరక్షణకోసం దేశప్రజల సుఖశాంతులకోసం ఆనందం కోసం దేశ ప్రతిష్టకోసం ప్రాణాన్ని పణంగాపెట్టే వీరుడు ఎవడయ్యా! అంటూ వాడే వీరసైనికుడు. అతని త్యాగనిరతి ఏ విధంగా ఉంటుందో పరిశీలిస్తే...

''చలిలో గిలిలో/ నిలబడి తుపాకీ పట్టుకొని/ కాళ్ళు కదల్చకుండా/ చేతులు వణక్కుండా/ అవతలివాడి/ మరణశాసనం రాసేవాణ్ణి/ మరణం అంటదు.

మంచుకొండల్లో సరిహద్దుల్లో నిలబడి చలికి చలించకుండా శత్రువును సంహరించేవాడు, వాడికి మరణం అంటదు. ''హృదయ స్పందనను కూడా గుర్తించకుండా/ కంటికి కనిపించినంత దూరం కాపలాకాస్తూ/ రెప్పలకు పనిచెప్పకుండా/'' అంటే రెప్పవాల్చకుండా ''శత్రువుపై నిప్పులు చెరిగేవాడిని/ మరణం అంటదు/ ఇల్లు వాకిలి/ తల్లి, పెళ్ళాం, పిల్లలు/ అందర్నీ వదలిపెట్టి/ ఎక్కడికంటే అక్కడికి/ ప్రాణాలను బలిపెట్టడానికి/ సిద్ధంగా వెళ్ళేవాణ్ణి/ మరణం అంటదు.

ఒంటరి వాడు అంటే పెళ్ళాం పిల్లలు లేనివాడు త్యాగం చేయడంవేరు. కుటుంబంతో సగప్రాణం అంటించుకొనివున్న వాడు త్యాగం చేయడం మహా గొప్పవిషయం.

''ఎవరో కోన్‌కిస్కాగాడు/ చేసేదురాగతానికి/ అన్నీ వదిలిపెట్టుకొని/ ఎదురొడ్డేవాణ్ణి/ మరణం అంటదు. అయినవాళ్ళకోసం/ వాకిట్లోకాపలా కాసినట్టు/ శత్రువులకోసం/ సరిహద్దులో కాపలాకాసే సైనికుణ్ణి/ మరణం అంటదు/ దేశంకోసం అతను పొందే మరణం/ మరణం కాదు త్యాగం/ అతణ్ణి మరణం అంటదు''.

కొందరు మరణించినా చిరంజీవుల్లా ప్రజల హృదయాల్లో తిరుగాడుతుంటారు. మరికొందరు జీవించివున్నా జీవచ్ఛవాల్లా సమాజం మీద వేలాడుతుంటారు. అట్టివారు ఎంతకాలం బతికినా చచ్చినా ఒకటిగానే భావిస్తుంటారు. ''మరణమంటబోదు మాన్యులకెప్పుడు/ మంచి కార్యములను మించి చేయ'' అని చెప్పుకున్నాము. కనుక దేశరక్షణకోసం దేశశాంతి సుఖాలకోసం ప్రాణాన్ని పణంగాపెట్టే వారికి మరణం అంటదు. తాత్త్విక దృష్టితో ఆలోచించి మనం ఈ భూమిమీదకు ఎందుకు వచ్చాము, ఏమిచేశాము, ఏమి మిగుల్చుకున్నాము, ఎందుకు పోతున్నాం, మన తదనంతరం మనం చరితార్థులుగా మిగిలిపోతామా? లేదా? అని విషయాన్ని ఏదో వేళ ప్రతిమనిషి ఆలోచించుకోవాల్సి వుంది. మరణానంతర జీవితాన్ని గురించి యోచన చేయాల్సిన అవసరం ప్రతి ఒక్కరికి వుంది అనేది నాభావన.

సంపత్ కుమార్ గారు ''మరణశాసనం'' కవితలో ''పుట్టిన వాడు గిట్టక తప్పదు'' అనే పరమ సత్యాన్ని కవితగా మలచాడు. ఇందులో మరణానికి గలకారణాలు బోలెడుచెప్పాడు. ఆయన చెప్పిన సవాలక్ష కారణాలలో ''ఇందులో ఏ కారణమూ/ కాలుడి ముందు నిలబడదు/ అంటూ ''కాలం తీరిపోయింది/ ప్రాణంపోయింది/ అదొక్కటే ప్రతి ఒక్కరి మరణానికి కారణం'' అని నిగ్గుతేల్చినట్లు చెప్పారు. పైగా ''మరణిస్తే/ మరణించామని ఊరుకోవాలి తప్ప/ మరణానికి కారణాలు వెదక్కూడదు/ మరణానికి కారణాలు ఆరోపించకూడదు/ కారకులను ఆక్షేపించకూడదు/ నా మరణానికి ఎవరూ కారకులు కాదు'' అంటూ వో మెట్టు వేదాంతాన్ని

వివరించి చెప్పాడు. కానీ.. కాలం తీరింది పోయారు అనుకుంటే... దుర్మార్గంగా సాగే బాంబుదాడుల్లో పోయినవారి సంగతి ఏమిటి? అట్లే మానవ బాంబుల రూపంలో ఎంతోమందిని హతం చేస్తున్న వారి పరిస్థితి ఏమిటి? అనవసరంగా రాజకీయ సుస్థిరతకోసం చెలరేగే అల్లర్లకు కారకులైనవారి సంగతి ఏమిటి? ఆ సంఘటనల్లో పాపం పుణ్యం తెలియకుండా మరణించిన వారి సంగతేమిటి? అనే ప్రశ్నలు అందరి హృదయాల్లో ఉదయిస్తాయి.

ఈ ''మరణ శాసనం'' చాదస్తపు శాసనం అని చెప్పడానికి అభ్యుదయ భావాలు గల సంపత్ కుమార్ ఈ కవిత రాసి వుంటాడని నా భావన. ''జాతస్య మరణంధ్రువం'' నిజమే! అకాల మరణాన్ని గురించే ఆలోచించాల్సి వుంది.

మరణం అంటే భయపడకుండా ఉండాలంటే మరణం మనిషికి శాశ్వత చిరునామా అనే సత్యాన్ని అంగీకరించే మానసిక పరిపక్వత కలిగి ఉండాలి. మరణం తప్పదని తెలిసినా మరణమంటే భయపడనివారు చాలా అరుదుగా ఉంటారు.

''మరణం నా శాశ్వత చిరునామా'' కవితలో కవి సంపత్ కుమార్'' మరణం గురించి నాకు భయం లేదు'' అంటూ మరణాన్ని నేను చంకలో పెట్టుకొని తిరుగుతాను / మరణాన్ని నేను గుండెల్లో పెట్టుకొని నిద్రపోతాను / మరణం నా కళ్ళలో మెరుస్తూ ఉంటుంది / మరణం నా దగ్గర బంధువు / మరణం నా ప్రాణస్నేహితుడు / మరణం నా గురువు /... మరణం నా చిరునామా / మరణం కేరాఫ్‌నేను'' అంటూ మరణంతో తాను కలసి నడుస్తున్నట్లు కవి చెప్పుకుంటాడు. నిజమే మరి, మరణం జననం తోనే పుట్టి మనిషిని అంటిపెట్టుకొని తిరుగుతుంటుంది. మనిషిని విడిచి మరణం ఎక్కడకూ పోదు. అట్లా పోయేపక్షంలో మనిషికి జరగరాని ప్రమాదం జరిగినప్పుడు వెంటనే మరణం మనిషిని కౌగిలించుకుంటుంది కదా!

''ఒకసారి మరణాన్ని ఆస్వాదించిన వాడు / దాన్ని పరిత్యజించలేడు'' అనేది సత్యవాక్కు. మరణించిన వాడు తిరిగి బతికిరావడం కథల్లో మాటలే కాని యధార్థాలు కావు. మరణం కోసం దేవుణ్ణి ప్రార్థించేవాళ్ళు, మరణాన్ని దేవుడిలా చూచుకొనేవాళ్ళు / మరణం కోసం పడిగాపులు పడేవాళ్ళు / అందరికీ మరణం కావాలి!

''మరణం నుంచి తప్పించుకోవాలని చూస్తే / నరకం చూపిస్తుంది / మరణాన్ని స్వాగతిస్తే / హాయిగా అక్కున చేర్చుకుంటుంది / మరణం రాకముందే మరణిస్తే / మరణం మన్నించదు''. ఆత్మహత్యలు చేసుకునేవాళ్ళు చావలేక బతకలేక నానాయాతన పడుతుంటారు.

మనిషి వందేళ్ళు బతికితే మరణం కూడా వందేళ్ళు బతికినట్టే ఎందుచేతనంటే మనిషిలా మరణమూ మనిషిలో జీవిస్తుంటుంది కనుక. ఏది ఏమైనా మరణం మనిషికి శాశ్వత చిరునామా!

దేవుడు ప్రతి జీవికి యిచ్చే వరం మరణం. దేవుడు మనిషి కోరే తదితరమైన కోర్కెలు మన్నిస్తాడోలేడో కాని తప్పకుండా అడగకుండానే దేవుడు మనిషికి యిచ్చేవరం మరణం. ఇందులో

ఎటువంటి వివక్ష దేవుడు చూపడు. డాక్టరు మనిషిని రక్షించాడు అంటే మరణం నుండి రక్షించాడనికాదు. ''రాని మరణం నుండి డాక్టరు రక్షిస్తాడు'' ఒక విధంగా ''మనిషికి ఆపన్నహస్తం మరణం'' ఒకసారి దాని చేయి అందుకున్నవాడు ఎప్పటికి దాన్ని వదలలేడు.

''మరణంలో మజా జీవించి ఉన్న వాళ్ళకు తెలియదు'' ఆ మజాను మరణించిన వాడు తిరిగివచ్చి మనకు చెప్పలేడు. ఒక కవి అంటాడు.

''నాక మెవడు జూచె నరకమెవ్వడు గాంచె
అందు జరుగుతంతు లన్ని చెప్ప
చచ్చిపోయి తిరిగి వచ్చిన వాడేది?''

కనుక చచ్చిపోయి తిరిగి వచ్చిన వాళ్ళు ఎవరూ ఉండరు.

మరణించిన వారిని చూసి/ అందరూ ఏడుస్తారు/ ఎందుకు? అంటే ''వాడు సుఖపడిపోయాడని'' ఓర్వలేక అనే భావన కవి వ్యక్తీకరిస్తాడు.

''పుట్టిన వారిని చూసి/ అందరూ సంతోషిస్తారు/ ఎందుకని అంటే ''వాడు మరణించబోతాడని'' అంటాడు కవి. మనిషికి మరణం శాశ్వతనిద్ర. మళ్ళీ మెలుకవంటూరాదు. మరణం కాపలాకాయువాడు ఎవడిచేతనూ కబళింపబడడు.

మరణానికి ఒకలక్ష్యం ఉంది. అది ఏమిటీ అంటే ''మనల్ని మరణింపజేయడమే''.

''నేను మరణంలో జీవిస్తాను/ మరణాన్ని మననం చేసుకుంటాను/ మరణం నా శాశ్వత చిరునామా!'' మరణంలోనూ జీవించవచ్చు అనుకునే వాడికి మరణమంటే భయముండదు. అదొక తిరిగిరాని ఊరిప్రయాణంగా ఉంటుంది.

''సుదీర్ఘ ప్రయాణం తరువాత/ చల్లనిచెట్టుకింద సేదతీరినట్టుంది మరణం'' అంటాడు కవి.

మనిషి మరణాన్ని చేరుకున్న తరువాత కష్టాలు ఉండవు, కన్నీళ్ళు ఉండవు. అదో లోకం, అదో ఆనందం. ఎవడూ తిరిగివచ్చి చెప్పేదీకాదు, వెళ్ళి చూచేదికాదు. వెళ్ళాక తిరిగివచ్చేది కాదు.

మరణం మీద నడచిన ఈ కవిత. తాత్త్వికజ్ఞానంతో రాయబడినది. బతికి వుండి మనగతి ఏమిటో తెలుసుకోలేని దశలో మనమున్నాము. అట్లాంటి మనకు మరణానంతర జీవితం ఎట్లా తెలుస్తుంది.

''చచ్చినంత నాత్మసంగతి యే మౌనా
చింతజేయు మనుజు డిరతకింత
బ్రతికియుండి నాత్మ గతిగానడెవడును'' అనే కవి వాక్కు యధార్థం కదా!

''సుదీర్ఘ ప్రయాణం తరువాత/ చల్లని చెట్టుకింద సేద తీరినట్టుంది మరణం'' అంటూ మరణంలోని సుఖాన్ని ఎత్తిచూపుతాడు కవి.

వయస్సు మీదపడి మృత్యువును సమీపిస్తున్నాననే భావన, చేయవలసిన కార్యాలు చాలా వున్నాయి చేరవలసిన లక్ష్యం సుదూరంలో వుంది అనే భావనతో "పొద్దుకూకుతుంది నడక చాలా వుంది" అంటాడోకవి. అలాంటి తాత్త్విక చింతనతో "అడవిలో పొద్దుగూకింది" అనే కవిత రాశాడు సంపత్ కుమార్.

"జీవితం ఎందాకా?/ అడుగులు దూర దూరంగా పడుతున్నాయి/ చేతుల్లో సత్తువలేదు/ కాళ్ళులాగుతున్నాయి/ పొద్దుగూకేలాగా/ జీవితాన్ని దాటెయ్యాలి" అంటూ జీవితంలో మిగిలిన కార్యక్రమాలు చక్కబెట్టుకొని జీవితాన్ని దాటెయ్యాలి అంటాడు కవి.

"కడుపు దహించుకుపోతుంది
కళ్ళుబైర్లు కమ్ముతున్నాయి
సూర్యుడు అప్పుడు నడినెత్తికొచ్చాడు" అంటే

జీవించే కాలం ఎంతో కురచ అయిపోయింది అనే భావన. "ఆశలు వాడిపోతున్నాయి/ మనసు పొరల్లో ఎక్కడో / మిణుగురులు మెరుస్తున్నాయి" అంటే మనస్సులో మిణుగురులు లాంటి కొత్త ఆశలు మొలకెత్తుతున్నాయి. ఆశల ఆకాంక్షలే అడుగులు వడివడిగా పడడానికి కారణం' అంటాడు కవి.

మరణానంతరం మనిషిపొందే జీవితాన్ని ప్రస్తావిస్తూ, 'అడవి' జీవితంగా భావిస్తే, అడవి అవతల అద్భుతమైన సౌందర్యం అదే మరణం. అది "కౌగిలించుకొని ఉక్కిరి బిక్కిరి చెయ్యడానికి కాచుక్కూర్చుంది. కనుక ఒక షరతు మరణం కూడా విధిస్తుంది. మరణించేటప్పుడు దిగులు విచారం లేకుండా అందంగా, హుందాగా, దర్జాగా కదిలివస్తేనే మరణం ఆనందదాయకమైన కౌగిలి అందుతుంది. ఆలోచనలకి చీకటి కమ్మలేదు/ అడవిలో పొద్దుగూకింది" అంటూ జీవితం ముగించిన వైనాన్ని కవి వ్యక్తీకరిస్తాడు.

'మనిషి' అనే కవితలో మొదటనే ఈ కవి తన భావాన్ని భయం మీద వ్యక్తీకరిస్తూ నాకు 'మనిషి రూపంలో ఉన్న మనిషి అంటేనే భయం, మరణాన్ని గురించి భయంలేదు" అంటాడు. మరణం మీద ముక్తకాలుగా రాసిన ఆలోచనల్లో 'మనిషికి ఉంటుంది మరణం'. మనిషి మరణాన్ని స్వాగతించవచ్చు కాని మానవత్వానికి మరణం ఉండకూడదు. అంటూ "మనుషులకే కాదు/ మానవత్వానికీ మరణమా? అంటూ విశ్వమాత మదర్ వాపోయారు.

జనాలు అమాయకులుగా జీవచ్ఛవాలుగా బతుకుతుంటే స్వార్థపరులైన భూకబ్జాదారులు శ్మశానాలు కూడా ఆక్రమించి ఇండ్లప్లాట్స్ వేసి సొమ్ము చేసుకుంటున్నారు. శ్మశానాలు కూడా ఊర్లుగా మారి పోతున్నాయి. ఇట్లా జరగడానికి కారణం జనం చైతన్యవంతులు కాకపోవడమే.

"శ్మశానాలు కూడా/ ఊళ్ళయిపోతున్నాయి/ మనుషులూ జీవచ్ఛవాలే కదా!" అంటారు.

కవిత్వమై కురిసిన కవి (మాడభూషి సంపత్ కుమార్ కవిత్వ విశ్లేషణ)

శవాలు ఉండేది శ్మశానంలో, మనుషులు జీవచ్ఛవాలు అయినప్పుడు వాళ్ళువుండే ప్రాంతం శ్మశానాలుగా చెప్పుకోవచ్చు.

''కవిత్వం/ మరణాన్ని ఊడా ఆహ్వానిస్తుంది/ మరణం కవిత్వంతో అజరామరమవుతుంది'' మరణం కవిత్వాన్ని ఆహ్వానించడానికి కారణం అజరామరమవటానికి అనేది కవిభావన.

''చివరకు పోయేది జీవితం/ చివరి వరకూ మిగిలేది కవిత్వం'' అని ప్రతి కవి తెలుసుకోవాల్సిన సూక్తి. అజరామరమైన కవిత్వాన్ని పండిరచడానికి ప్రతికవి ప్రయత్నించాలి.

11. వ్యక్తిత్వాన్ని సంభావించిన అక్షరం

కవి ఎదుటి మనిషిలోకి ఇంకిపోతేగాని ఆ వ్యక్తి వ్యక్తిత్వం బోధపడదు. ఎదుటి మనిషి వ్యక్తిత్వమే కాదు, ఆ వ్యక్తి వాస్తవిక జీవితానుభవాలను, ఉద్వేగాలను, ప్రతిస్పందనలను కూడా అవగాహనించుకున్నప్పుడే ఆ వ్యక్తిని కవిత్వంలో తడిపి అక్షరాకృతితో ఆవిష్కరించగలుగుతాం. మనం రాయదలచుకున్న వ్యక్తి భౌతిక, అంతరంగిక జీవితంలోని సంఘర్షణను విస్తృతంగా దర్శించినప్పుడే సజీవత ఉట్టిపడే వాక్యాలు వెలువడుతాయి. నిబద్ధతతో కూడిన పదునైన వ్యక్తీకరణతో ఆ వ్యక్తి విశిష్టతను కవిత్వంగా మలచినప్పుడే ఆ వ్యక్తి వ్యక్తిత్వం బొమ్మకట్టి పాఠకుల మెప్పుపొందుతుంది.

వర్తమాన జీవన చిత్రాన్ని చిత్రించాలంటే అరిగిపోయిన పదబంధాలు పనికిరావు. మనకు కావాల్సిన అర్థంలో కవిత్వం రావాలంటే మనదైన పదబంధాల్ని కొత్తగా సృష్టించుకోవాల్సి వస్తుంది. పాతకాలం చూర్లుబట్టుకొని వేలాడినందువలన వాక్యాల్లో పాత పదబంధాలు పళ్ళు ఇకిలిస్తూ దర్శనమిస్తాయి. విషయాన్ని సరికొత్తగా చెప్పడానికి సరికొత్త పదబంధాల్ని కవి తనదైన ముద్రతో సృష్టించుకోవాలి.

సంపత్ కుమార్ ''జీవితానికి/ కవిత్వానికి వైరుధ్యంలేదు/ జీవితంలోను/ కవిత్వంలోను/ వైవిధ్యం'' ఉంటుందని నమ్మినవాడు. నిలువెత్తు కవిత్వంలో జీవితం తలెత్తుకి తిరిగే విధంగా తాను రాయదలచుకున్న వ్యక్తుల జీవితాన్ని ఆవిష్కరించాడు.

''శత్రువుతో ప్రయాణం'' కవితా సంపుటిలో ''కత్తి కిందపడకుండానే...'' కవిత కవి తండ్రిగారైన మాడభూషి శ్రీనివాసాచార్యుల స్మృతిపథంతో రాసిన కవిత. ఆయన దినచర్య ఊరికోసం దేవుణ్ణి ప్రార్థించడం, రెక్కాడితేగాని డొక్కాడని స్థితి, అందుకే, తెలతెల వారకముందే ఇల్లు విడిచి బయలుదేరుతాడు. కష్టపడి సంపాదించిన సొమ్ముతో పిల్లల్ని సాకుతాడు. ఎక్కడ తన కష్టానికి పదిరూపాయలు దొరుకుతాయి అని తెలిస్తే అక్కడ ప్రత్యక్షమౌతాడు. ఆయన తన బిడ్డల్ని బతికించాలనే కోరికతోనే తన కష్టాన్ని ఇష్టంగా మార్చుకొని ఎంత దూరమైన పయనిస్తాడు. తన విద్యను ప్రజాహితానికి ఉపయోగిస్తాడు. బిడ్డల్ని ఎంతో కష్టపడి పెంచినాడే తప్ప వారినుండి పిడికెడు మెతుకులు ఆశించని ధన్యుడు. ఆయన యత్నాలు వీగిపోకుండానే అమరుడైన వీరుడుగా తండ్రి మీద కవిత్వం రాశాడు సంపత్. ఆ కవిత నడిచిన విధం...

"కోడికన్నా, కోకిల కన్నా/ ఆయన ముందే లేస్తాడు/ చంద్రుడికి చాపచుట్టేసి/ సూర్యుణ్ణి నిద్రలేపుతాడు. అంటూ ఆయన కోడి కూతతో మేల్కొని కోకిల పాటకన్నా ముందే లేచి, చంద్రుడు క్రుంకిపోయాక సూర్యోదయాన్ని ఆహ్వానిస్తాడు. "ఊరు ఒళ్ళు విరుచు కొంటూ ఉండగానే/ ఊరికోసం/ దేవుణ్ణి స్మరిస్తూ" ఊరు మేల్కొనక ముందే దేవుణ్ణి గుడిలో ప్రార్థనలు చేస్తాడు.

ఆయనది ఎంత పేద కుటుంబమో చెప్తూ "రెక్కాడితేగానీ డొక్కాడని/ కుటుంబంకోసం/ పక్షులతో పాటు రెక్కలు విదుల్చుకొని/ బయలుదేరుతాడు". తెల్లవారుజామునే పక్షుల కిలకిలరావాలతో లేచి విదుల్చుకొని పిల్లల మేతకోసం ఎటో ఎగిరిపోతుంటాయి. ఈయనా అంతే. పక్షులతోపాటు రెక్కలు విదుల్చుకొని, బిడ్డలకు పట్టెడు మెతుకులు పెట్టాలనే బాధ్యతాయుతమైన కోర్కెతో ఇంటినుండి బయలుదేరుతాడు.

"చెమట ముక్కల్ని/ నీటి చుక్కలు చేసి/ పిడచకట్టిన పిల్లల/ నాల్కలపై పోస్తాడు"

ఒంట్లో దాగున్న చెమట చిందించి అంటే కష్టపడి సంపాదించిన సొమ్ముతో ఆ కొన్న పిల్లలకు ఆహారం చేకూర్చుతాడు.

"అడవిలో ఎక్కడో వెన్నెల కాస్తుందంటే/ అమృతం కోసం అక్కడికి పరుగు".

సుదూర ప్రాంతమైనా అక్కడ ఆయన వృత్తికి తగిన పారితోషికం దొరుకుతుందని తెలిస్తే, కష్టం అనుకోకుండా బయలుదేరుతాడు.

"ఎడారిలో కొబ్బరి నీళ్ళున్నాయంటే/ అక్కడికీ ప్రయాణమే" నీటి చెమ్మకరువై ఇసుక లెత్తిన ప్రాంతంలో కొబ్బరినీళ్ళు లాంటి పదార్థం లభ్యమౌతుంది అని తెలిస్తే అక్కడకీ ఆచార్యులు హాజరవుతారు.

ఎదిగొచ్చే పిల్లలు కళ్ళలో మెదులుతున్నప్పుడు వాళ్ళను పోషించాలనే బాధ్యత తనముందు నిలబడి ఎరుకపరుస్తున్నపుపడు, ఆయన యత్నం ముందు అడవి మైదానంలా కనిపిస్తుంది.

"కళ్ళలో కనిపించే పిల్లలముందు/ అడవి మైదానంలో మారిపోతుంది".

ఆయన ధ్యాసంతా/ అర్థం గురించికాదు/ పరహితం గురించే" అంటూ పరహితాన్ని కోరే పవిత్ర మనసున్న తండ్రిగా శ్రీనివాసాచార్యుల్ని ఆవిష్కరించాడు సంపత్.

ఆయనతో పనివుండి ఏదైనా కార్యం చేయించుకోవాలని ఆహ్వానిస్తే, తరతమ భేదాలు చూపకుండా అందర్ని గౌరవించే పనిని జరిపే గొప్ప మనసున్న వ్యక్తి ఆయన అని చెప్తూ `
"కోటీశ్వరుడైనా/ కటిక దరిద్రుడైనా/ కరెక్టటైముకే హాజరు"

"పేదవాడైనా, ధనవంతుడైన శుభకార్యం పెట్టుకొని పౌరోహిత్యానికి పిలిస్తే తరతమ భేదాలు చూడకుండా తన విధి నిర్వహిస్తాడు" అంటాడు కవి.

పంచాంగం చూచి గ్రామస్థులకు శుభాలను అశుభాలను నిర్వహించే కార్యక్రమాన్ని బాగా ఆలోచించి హితంగా చెప్తాడే కాని, అహితంగా చెప్పి డబ్బుగుంజాలనుకోడు.

''పంచాంగంలోని/ హితం తప్పం/ అహితంపట్టదు'' అనడంలోని ఆంతర్యం పైన తెల్పినదే!

ఆయన చేసే పని వృత్తి అనుకోవచ్చు, ప్రవృత్తి అనుకోవచ్చు. అది మాత్రం పౌరోహిత్యం.

''వృత్తీ, ప్రవృత్తీ/ ఒకటే ` పౌరోహిత్యం'' అన్నారు. ఆయన చివరకు మరణించేరోజు కూడా ''ఆ రోజు రాత్రిదాకా/ మాకు పెట్టడం తప్ప/ ఒక పిడికెడు మెతుకులు/ ఆశించని ధన్యుడు/ జీవన సమరంలో/ కత్తికింద పడకుండానే/ మరణించిన వీరుడు'' అంటూ ఆయన నిష్టాగరిష్టత, నిస్వార్థం, బాధ్యత ఎరిగిన తండ్రిని గురించి అద్భుతమైన కవిత్వం రాశాడు సంపత్.

''తెలుగు వెలుగులు'' శీర్షికతో రాసిన ముక్తకాల ద్వారా సాహితీ వేత్తలను పాఠకుల ముందుకు తెచ్చారు. వారిలో ప్రశస్తమైన గుణాలను వెలుగుచేశారు.

నన్నయ్యను గురించి రాస్తూ–

''మబ్బు చాటునున్న తెలుగు సొబగులకు/ మల్లెవాసనలు జోడిరచి/ తెలుగు సాహితీ తేనెలొలికించాడు నన్నయ'' అన్నారు. నన్నయ ఆదికవి, వాగనుశాసనుడని, 'మారన/ అనేకవి నన్నయను ''ఆంధ్రకవితాగురుడు'' అని కీర్తించారు. నన్నయ తెలుగువారికి కవితాభిక్షపెట్టిన వానిగా కొనియాడబడినాడు. సంస్కృత ఛందస్సుకు తెలుగు ఉడపులు తొడిగినందున, ఛందో పద్ధతిని, చంపూ మార్గాన్ని ప్రవేశపెట్టినందున వాగనుశాసనుడయ్యాడు నన్నయ. అందుకే సంపత్ కుమార్ తెలుగు సొగసులకు మల్లెవాసనలు అద్దినట్లుగా పేర్కొన్నాడు. తెలుగు భాషతీయదనాన్ని అద్భుతంగా ఆవిష్కరించాడు నన్నయ.

పాల్కురికి సోమన గురించిన ''దేశి కవితకు పట్టంకట్టి/ ద్విపదలోన కవిత కట్టి/ తెలుగు భాషకు వెలుగు చూపినవాడు పాల్కురికి సోమన'' అన్నారు. ఈయన శివకవులలో ఒకడు. సోమన ''కూర్చెద ద్విపదలు కోర్కెదైవార'' అన్నాడు. అట్లే ''తిన్నని సూక్తుల ద్విపద రచింతు''నని చెప్పుకున్నాడు. ద్విపదలో ప్రాసయతి నిలపటం, వృత్తాలలో మాదిరిగా ద్విపదలను సంధించటం, ద్విపదకావ్యాలను ఆశ్వాలుగా విభజించడం సోమన చూపించిన విలక్షణత,. భాష విషయంలో కూడా కొత్త పుంతలు తొక్కి వెలుగును కూర్చాడు తెలుగునకు.

తిక్కన:– ''ఇంపు సొంపైన తెలుగులో / భారత రామాయణాలు వేలార్చి/ తేటతెలుగుకు వెలుగులు/ తెచ్చినవాడు తిక్కన'' అన్నారు కవి. ''కవిబ్రహ్మ, ఉభయకవిమిత్రుడు'' అనే బిరుదులతో, నిర్వచనోత్తర రామాయణం, ఆంధ్ర మహాభారతం రచించాడు. తిక్కన ఆంధ్రాభిమానం గలకవి. తిక్కన కవిత్వంలో నాటకీయత కనిపిస్తుంది. సందర్భ శుద్ధితో

పాత్రలను సృష్టించినవాడు. వీరి పద్యాల్లో తెలుగుదనం ఉట్టిపడుతుంది. అందుకే సంపత్ ''తేటతెలుగుకు వెలుగులు తెచ్చినవాడు'' అన్నాడు.

శ్రీనాథుని గురించి:- ''దేశదేశాలు తిరిగి/ తెలుగు కంచుగంటను మోగించి/ తెలుగువారి వీర చరితకు/ కనకాభిషేకం చేయించాడు శ్రీనాథకవి సార్వభౌముడు'' రెడ్డిరాజుల కొలువులో ఆస్థానకవిగా ఒక వెలుగు వెలిగినవాడు శ్రీనాథుడు. చివరకు రెడ్డిరాజులు పెట్టిన కష్టాల వలన కన్నీరై తనువు చాలించినవాడు. శ్రీనాథుడు మహాభోగిగా బతికిన మహాకవి. కవిగా దేశ పర్యటనచేసి చాటువులతో ఆనాటి చరిత్ర చాటినవాడు. తెలుగు కవిత్వపురుచి దేశంలో వ్యాప్తినొందించినవాడు.

పోతన:- ''మందార మకరందంలో/ ముంచెత్తి తెలుగు పలుకులకు/ మాధుర్యం తెచ్చాడు/ భాగవతానికి/ తెలుగులు ఇచ్చాడు పోతన'' అన్నారు. పోతన భక్తకవి. కవిత్వాన్ని నమ్మిబతికినవాడే కాని అమ్మిబతికినవాడు కాదు. ''కావ్యకన్యకన్/ గుహలకిచ్చి యప్పడపు కూడు/ భుజించుటకంటే/ సత్కవుల్ హాలికులైననేమి?'' అనగలిగిన కవి కష్టజీవి పోతన.

వేమన:- ఆటవెలదిని ఈటెగా/ చేపట్టినాడు/ కుళ్ళినసంఘాన్ని కూలదోసి/ విశ్వదాభిరాముడై వెలిగినాడు!

''సంఘమందు కుళ్లు సాతమ్ము పోకూర్చ
ఆటవెలది నోటనాలపించి
జగతి మేలుకొల్పి జనరంజకుడవైతి
విప్లవకవివర్య! వేమనార్య!''అంటూ నేనొక చోట ప్రస్తుతించాను. ఈయన ఆటవెలది పద్యాలు ఈటెలేకాదు, సామాజిక చైతన్యపు మాటలు. తెలుగులో ప్రపంచం స్థాయిలో గుర్తింపు పొందిన ఏకైక కవి వేమన.

గురజాడ:- ''పాతకొత్తల మేలు కలయికతో/ కొమ్మెరంగులు చిమ్మినాడు/ తెలుగుతల్లి మెడలో/ ముత్యాల సరాలు తొడిగి/ అడుగుజాడగా నిలిచినాడు గురజాడ'' అన్నారు. అభ్యుదయ భావాల అడుగుజాడ గురజాడ. మూఢాచారాల ముక్కిడి ముసుగులు చీల్చి మహిళాభ్యుదయానికి మణిదీప్తికమైన బాటలువేసిన నాటక రచయిత గురజాడ.

తెలుగు వెలుగులు శీర్షికతో 16 మంది కవుల్ని క్లుప్తంగా ముక్తకాల్లో పరిచయం చేశాడు సంపత్ కుమార్. అందులో అల్లసానివారు, శ్రీకృష్ణదేవ రాయలు, మొల్ల, వీరేశలింగం, రాయప్రోలు, కృష్ణశాస్త్రి, శ్రీశ్రీ, విశ్వనాథ, జాషువా మొదలగు వారున్నారు. వీళ్ళంతా తెలుగు సౌరభాల్ని విశ్వమంతా విరజిమ్మినవారే!.

''చివరకు నువ్వే గెలుస్తావు'' కవితా సంపుటిలో ''జెండర్ స్పృహ'' శీర్షికతో రాసిన కవిత ఆడ, మగ కాకుండా మూడో జెండర్‌గా పిలవబడే ''షండుల'' గురించి రాసిన కవితయిది.

నపుంసకులను, ఆడ మగవాళ్ళు ఏ వర్గంలోకీ చేర్చుకోరు. వారిని సమాజంలో చాలాహీనంగా చూస్తారు. హేళనగా చూస్తారు. వారికీ ఒక మనస్సు ఉంటుందని, దానికి కొన్ని కోర్కెలుంటాయని, వారు సమాజంలో గౌరవంగా బతకడానికే ప్రయత్నిస్తుంటారని స్త్రీలు గాని పురుషులుగాని భావించరు. వారు కంటపడగానే అసభ్యంగా చూస్తుంటారు. ఎటువంటి విలువ యిచ్చి మాట్లాడరు. వారి కష్టాల్ని, కన్నీళ్ళను కవి గుర్తించి, వారికి సామాజిక న్యాయం జరగాలనే దృఢ సంకల్పంతో కవిత రాశాడు కవి.

"మేం ఎజెండాలో లేనివాళ్ళం / మీ జెండా నీడలోకి రాని వాళ్ళం / తరాలుగా మా జెండర్ గురించిన స్పృహ / ఎవరికీ లేదు / మానవులుగా పుట్టిన మేం / ఆడా మగ తేడా వుండకూడదని వాదిస్తున్నా/ మమ్మల్ని తేడాగా చూస్తారు" అంటూ ప్రతి ఒక్కరు స్త్రీలుగాని పురుషులుగాని అభ్యుదయ భావాలతో ప్రగతిశీల దృక్పథంతో ఆడ, మగ తేడాలు ఉండకూడదు, సమాన హక్కులు కావాలి, వివక్ష చూపటం అన్యాయం అంటారేగాని, ఈ భూమ్మీద ఆడ, మగ కాని ఒక వర్గం వుందని, మనుషులుగా పుట్టిన వీరిని గురించి, వీరి హక్కులకోసం ఎవ్వరూ పోరాడరు, సమానత్వం కోసం ఏ ఒక్కరు పెదవి విప్పరు. ఈ విధానాన్ని ఖండిస్తూ "కుక్కని, పిల్లని / చంకనెక్కించుకొని తిరిగే మీకు / మనుషులు మనుషులుగా కనిపించరు /" అంటూ "మేం కనిపించగానే / మీ ముఖంలోని ముడతలు / మీ మనసులోని భావనల్ని పట్టిస్తాయి" అంటూ ఈ మూడో వర్గాన్ని చూడగానే ఆడ, మగ ముఖ కవలికలు మారిపోతాయి. హేళన భావం ముఖమంతా పులుముకుంటుంది. అట్టి భావాలు "మా మనసుల్ని వేదనలతో కుట్టేస్తాయి / మనసుకు, శరీరానికి / ఈడుజోడు కుదరక / మా కర్మకాలింది" అనడంలో ఒక యదార్థం దాగుంది. వారికి తెలియకుండానే వారి చేష్టలు తేడాగా కనిపిస్తుంటాయి. బహుశ! ఈ తేడా కావాలని ప్రవర్తించడం కాదు. వారి మనసుకు శరీరానికి ఈడూ జోడూ కుదరకపోవడం వలనం సంభవించిన తేడా అది. మమ్ములను ఆ విషయంలో ప్రశ్నిస్తే....

"ఆడ, మగలో ` "మీకు మాత్రం మనసు ఒకటి / మాట ఒకటి కాదా, ఆడా మగ మధ్య ఎన్ని సంఘర్షణలున్నా / సయోధ్యకు సిద్ధమే! / మేం మాత్రం అన్నిటికి నిషిద్ధం" అంటూ ఏ అవయవలోపమైన కనికరిస్తారు అంటే "కాలు, కన్ను, మనసు / ఏది వికలమైనా కనికరిస్తారు / కానీ మా అంగవైకల్యాన్ని అంగీకరించరు / అంటూ ఆడ మగలది మానసిక దౌర్బల్యంగానూ, వారిది శారీరక దౌర్భగ్యంగాను కవి విడమరచి చెప్తారు.

"మా వంతు వచ్చినప్పుడల్లా / మీరు పాదరసంలా జారుకుంటూ ఉంటే / మాకిక ఎవరి ఎజెండాలు అక్కర్లేదు / మా జెండాలు మేమే మోస్తాం" అంటూ మా సమస్యల్ని మేమే సమాజాన్ని ఎదురొడ్డి నిలబడి పరిష్కరించు కుంటామనే మనోధైర్యంతో మాట్లాడుతారు మూడోజెండర్ వారు.

ఈ కవిత జెండర్ స్పృహను చర్చించింది. మూడో జెండర్ వారు ఏమీచేయబోతున్నది చెప్పాడు కవి. వీరు కూడా వారి హక్కులకోసం ఉద్యమాలు లేవదీస్తున్నారు. సంఘటితమై వారి హక్కుల్ని సంరక్షించుకోవడమూ చూస్తున్నాం.

''ఇప్పుడు'' ఎవడి మాయలో వాడేపడి/ కొట్టుకుపోతున్నాడు/ స్వయంలోపడినవాడి వ్యాధినయం కాదు/ వాడు కళ్ళు తెరచి లోకాన్ని చూసేటప్పటికి/ లోకం వాణ్ణి చూడ్డానికి సిద్ధంగా ఉండదు. ఈలాంటి 'సెల్' శ్వాసగా, ధ్యాసగా గలవాడిని గురించి ''స్వముఖం'' కవిత రాశాడు కవి. ఈ సెల్ఫిష్' ఫెలో ఎలాంటి వాడు అంటే....

''వాడి ముఖాన్ని/ వాడే చూసుకొని మురిసిపోతున్నాడు/ 'సెల్ఫీ'లో ఎంత అందంగా ఉన్నాడో/ సెల్ఫిష్‌లో కూడా అంతే అందంగా ఉన్నాడు/ అద్దంలో వాడి మొహం వాడు చూసుకోవడమే అరుదు/ చేతిలో సెల్‌ఫోన్ పట్టుకొని/ సెల్ఫీలో ఫోటో తీసుకొని/ వాల్ పేపర్‌కి వేలాడదీసిన/ తన మొహాన్ని ఆహ్లాదంగా చూసుకొంటున్నాడు/ వాడి మొహం వాడికేం తెలుసు అనడానికి లేదు/ వాడి మొహం మాత్రమే వాడికి తెలుసు/ అందమంటే 'అలా' ఉండాలికి బదులు/ అందమంటే 'నాలా/ ఉండాలి అనుకొంటున్నాడు/ అంతర్దర్శనానికి/ ఆత్మ సందర్శనానికి బదులు/ ఆ మూలంగా ముఖాన్ని తగిలించుకొని/ స్వముఖాన్ని చూసి సంబరపడుతున్నాడు'' వీటికి సెల్ తెలుసు మిగతా ప్రపంచజ్ఞానం తెలియదు. నేను, నాది అనే అహంభావం పెంచుకున్న సెల్ఫిష్ ఫెలోవాడు. ఇంకా వీడిగుణం `సెల్లునిండా కాంటాక్ట్స మనసులో ఒకరు కూడా నిలవడంలేదు'' వీడికి ఎవడితోనూ పర్సనల్ టచ్ లేదు. సెల్‌లో టచ్‌లోని వుండే కాంటాంక్ట్స్ వీడి మనసులో ఉండరు. అందుచేత స్వీయ పరిచయాన్ని పెంచుకొని స్నేహభావంతో ఉండాలనే నేచర్ లేనివాడు.

వీడు వాట్సాప్ ఫేస్‌బుక్ పిచ్చున్నవాడు. ''వాడు ఫేస్‌ని బుక్‌చేసినప్పుడే/ వాడు మనిషిగా బక్క చిక్కిపోయాడు/ ట్విట్టర్‌లో కనిపిస్తే సిక్సర్ కొట్టి ఆనందిస్తాడు/ గూగుల్‌లో కూర్చొని పేగులు లెక్కపెట్టేవాడు/ ప్రపంచమంతా/ అరచేతిలో ఉన్నట్లు భ్రమిస్తాడు/ కట్ అండ్ కాపీకి అలవాటుపడి/ జీవితంలో గట్టెక్కాలను కుంటాడు. వాడు వాట్సాప్ సమాచారాన్ని అందుకుంటూ వాడి అరచేతిలో వైకుంఠం ఉన్నట్టు భ్రమిస్తూ ఉంటాడు.

వాడు నడిరోడ్డు మీద వాడి జీవితాన్ని వాడు దర్శించకుండా వాడి మొహాన్ని వాడే చూసుకోలేడు. ఎట్టి విలువలూ వాడు సంపాదించుకొని ఉండలేడు కనుక వాడికి వాడే అపరిచయస్తుడు. ''తాను చిక్కుతున్న రంగులవల చివికిపోతూ ఉంటే/ తాను తీసుకొన్న సెల్ఫీలో తానే పడతాడు/ ఎన్ని టెక్కులు చదివినా/ ఎంత టెక్కులు పోయినా/ జీవితం కాల్‌సెంటర్‌ని దాటకపోతే/ తనసెల్ఫీ తనకే మొహం మొత్తుతుంది/ తన మిత్రులే తనకు శత్రువులగుదురన్న పద్యం గుర్తుకొస్తుంది'' అంటాడు కవి.

ఎంత చదువు చదివినా సెల్ చేతిలో పెట్టుకొని ప్రపంచాన్ని దర్శిస్తున్నారన్న, ప్రయోజనాత్మకంగా చదవని చదువు నిరుపయోగం. అట్లే సెల్ చుట్టూ తిరిగే వాడికి ప్రపంచం ఎప్పుడూ కొత్తగానే కనిపిస్తుంగి. ప్రాక్టికల్‌గా దర్శిస్తున్నప్పుడు సెల్‌పిచ్చిగాల్లను అద్భుతంగా పరిచయం చేశాడు కవి. ఈనాటి యువతరం సెల్ చేతిలో ఉంటే ఇంకేమీ పట్టదు. అదో పెద్ద వ్యసనం. ఆ వ్యసనాన్నుండి యువత బయటపడాలి అనేది కవి భావన.

సామాన్యుడి జీవన సంకేతానికి గుర్తుగా త్రిశంకుని పోరాటాన్ని పోలుస్తూ ''త్రిశంకుడు'' కవిత రాశాడు కవి. మధ్యతరగతి మానవునికి సంకేతం త్రిశంకుడు అన్నాడు కవి. త్రిశంకుడు భూమికి ఆకాశానికి మధ్య నిలబడి స్వర్గప్రాప్తికోసం పోరాడిన రాజు.

''గెలుపు ఎండమావే అయినా/ సామాన్యుడు జయిస్తాడన్న/ ఆశ అడుగంటిపోలేదు'' అనడం. లక్ష్యం సుదూరమే అయినా పోరాటం అవసరం.

''భూమిని దాటి/ నదులనుదాటి/ ఆకాశాన్ని దాటి/ మానవుడు చేస్తున్న ప్రయాణంలో/ జారిపడిరదే ఎక్కువ/ చేజార్చుకున్నదే ఎక్కువ''. సామాన్యుడి లక్ష్యసాధనకు జరిపే పోరాటాల్లో అపజయాలే అధికంగా కనుపిస్తుంటాయి. ''అయినా ప్రయాణం ఎక్కడైనా ఆగిందా/ సాధించాల్సింది ఉన్నా/ సాధించింది ఎంతో ఉంది/ మానవుడు చేస్తున్న ప్రయాణంలో/ భూమీ్మద నిలబడి/ ఆకాశాన్ని శోధించాడు/ కొత్తది కనిపెట్టినప్పుడెల్లా/ ఎన్ని ప్రాణాలు బలిపెట్టాల్సి వచ్చిందో/'' అంటూ సామాన్యుడి పోరాటంలో అతడి కష్టాల్ని చెప్తూ

ప్రతి అడుక్కీ/ ఎన్నో ముళ్ళు కాళ్ళకు దిగాయి/ కళ్ళలో కారం కొట్టేవాళ్ళు/ కాళ్ళు చేతులు విరిచి కుట్టే వాళ్ళు/ హృదయాన్ని పగులగొట్టేవాళ్ళు/ కాళ్ళు పట్టి లాగేవాళ్ళు/ కాళ్ళూ చేతులు పట్టుకొని బ్రతిమాలేవాళ్ళు/ ముందుకు పోనీయకుండా చేయడానికి/ ఎన్ని ప్రయత్నాలు జరిగాయో! అన్నీ విఫలమయ్యాయి/ మనిషి ముందుకు పోతూనే ఉన్నాడు'' మనిషి ప్రయత్నాల్ని ఆపలేదు. ముందుకు పోతున్న వాడి వెనుక మనుషులందరూ నడుస్తూనే ఉన్నారు/ వెనక్కి తిరిగిచూడకుండా నడుస్తూనే ఉన్నారు. ఈ ప్రయాణంలో త్రిశంకుడు/ దుర్గాన్ని చేధిస్తాడు/ స్వర్గాన్ని చేరుకుంటాడు'' అన్నారు. ఈ కవితలో సామాన్యుడు తన లక్ష్యాన్ని చేరడానికి ఎన్ని ప్రయత్నాలు చేస్తున్నాడో, ఏ విధంగా అపజయాలు సిద్ధించినా ఆగకుండా తిరిగి ప్రయత్నం చేస్తూ, జనాన్ని వెంట నడుపుకుంటూ, ముందుకు వెడుతూ చివరకు దుర్గాన్ని చేధించి, స్వర్గాన్ని చేరే వైనాన్ని చెప్పాడు కవి.

చిత్తూరు ప్రభుత్వ కళాశాలలో పాతికేళ్ళ తరువాత కలుసుకున్న పాత విద్యార్థుల కలయికను గూర్చి 'మనం' అనే కవిత రాశాడు సంపత్. కొన్ని యేండ్ల తరువాత కలసిన మిత్రుల కలయికలో చరిత్రను తవ్వుకోడాలు, నెమరు వేసుకోడాలు, ఆనాటి చిలిపి చేష్టలకు నవ్వుకోడాలు, కొన్ని విషాదాలకు కళ్ళు తడవడాలు, ఈనాడు ఏఏ రంగాల్లో ఎవరెవరు ఎట్లా సెటిలయింది

తెలుసుకొని ఆనందించడాలు, మధ్యలోనే రాలిపోయిన పుష్పాల్ని గూర్చి విచారించడాలు, అబ్బో ఎన్నెన్నో కబుర్లు కట్టలు తెంచుకొని రంగస్థలం మీద వీరంగ మేస్తుంటాయి. ఓల్డ్ స్టూడెంట్స్ కలయికను అద్భుతంగా ఆవిష్కరించాడు ''మనం' కవితలో సంపత్ కుమార్.

''మనం మనల్ని గురించి చెప్పుకుంటున్న మన చరిత్ర ఇది'' అంటూ మొదలవుతుంది కవిత.

''ఒకటి కలల సాదృశ్యం కాదు/ మనందరికలలు సాకారం'' ఈ కలయిక అంటారు. ''ఒకర్ని గురించి ఒకరు కలలు కంటూ / ఎవరికి వారుగా ఉండిపోయాం'' జ్ఞాపకాల్లో ఒకరికొకరు కనిపిస్తుంటారు అంటారు కవి.

''ఒకటా, రెండా, ఇరవై ఆరేళ్ళు/ అనుభూతుల్ని, అనుబంధాల్ని, ఆప్యాయతల్ని, అనురాగాల్ని, మనసుల్లో చిత్ర పటాలుగా తగిలించుకొని/ చేతల్లో ప్రదర్శించలేకపోయాం/ చేతులు ముడుచుకున్నాం'' అంటూ 26 సంవత్సరాలనాడు కలసిన వాళ్ళు, ఒక క్లాస్‌లో చదివిన వాళ్ళు, గుర్తొచ్చినప్పుడు మనసుల్లో ఆ సంఘటనలు మననం చేసుకోవడమేకాని ఒకరినొకరు చూడలేకపోయాం అనేది కవి భావన.

వారి కోరికలు తీరేరోజు వచ్చింది. అందరూ కలిసి పాత జ్ఞాపకాల్ని మననం చేసుకునేరోజు వచ్చింది అనే భావనతో ''ఏదో ఒక మెరుపు మెరిసింది/ అదృశ్యంగా ఉన్న కోరికలు/ దృశ్యమానం అయ్యాయి/ స్నేహపు జల్లుల్లో తడవడానికి/ అందరూ ఆమోదం'' అన్నారు.

''పనులన్నీ పక్కనబెట్టి/ మైత్రీ బంధంవైపు పరుగులు తీశాం'' పాత విద్యార్థుల కలయిక ఆమోఘం, అద్వితీయం, ఆనందం అంటూ

''ఎంత అద్భుతమైన కలయిక/ ఎంత ఆనందమైన చేరిక/ హృదయం రంగుల గాలిపటం/ మనసు పురివిప్పిన మయూరం/ పాతికేళ్ళనాటి ప్రమోదం అందివచ్చినవేళ.

ఎక్కడి ఎక్కడి నుంచో దేశం నలుమూలలనుండి రావడాన్ని చెప్తూ ''వివిధ ప్రాంతాల్లో బయలుదేరిన పాయలం/ చిత్తూరు ప్రభుత్వ కళాశాలలో/ ఉప్పొంగిన సముద్ర తరంగాలం'' అంటారు. వీరంతా ఆర్థికంగా వెనబడినారేమో గాని ఆర్థిక శాస్త్రం చదవడంలో వెనుకంజ వేయలేదు అనే భావాన్ని వ్యక్తీకరిస్తూ ''మనం ఎవరూ ఎవరికీ తీసిపోలేదు/ అర్థంలో వెనుకబడినా/ ఆర్థిక శాస్త్రంలో వెనుకడుగువెయ్యలేదు/ ఫైనల్ అకౌంట్స్ ట్యాలీ/ అయ్యేదాకా/ వదిలింది లేదు'' అంటారు.

మిత్రులంతా ఖర్చుకు వెనుకాడకుండా స్నేహంకోసం కాలేజీలో కలవాలని చేతులు కలిపారు.

"స్నేహం ముందు / జేబుకు డెబిటా / క్రెడిటా ఆలోచించలేదు / మైత్రికోసం / మనసు పరిమళాలు వెదజల్లాం / గురువుల ముందు ఆచార్యదేవోభవ అని ప్రణమిల్లాం" అంటారు.

"ఉద్యోగమైనా, వ్యాపారమైనా` చిన్నదైనా, పెద్దదైనా / స్వయం ప్రతిభతో రాణిస్తున్నాం / వ్యక్తిత్వంతో / నిలబడుతున్నాం / దురాశకు, నిరాశకు దూరంగా / ఆదర్శానికి, ఆదర్శంగా, ఆదర్శనానికి ప్రతీకగా జీవితాన్ని సాగిస్తున్నాం" అంటూ వారు నీతిదాయకంగా బతుకుతున్న తీరు వర్ణించి చెప్పాడు కవి.

కొందరు మిత్రులు వాళ్ళ కలయినాటికే చనిపోయారు ఆ విషయాన్ని వివరిస్తూ` "మన మిత్రులు కొందరు / జీవితాన్ని అర్ధాంతరంగా ముగించేసి / మనల్ని విషాదంలో ముంచేసి వెళ్ళిపోయారు / వాళ్ళ ఆత్మశాంతి కోసం / మన మనసులు సదా పరితపిస్తుంటాయి".

'ఓల్డ్ స్టూడెంట్స్ మీట్' ఎన్నో విధాలుగా ఆనందాయకం. "ఈ ఆనంద డోలికా మాలికలు / ఈ సౌహార్దం / ఈ సౌభ్రాత్రం / ఈ సౌశీల్యం / సాగనీ జీవిత మంతా సంతోషం మోగనీ" అంటారు కవి.

పాతికేళ్ళ తరువాత కలసిన మిత్రుల కలయికను పాఠకుల కళ్ళముందు దృశ్యమానం చేశాడు సంపత్ కుమార్. పాఠకులూ వారితో కలిసి వున్నట్లుగా మాట్లాడినట్టుగా అనుభూతుల్ని మిగిల్చాడు కవి. అపురూపమైన పాతవిద్యార్థుల కలయిక ఎన్నో జ్ఞాపకాల్ని తోడిపోసుకోవడానికి సందర్భంగా మారింది.

ఒక వ్యక్తి ఎలా వుండాలి అని చెప్తూ "నేను" అనే కవిత నడిచింది.

"విజ్ఞానవంతగా వ్యక్తి వుంటే ఎలా వుంటుంది చెప్తూ" "నేనొక చిరుదీపం / ఆటుపోటుల గాలితాకులకు ఆరిపోయే / గుడ్డిదీపం కాను" అంటాడు. వ్యక్తి విజ్ఞానాన్ని సముపార్జిస్తూనే వుండాలి కొంతటితో సంతృప్తి చెందకూడదు.

ప్రవహించే శక్తితో సహాయకారిగా ఉంటే "నేనొక వాన చినుకు / చినుకు చినుకుగా వెల్లువై / ప్రళయ ఘోషై / కడలి తరంగంలా ఎగస్తాను" అంటారు.

నిరుపేదనైన సమాజపు సహాయ సహకారాలతో సంఘటితమై విధ్వంసక శక్తుల్ని సర్వనాశనం చేస్తాననే భావంతో "నేనొక గడ్డిపోచ / వెంటినై విషవృక్షాలను / కూలదోసే / మోకుతాడు నౌతాను" అంటారు.

విప్లవ శక్తిగా విషపూరిత దోపిడీ వర్గాల్ని తుదిముట్టిస్తాను అనే భావనతో.... "నేనొక అగ్నికణం / పొగలు చిమ్మి రగులుకొంటూ / సెగలుకక్కి / నిప్పుకొండలా పగిలపోతాను" అంటారు.

మనిషి వ్యక్తిత్వాలు ఎలా వుండాలో ఈ కవిత 'నేను' లో కవి అద్భుతంగా చెప్పాడు. మనిషంటే నడిచే జ్ఞానంగా, పొడిచే పొద్దుగా, పోరాడే శక్తిగా అభివర్ణిస్తూ కవిత ముగుస్తుంది.

''వేర్లు'' అనే కవిత కూడా మనిషి మూలాల్ని బలంగా ఉంచుకోవాలని ప్రబోధించే కవిత.

చెట్టు కాండము భూమివెలుపల, వేళ్ళు భూమిలోపల ఉంటాయి. కాండ భాగం మనకు కనిపిస్తుంది. దాన్నే చెట్టు అనుకోకూడదు. ఈ కాండము ఎదగడానికి మూల వ్యవస్థ అయిన వేళ్ళు కారణం. అవి భూమిలో మనకు కనిపించకుండా చెట్టుకు శక్తినిస్తుంటాయి. మూలాలు బలంగా ఉంటే ప్రతి మనిషి చెట్టులా పచ్చపచ్చగా అందమైన పూలుపూస్తూ మధుర ఫలాలనిస్తూ ఎంతో ఆనందంగా వుంటాడు అనే భావనతో ''వేర్లు'' అనే కవిత రాశాడు సంపత్ కుమార్.

''చెట్టు భూమ్మీద ఎదగడానికి/ ఎంత ప్రయత్నిస్తుందో/ భూమిలోపలికి వెళ్ళడానికి/ కూడా అంతే ప్రయత్నిస్తుంది/ పైన అందంగా కనిపించడానికి ` ఆకుగా మారడానికి/ పువ్వుగా పూయడానికి/ కాయగా కాయడానికి/ పండుగా పండడానికి/ ఎంతో ప్రయత్నిస్తుందో... అంటూ ఈ దశలను బాహ్యంగా కనిపించే మనిషి కూడా ఊహించుకోవచ్చును. ''లోపల దానికోసం/ అంతపరితపిస్తుంది''. బయట తాకిడి చెట్టుకు ఎక్కువగా ఉంటుంది అది బాహ్యంగా దృశ్యమానమవుతుంది కనుక.

''గాలికి, వానకు, సునామీకి/ కొమ్మలు తల్లడిల్లినప్పుడు/ తట్టుకొని నిలబెట్టేది వేర్లే'' అంటే సామాజిక తాకిడులకు మనిషి చెక్కు చెదరకుండా చేసేది వాడి మూలాలే అనే భావన కనిపిస్తుంది. వేర్లు బలంగా ఉంటే చెట్టు భద్రంగా ఉంటుంది. ''చెట్టు దు:ఖాన్నంతా దిగమింగుకొని/ ఆనందంగా, దర్శన మిస్తుంది/ లేకుంటే/ దు:ఖంగా మారి ఆవేదన చెంది ''కుప్పకూలిపోతుంది'' చెట్టులా'' మనిషి కూడా అంతే అనే భావన కవిది.

''సబ్బుబిళ్ళ'' కవిత కూడా పవిత్రమైన ఏ కల్మషాలు అంటని నిష్టాగరిష్టుడైన పరోపకారైన మనిషికి సరిపోల్చుకునే కవిత.

పవిత్రుడైన దుష్టచింతన లేనివాడికి ఏమురికీ అంటదు అనే భావనతో ''ప్రపంచమంతా మురికి/ నీ వొంటికి అంటదు/ ఎందుచేత పవిత్రుడు గనుక. సబ్బునుద్దేశించి రాసిన పవిత్రునితో పోలిక చెప్పుకోవచ్చును.

పరోపకారానికే ఈ శరీరం అంకితం అనుకునే వాడు ఇతరుల కష్టాలకు కరిగిపోతాడు వీలైతే తన జీవితాన్ని అర్పించి బాధితులనుగట్టెక్కిస్తాడు అనే భావనతో...

''లోకపరిశుభ్రతకు/ కరిగిపోయిన/జీవితం నీది'' అంటాడు. లోకం కోసం త్యాగం కనిపిస్తుంది.

కష్టాల అడుసులో కూరుకుపోయినవారికి జీవితాన్ని వెలుగుచేసే భావాన్ని క్రింది చరణంలో చెప్తాడు కవి.

''బురద బతుకుల్ని/ తామరులుగా చేసిన/ నీ జీవితం ధన్యం'' అంటాడు. అట్టడుగు వర్గాల్లో చైతన్యం కలిగించి విద్యావంతుల్ని చేసి మేధావులుగా తీర్చిదిద్దే నేర్పు ఉన్న త్యాగధనులు మనకు దర్శనమిస్తారు. వారి జీవితం ధన్యంగా కవి పేర్కొంటాడు.

ఈ కవి ప్రయాగించే ఉపమానాలు అర్థవంతంగా పాఠకులకు చాలా తేలిగ్గా అవగహనయ్యే విధంగా ఉంటాయి. కవితలు నీతికి నెలవుగా సాగుతుంటాయి,.. లోక రీతుల్లోంచి, నీతిని పిండుకోవడంలో మాడభూషివారు 'మకుటం' లేని కవి రాజులు. సుపరి శోధనతో సులువుగా చర్చిస్తూ పాఠకులకు అవగాహన కల్పిస్తుంటారు. ఆనంద పరుస్తుంటారు.

సంపత్ కుమార్ ఒక ఆలోచన మనసులోకి వస్తే, ఆ ఆలోచన ఒక పరిపక్వస్థితికి వచ్చేంతవరకు ఆలోచిస్తూనే వుంటాడు, అక్షరమై కురుస్తూనే ఉంటాడు.

''చివరకు నువ్వే గెలుస్తావు'' కవితా సంపుటి 2016 ఏప్రిల్‌లో వచ్చింది. అందులో 'జెండర్ స్పృహ' అనే కవిత రాశాడు. ఈ కవిత ఆడ, మగ, కాని కొజ్జావారి మీద రాసిన కవిత. ఇందులో మార్మికత చూపెడుతూ, కొజ్జావారి భావాలను, ఆడ, మగ వారిని నిలదీసి అడిగిన వాక్యాలను ఇందులో సునిశితంగా రాసిన వాక్యాలతో ఆవిష్కరించాడు.

ఈ 'షండుల' మీద చెప్పాల్సింది చాలానే వుంది అనే భావంతో 2017 మార్చిలో వెలువడిన 'మూడోమనిషి' కవితా సంపుటిలో నపుంసకుల మీద లోతైన భావాలతో మొదటిదానికి కొనసాగింపా అన్నట్లు కవిత్వం రాశాడు. ఎత్తుగడలోనే నేటి మనిషి నైజాన్ని తూర్పారబడుతూ.....

''రెండో మనిషిని గురించి/ ఆలోచించే తీరికే లేని మనిషికి/ మూడో మనిషిని గురించిన ఆలోచన ఎక్కడిది? అంటూ నేటి మనిషితనాన్ని ఎద్దేవాచేసాడు. అంటే తనను గురించి తాను స్వార్థంతో ఆలోచించుకొనడానికే కాలం సరిపోతుంది. ప్రక్కవానిని గురించి ఆలోచించే టైం ఎక్కడుంది; అలాంటప్పుడు ''మూడోమనిషిని గురించి ఆలోచన ఎక్కడిది'' అంటూ ఒక నిత్యసత్యమైన వాక్యాన్ని వెలువరిస్తాడు కవి.

''ఇక్కడ/ ఆడబిడ్డ బరువు/ మూడో బిడ్డ నిషేధం'' ఇక్కడ ఇద్దరు బిడ్డల్ని కనడానికి ఇష్టమే! అయితే ఆడబిడ్డ పనికిరాదు. ఆడబిడ్డ పుట్టడమంటే కుటుంబానికి బరువుగా భావిస్తాడు. మూడో బిడ్డను కనడానికి ఇష్టపడరు. ప్రభుత్వం దృష్టిలో అది నేరం కూడా అనుకుంటా!...

ఇక కవిగారు శీర్షికగా నిర్ణయించిన 'మూడోమనిషి' గురించి ఏ వివరణ కవిగారు యివ్వబోతున్నారో గమనిద్దాం. ''ఇక/ మూడో మనిషి గురించి?/ ఇంట్లో మొదలై/ వీధిలోకి వచ్చి.../ సమాజంలోకి వెళ్ళి.../ ప్రపంచమంతా పాకి..../ మూడోమనిషిని చూస్తే.../ అందరికి ఎగతాళే'' అంటూ మూడోమనిషి పుట్టుక చెప్పకముందే, కవి వారిని గురించి చెబుతూ, అందరికీ ఎగతాళె వాడి జననం అనే భావన వ్యక్తీకరిస్తారు. మూడో మనిషికి రెండు అర్హతలు లేవు అంటూ

''తాళి కట్టే అర్హత/ తాళికట్టించుకొనే అర్హత/ లేదనే కదా ఇంత నవ్వులాట'' అంటారు. అంటే మూడోమనిషి తాళి కట్టడానికి పనికిరాడు.

జెండర్‌హక్కులకు వస్తే- ''అన్నీ ఉన్న జెండర్లను గురించే/ జెండాలను పట్టుకొని తిరుగుతున్నారు తప్ప/ అందరూ నిర్లక్ష్యంచేసే జెండర్ వాళ్ళకు/ ఏ జెండా నీడా దొరకడం లేదు'' అంటూ లింగనిర్ధారణ ఆధారంగా పురుషులకు ఒక జెండా ఉంది. అట్లే ఆడవారికి ఒక జెండా వుంది. మనం అందరం నిర్లక్ష్యం చేసే మూడో మనిషికి ఏజెండా నీడా దొరకడం లేదు. ఈ మూడోమనిషికి దాదాపు 12 పేర్లున్నాయి. అవి: బృహన్నల, శిఖండి, పేడి, కొజ్జా, నపుంసక, అంగనక, ఉదంబర, షండ, శంఠ, ఊబ, పోట, హిజ్రా మొదలగునవి కవిగారు గుర్తించిన నామాలు. పాఠక మహాశయులకు ఇంకా ఏమన్నా కొత్తపేర్లు తెలిస్తే జతపరుచుకోవచ్చు.

''ఎన్ని పేర్లు పెట్టినా/ ఎంత హేళన చేసినా/ సహించాల్సిందేమరి/ మూడో కన్ను తెరవకూడదు'' అంటే కోపగించుకోకూడదు. వీరిని ''ఎందుకూ పనికిరాని వారిగా ముద్రవేసి/ దౌర్జన్యంగా భిక్షాపాత్ర చేతిలోపెట్టి/ అడుక్కోవడానికి అనుమతిచ్చేశారు.

''ఈ మూడో మనిషి''కి సమాజం కల్పించిన వృత్తి, యాచకత్వం, మూడో మనుషుల పోరాటము, ఆరాటము ''ఆస్తిపాస్తులకోసం కాదు/ తృతీయ శ్రేణి పౌరులుగా గుర్తింపుకోసమే ఆరాటం'' అంటారు.

''ఎవరిది తప్పు/ ఎవరికి శిక్ష? సమాజం ముందుకు మూడో మనిషి తెచ్చిన పెద్ద ప్రశ్న ఇది. ''మూడో మనిషి/ మనిషిగా గుర్తించడానికి/ అంగవైకల్యాన్ని/ ఆదరించడానికి/ మనోవైకల్యం అంతరించాలి'' అనేది కవిభావన. మానవీయతా కోణంలో మూడో మనిషిని గురించి ఆలోచించాల్సి వుంది.

మూడో మనిషి హక్కుల్ని ఆదరిస్తూ మనిషిగా గుర్తించడానికి మనలోని మనోవైకల్యం పారద్రోలాలి. మూడోమనిషి అంగవైకల్యాన్ని గుర్తించాలి.

రష్యాలో రాచరికాన్ని కూలదోసి, కమ్యూనిజమే వేళ్ళూనుకోడానికి అహర్నిశలు శ్రమించి విజయం సాధించిన నాయకుల్లో 'లెనిన్' మహాశయుడు ఒకరు. 'లెనిన్' చనిపోయాక ఆయన శరీరాన్ని పూడ్చకుండా, కాల్చకుండా, అంటే ఖననం చేయకుండా, రసాయనాల పెట్టెలో పెట్టి ప్రజల సందర్శనార్థం ఉంచారు. ఆ తరువాత రష్యాలో చోటు చేసుకున్న రాజకీయ పరిస్థితులు కారణంగా, అధికారంలోకి వచ్చిన రాజకీయ నాయకులు రసాయనాల్లో పెట్టి ఉంచిన లెనిన్ శరీరాన్ని ఖననం చేయడం జరిగింది. ఎంతో కాలంగా లెనిన్ మహాశయుని శరీరం, రసాయనికద్రవ్యాల్లో పెట్టి ప్రజల సందర్శనార్థం ఉంచారు. అయితే కొత్త రాజకీయ నాయకులు ఆయన శరీరాన్ని ఖననం చేశారు, అంతకుముందు ఆయన విగ్రహాలను ధ్వంసం చేశారు. ఈ సందర్భంలో సంపత్ గారు లెనిన్ మీద ఓ కవిత రాశారు. దాని శీర్షిక 'లెనిన్'.

''లెనిన్ ఒక తపస్సు/ లెనిన్ ఒక ఉషస్సు/ ఆయన తపస్సు ఉషస్సు ఎటువంటివి అంటే ''తమస్సును చీల్చే ఉషస్సు/ ఉషస్సును కూర్చే తపస్సు'' ఆయన ఉషస్సు తమస్సును చీలుస్తుంది. అంటే చీకట్లను పారద్రోలుతుంది. ఆయన తపస్సు ఉషస్సును కూర్చేది అంటే వెలుగులోనే ఉష: కాలాన్ని కూర్చేది.

''జనం కోసం/ జనం మనుగడ కోసం/ మేధస్సును మధించినవాడు/ విప్లవాన్ని సాధించినవాడు/ సమత్వంకోసం/ కఠినత్వం పాటించినవాడు'' ఆయన మేధో మధనం నుంచి వెలువడిన భావాలు కమ్యూనిజాన్ని రష్యాలో ప్రవేశపెట్టడానికి తోడ్పడ్డాయి. సమసమాజ స్థాపన కార్మిక నియంతృత్వంతోనే సాధ్యం అనే భావనతో కఠినత్వం పాటించాడు. విప్లవభావాలతో రష్యాలో తిరుగుబాటు చేశారు ప్రజలు. అంటే విప్లవం సాధించాడు.

''జనాన్ని కరుణించిన వాడు/ నిగ్రహాన్ని పాటించలేనివారు విగ్రహాన్ని ధ్వంసించారు/ భూగ్రహంలో/ లెనిన్ మరణించాడు' అయితే ఆయన జనం హృదయాల్లో జనించాడు అని చెప్పడానికి కవి 'భూ గ్రహంలో లెనిన్ మరణించాడు/ హృదయ గృహంలో జనించాడు/ జనించి మరణించాడు/ మరణించి జనియించాడు'' ఒక తల్లికి జనించి లెనిన్‌గా మరణించాడు/ మరణించాక ఆయన విగ్రహంగా జనించాడు. విగ్రహాన్ని ధ్వసంచేయడం వలన మరణించి ప్రజల హృదయాల్లో జనించాడు. అనే భావన కవి వెలువరించాడు. మహనీయులైన మాన్యులకు మరణం ఉండదు. ఎందుకంటే మరణించినా, ప్రజల హృదయాల్లో సజీవంగా ఉంటారు గనుక.

''మైనారిటీలు'' కవితలో మైనారీల గురించి

''మైనారిటీలు/ దిక్కులేకుండా ఉన్నారు/
దిక్కులు చూస్తున్నారు/ దు:ఖంగా ఉన్నారు/ దుర్దశలో ఉన్నారు.

వీరు మైనారీటీలు ఎట్లా అయ్యారు?,

''జనబలం/ ధనబలం/ లేనివారు'' గనుక

వారు బతుకీడుస్తున్న పరిస్థితి.

'హీనంగా/ బలహీనంగా/ బతుకీడుస్తున్నారు'' అంటారు.

వారికి ''ఆస్తిలేదు/ అధికారంలేదు/ తలరాతను నమ్ముకున్న వాళ్ళు'' అంటే ఏదో ఒక ఆశతో జీవించేవారు.

రాజకీయంగా పరిశీలించినట్లయితే

''కోటాల కింద/ వాటాలు వేసుకొని/
పీఠాల్ని అధిష్టించడానికి చేస్తున్న ప్రయత్నాల్లో/
బలహీనపడుతున్నది బలహీనులే!'' అంటారు కవి.

కవిత్వమై కురిసిన కవి (మాడభూషి సంపత్ కుమార్ కవిత్వ విశ్లేషణ)

బలహీన వర్గాలు జనబలం లేనివాళ్లు, ధనబలం లేనివాళ్లు, మైనారిటీ కేటాలో వారికి పీఠం ఎక్కే అర్హత వస్తుందా అనుకుంటే, అదీ రావడానికి వీరి బలం సరిపోదు. ఏదేమైనా బలహీనంగా దౌర్భాగ్యంతో బతుకీడుస్తుంది 'మైనారిటీలు' అనే భావాన్ని కవి వెల్లడిరచాడు.

నేటి సమాజంలో మైనారిటీల దుస్థితిని బొమ్మ కట్టించాడు కవి. సమాజంలో దగాపడుతున్న వారిని గమనించి, వారి స్థితిగతులను అవగాహ నించుకొని, కవిత్వమై ప్రవహించడం, ఈ కవితలో ఉన్న గొప్పగుణంగా చెప్పుకోవచ్చు.

స్వార్థపరుడైన ఒక నాయకుని మనోభావాలు ఎలా వుంటాయో ''అభివృద్ధి పథం'' కవితలో అమోఘంగా ఆవిష్కరించాడు కవి. స్వార్థపరుడైన అధికార దాహంగల వాడు ఎలా వుంటాడో వాడి మనో విశ్లేషణ పాఠకుల కళ్ళకు కట్టించాడు కవి. వాడు....

''కింద ఉంటే/ పైవాణ్ణి కాళ్ళుపట్టి లాగేస్తాడు/ పైనుంటే/ కిందవాణ్ణి కాళ్ళతో అణగదొక్కేస్తాడు/''

'వాడు అభివృద్ధిలోకి రావడానికి/ అవతలివాడి అంతు చూస్తాడు''

రాత్రికి రాత్రి/ భూమ్యాకాశాలను తారుమారుచేస్తానంటాడు/ ఆకాశాన్ని సులభంగా కిందికి లాగుతాడు/ మరి భూమిని?

ఆకాశాన్ని ఎట్టా లాగగలడనే ప్రశ్న పాఠకులకు మనసుల్లో ఉదయించ వచ్చు. దానికి బహుశ: సమాధానం ''ఆకాశం గగనం శూన్యం'' అన్నారు కదా! శూన్యంలో చేతులాడిరచి ఆకాశాన్ని కిందకులాగానని నమ్మిస్తాడేమో!

మరి భూమి విషయం అదికాదుకదా! భూమిని ఏవిధంగా తలకిందులు చేస్తాడోమరి! అనే ప్రశ్న కవి మనకే వేశాడు. అభివృద్ధి పథం రాజకీయ నాయకుల్లో ఈ విధంగా ఉంటుంది అనేది కవిగారు తేటతెల్లం చేశారు.

మానసిక పరిపక్వత లేనివాడికి, ఆత్మశుద్ధి లేనివాడికి, సహనం లేనివాడికి, అసూయతో కృంగిపోయే వాడికి, వేరే శత్రువుతో పనిలేదు. వాడికి వాడే శత్రువు. వాడిచేష్టల వలన వాడే నశిస్తాడు. ఈ ఆంతర్యాన్ని ''శత్రువు'' కవితలో సంపత్ కుమార్ సవివరంగా విన్నవించాడు.

''నీకు / శత్రువు లెవరూలేరు

నీకు/ నువ్వేశత్రువు'' అంటూ ఎట్లావాడికి వాడు శత్రువో కవి మిగిలిన కవితలో వక్కాణిస్తాడు.

''మానసిక పరిపక్వత లేనివాళ్ళకు/ ప్రపంచమంతా/ శత్రుసమూహంలా కనిపిస్తుంది/ ఆత్మశుద్ధి లేనివాళ్ళకు/ అంతరాత్మే పెద్ద శత్రువు.

అవతలివాణ్ణి/ సహించలేనివాళ్ళకు/ అంతా శత్రుత్వమే/ అసూయతో కృంగిపోయేవాళ్ళకు / శరీరమంతా శత్రుమయమే! నంటాడు కవి.

ఈ కవితలో కవి, మనిషికి వాడికి వాడు శత్రువు కాకుండా ఉండా లంటే

1. మానసిక పరిపక్వత పెంచుకోవాలి
2. ఆత్మశుద్ధి కలిగి ఉండాలి
3. సహనం కలిగి ఉండాలి
4. అసూయ దరికి రానీయకూడదు.

ఈ నాలుగు విషయాల్లో జాగ్రత్తవుంటే మనిషి తనకు తాను శత్రువు కాడు అనేది కవిభావన.

''బాధ్యతలను వీడిభగవంతునర్పింప
మోక్షమబ్బుననెడు మూర్ఖులెల్ల
పొలము దున్నకుండ ఫలము గోరెడు వారె!
పనిని ముట్టకుండ ఫలమురాదు'' అన్నట్లుగా ప్రపంచంలో ఏ మనిషి అయినా తన కర్తవ్యం గుర్తించి మెలిగితేనే తన రంగంలో రాణిస్తాడు. ఏదైనా తలపెట్టిన పని అనుకూలంగా సాగిపోవచ్చు లేదా ప్రతికూలంగా వైఫల్యం చెందవచ్చు. ప్రతికూల పరిస్థితిలో కూడా గుండె నిబ్బరంతో, ఆత్మవిశ్వాసంతో ముందుకు సాగేవారే అధికంగా విజయం సాధించారు. శాస్త్రజ్ఞుడు చేసే ఒక ప్రయోగం వైఫల్యంచెందిందంటే అది అపజయమని భావించకూడదు. ఆ ప్రయోగంలోని ప్రక్రియలే నీవు చేసిన పద్ధతి పనికిరాదు. మరొకటి ప్రయత్నించు అని చెప్పినట్లుగా భావించాలి.

సాహిత్యంలోను కవులు, రచయితలు కొందరి జీవితాల్లో జరిగిన, జరుగుతున్న కొన్ని 'సంఘటనలు' గురించి ముందు కవులు/ రచయితలు అవగాహనించుకొని తగురీతిలో వారు రాసే సాహిత్యంలో వ్యక్తీకరిస్తారు. ఆ సంఘటనలు పాఠకులు అర్థంచేసుకుంటే జీవితంలో గెలుపువైపుకు అడుగు లేస్తారు. అపజయాల్ని అధిగమిస్తారు. సాహిత్యాన్ని లోతుగా అధ్యయనం చేస్తే, మన సాహిత్యమంతా వ్యక్తిత్వ వికాసానికి వెన్నుదన్నుగా నిలుస్తుంది అనడంలో ఎట్టి సందేహమూ లేదు. ఒకరి వ్యక్తిత్వాన్ని కవి ఆవిష్కరిస్తున్నాడు అంటే, ఆ వ్యక్తి జీవిత అనుభవ సారాన్ని పిండి బొట్లు బొట్లుగా మనకు రుచి చూపిస్తున్నా డనేది సత్యం. ''అలలు సముద్రాన్ని దాటినట్టు/ కలలు కళ్ళను దాటితే/ మనిషి ప్రతి ఉదయం/ సునామీని ఎదుర్కోవలసిందే'' అంటున్న మాడభూషి సంపత్ కుమార్ సాహిత్యం, నిరాశ, నిస్పృహలతో కృంగిపోయి, నిరుత్సాహంతో ముందుకు సాగలేక చతికిలపడేవారికి చైతన్యవంతమైన భావస్ఫూర్తి కలిగిస్తుం దనేది నా భావన.

12. ముగింపు

నీతి, నిజాయితీని తలకెత్తుకున్న కవిత్వం స్వచ్ఛంగాను, యదార్థంగాను, మానవీయతా విలువలుతో కూడి రసజ్ఞత తొణికిసలాడుతుంటుంది. సామాజిక ప్రగతి పథాన్ని ప్రక్కదారి పట్టించకుండా, సజావుగా సాగిపొయ్యే విధంగా సరికొత్త ఆలోచనలకు పుటంబెట్టుకుంటూ, సరళమైన నిరాడంబరమైన అభివ్యక్తితో, ప్రగతిశీల దృక్పథానికి మారాకుతొడిగే భావసాంద్రతతో కవిత్వం నూతన సృష్టికి తెరలేపుతుంటుంది. మారిపోతున్న కాలానుగుణ్యంగా ప్రతికవి సమాజాన్ని కొంగ్రొత్త దృష్టితో చూడాలి. అప్పుడే వస్తువును సామాన్యుడు దర్శించేట్టు కాకుండా, సరికొత్త కోణంలో కవి తన దృష్టిని సారించి, పాత చూపుల్ని పారేసి, సజీవ చైతన్యం ఉట్టిపడే దృష్టితో చూస్తాడు. కవి పరిమితులు, తెలిసిన కవి, అపరిమితమైన పరిజ్ఞానంతో ఒక విస్తృతమైన అవగాహనతో ప్రపంచాన్ని తన అరచేతిలోకి తీసుకొని ఆలోకిస్తాడు; విశ్లేషిస్తాడు; వివేచిస్తాడు. పాఠకుణ్ణి తన ఆవరణలోకి లాక్కొని మగ్నం చేసి, తన అనుభూతిలోనో, అనుభవంలోనో ముంచేస్తాడు. తనే పాఠకుడుగా, పాఠకుడే తనుగా మారుతూ, పాఠకుని రక్తనదుల గుండా ప్రవహించి వో గొప్ప అనుభూతిని పాఠకునికి అందిస్తూ వో గొప్ప అనుభవాన్ని తాను పొందుతాడు. కవి తన బతుకు, తన చదువు, తన అనుభవం, తన పరిశీలన, తన అవగాహన, వీటన్నిటి వలన తన కేర్పడిన ఒక ప్రాపంచిక దృక్పథం నుంచి ప్రపంచాన్ని పరిశీలించి, అనుభవించి, విలువైన భావసారాన్ని గ్రహించి ఇతరులకు యివ్వదగిన సారాన్ని అక్షర రూపంలో అందిస్తాడు. కవి తన్నుతాను దర్శించుకునే కొద్దీ, పరిణామం చెందే కొద్దీ, అనుభవాల అంబుధి అవుతాడు. కవితా నాదమై వినిపిస్తాడు.

నిర్దిష్టమైన, స్పష్టమైన, వస్తుస్వీకరణతో, వర్తమాన సమాజం వడిని పట్టుకొని, సంక్షోభాన్ని ఎత్తిచూపుతూ, ఎడారి లాంటి మహానగరాల్లో నివసిస్తున్నా ఒయాసిస్సులాంటి పల్లెజీవన విధానాన్ని మరిచిపోకుండా ధారాశుద్ధితో, నిరంతరం ఎరుకతో కవిత్వం రాస్తున్న కవి మాడభూషి సంపత్ కుమార్. జీవితానికి ముసుగు లేకుండా ధైర్యంగా జీవిస్తున్న కవీయన. నిత్యం కవిగా ఆలోచిస్తూ, భవిష్యత్‌కు ఆశాజనకంగా వుండే భావజాలాన్ని కవిత్వంగా మలుస్తున్న కవీయన. ఈనాడు ఆత్మసాక్షిని వదిలేసిన కవులు, సమాజంలో విధిపోరాటాలకు ఆజ్యంపోస్తూ కుల, మత, ప్రాంతీయ తత్త్వాల్ని తలకెక్కించుకొని, క్షణికావేశపూరిత అపార్థాలను కవిత్వంగా చలామణి చేస్తూ ఎన్నో అనర్థాలకు కారణమవుతున్నారు. అయితే నైతిక, మానవతా విలువల్ని సైద్ధాంతికంగా చర్చించి

సమయస్ఫూర్తితో సమస్యలను ఎత్తిచూపుతున్న కవి సంపత్ కుమార్. కవిత్వం అరిగిపోయిన పదాల హద్దులు దాటి, విస్తృత భావాజాలాన్ని ఒడిసిపట్టుకోవాలి అనేది సంపత్ దృష్టి, దృక్పథం. అందుచేతనే ఆయన మానవీయతను ప్రేరేపించే, ప్రగతి శీలతను పురిగొల్పే భావజాలాన్ని తన కవిత్వంలో సాక్షాత్కరించే విధంగా ఆవిష్కరిస్తారు. కవిత్వానికి, వర్ణ, వర్గ, స్పృహతోపాటు, నిర్మాణాత్మకమైన 'కాంట్రిబ్యూషన్' వుండాలి అనే తపన గలకవి సంపత్. కవిత్వం ఎప్పుడూ పాఠకుణ్ణి గందరగోళంలోకి లాగకూడదు, అయోమయస్థితిలోకి నెట్టివేయకూడదు. కవి రాసే కవిత్వం పాఠకుణ్ణి తనతో నడిపిస్తూ, ఎక్కడోచోట కవి పాఠకుని బాధల్ని కూడ చెబుతున్నాడనే భావన కలిగించాలి.

నవనాగరితక ముసుగులో కవి తన అనాలోచిత భావాలతో సమాజంలో అగ్గి రాజేయకూడదనేది సంపత్ కుమార్ నిశ్చితాభిప్రాయం. అందుకే తన కవిత్వం ఆచితూచి అడుగేసినట్లుగా ఉంటుంది. రాశికంటే వాసినే ప్రేమిస్తూ, ఒకసారి సమాజంలోకి వదిలిన అక్షరాలు మళ్ళీ వెనుకకు రావనే స్పృహతో కవిత్వాన్ని ఎంతో జాగ్రత్తగా రాశాడు. ఈ కవి అచ్చం పదాహారణాల పల్లెటూరి బిడ్డ. పేదరికం పసితనాన్ని పట్టి పీడిస్తున్నా, ఆకలి ప్రేమలను పల్లెపైరుగాలితో నింపి, బతికి వచ్చినబిడ్డ. జీవితం ముళ్ళను కవిత్వం కళ్ళతో కనిపెట్టి జీవితమార్గం కవిత్వంగా, కవితామార్గం జీవితంగా మలచుకొని సజీవకవిత్వం రాస్తున్నకవి సంపత్. కవిత్వాన్ని నమ్ముకొని జీవితాన్ని ఏలుకొంటున్న విజ్ఞుడీకవి. కవిత్వం జీవితానికి హాయినిస్తుందనే సంకల్ప బలంతో కవిత్వానిక ్రిపాణం పోస్తున్న అక్షర ప్రేమికుడు. బతుకు బరువైనప్పుడు జీవితాన్ని కవిత్వంలోకి మారుస్తూ కవిత్వాన్ని బరువెక్కిస్తూ జీవితంలో ప్రశాంతతను చవిచూస్తున్నవాడు. కవిత్వానికి జీవితానికి విడదీయని బంధాన్ని ముడిపెడుతూ, జీవితాన్ని వేధిస్తున్న అదృశ్య శక్తులమీద అక్షర శక్తిని గురిపెట్టిన కవీయన. జీవితాన్ని రగిలించి కవిత్వాన్ని వెలిగించే నేర్పున్న కవి. కవిత్వాన్ని ఆరాధిస్తూ జీవితాన్ని అధిరోహించే కవితాపిపాసి. జీవిత భాగస్వామిగా కవిత్వాన్ని, కవితా భాగస్వామిగా జీవితాన్ని చేసుకున్నవాడు.

జీవితం పిచ్చివాడి చేతిలో రాయి కాకుండా ఉండాలంటే, మనిషి ఎవడైనా సాహిత్యాన్ని అధ్యయనం చేయాలనేది సంపత్ సూచన. ఎందరో జీవితాల్ని అర్థంచేసుకొని, అందు ఉబికొచ్చే భావాల్ని పిండి వడగడితేనే ఆదర్శవంతమైన సామాజిక నిర్మాణానికి సహకరించే సత్‌భావాలు దొరుకుతాయి అనేది కవిగా సంపత్ భావన. జీవితంలో ఎదురయ్యే సమస్యలకు పరిష్కారం కవిత్వంలో దొరుకుతుంది. కనుక జీవితాన్ని వినోదించాలంటే కవిత్వాన్ని ఆరాధించాల్సిందే! కవిత్వం గురించి ఆలోచించాల్సిందే!

"మీరు `మేము" శీర్షికతో రాసిన కవితలో ఈ కవికి మనుషులు రెండే రెండు రకాలుగా కనిపిస్తారు. రెండు రకాలుగా మనుష్యులు విడిపోడానికి ఆర్థిక అసమానతలే కారణం అనే భావన

వ్యక్తపరుస్తాడు కవి. ఆర్థికంగా వెనుకబడి నిరుపేదలుగా జీవించేవారు సైతం ధనిక వర్గం తప్పుల్ని పసిగట్టి నిలదీయటానికి వెనుకాడడంలేదు. అదే భావనతో ఈ కవిత నడిచింది.

''మీరు మమ్మల్ని/ భిక్షగాళ్ళలా / గబ్బిలాలుగా / హీనంగా చూస్తే''

''మేము మిమ్మల్ని/ చింతమొద్దుల్లా/ పందికొక్కుల్లా అసహ్యంగా చూస్తాం'' అంటారు.

ఒకరి మీద వ్రేలాడే గబ్బిలాలుగా, భిక్షగాళ్ళగా పేదవారిని చూస్తే, పేదలు ధనిక వర్గాన్ని మొద్దుల్లా, దోపిడీ చేసే పందికొక్కుల్లా చూస్తాం అంటారు.

మీరు మమ్ముల హీనంగా చూస్తే, మేం మిమ్ముల అసహ్యంగా చూస్తాం అనడం అట్టడగువర్గాల్లో చైతన్యం రగులుతుంది అనే దానికి నిదర్శనం.

''వృథా! వృథా!'' కవితలో మనిషి చేయవలసిన రెండు పనులు చెప్పాడు. రోజు గడచిందంటే, పడుకునే ముందు నెమరువేసుకోడానికి ఆరోజున చేసిన ఒక మంచి సంఘటన దొరకాలి. అట్లే నిద్రలేచేముందు ఆరోజంతా చెయ్యడానికి ఒక ప్రణాళికాబద్ధమైన పనిని ప్లాన్ చేసుకోవాలి. లేకపోతే నిద్రలేవడం దండగ అనే భావనలో

''రాత్రి... నిద్రపోయేముందు
ఆ రోజంతా వెదకి చూసినా
నెమరు వేసుకోవడానికి
ఏమీ దొరక్కపోతే
ఆ నిద్ర వృథా''

''పొద్దున్నే/ నిద్ర లేచేటప్పుడు
రోజంతా చెయ్యడానికి
ఏ ప్రణాళికా లేకపోతే
నిద్రలేవడం వృథా'' అంటారు.

నిద్రకుపక్రమించే ముందు రోజులో గుర్తించి నెమరు వేసుకునే పని చెయ్యాలి. అట్లే నిద్రలేచేముందు ప్రణాళికబద్ధమైన పనిని ప్లాన్ చేసుకొని నిద్రలేవాలి అంటారు.

నిజ జీవితంలో మనిషి ఈ రెండు ఆలోచనలు చేస్తే ప్రశాంతంగా ఏ ఒడిదుడుకులు లేకుండా జీవితాన్ని గడపగలుగుతాడు అనే కవిభావనతో అందరూ ఏకీభవించాల్సిందే!

''తప్పు చెయ్యడానికి అలవాటు పడినవాడు
తప్పకుండా తప్పులు చేస్తూనే ఉంటాడు

తప్ప తాగేవాణ్ణి మార్చవచ్చు/ కానీ తప్పుచేసేవాణ్ణి మార్చలేం/ తప్పుడు మార్గంలో గెలిచేవాణ్ణి మార్చలేం'' అంటూ మొదటి మనిషి తప్పుకు ఏవిధంగా అలవాటుపడేది చెప్పాడు.

కవి: "తప్పు చేసేంత వరకూ భయంగానే ఉంటుంది/
తరువాత ధైర్యంగా మారుతుంది / తప్పుచేసిగెలిస్తే/

గెలుపులన్నీ తప్పులుగానే సాగుతాయి" కనుక తప్పుచేయడానికి అలవాటుపడకూడదు. అలవాటు పడి తప్పుచేసి గెలవకూడదు. అలాగెలిస్తే తప్పుచేసే విజయాన్ని సాధించాలనుకుంటారు. తప్పు చేయడానికి తలపెట్టినాక, "తప్పులెంచేవారికి ప్రతి ఒక్కటి / తప్పుగానే కనిపిస్తుంది / తప్పు చేసేవాడికి సమర్థించుకోడానికి / తప్పకుండా మార్గం ఉంటుంది" అంటూ తప్పులు వెతకడాలు, అవి ఎలా చేయవచ్చో తెలిసికోవడం వలన తప్పును సమర్థించుకునే తెలివి అబ్బుతుంది. ఈనాటి రాజకీయాలే అందుకు నిదర్శనం. ఒక కుంభకోణంలో ఇరుక్కున్న నాయకుడు అధికారం పోగొట్టుకొని ప్రతిపక్షంలోకి వచ్చినా, అధికారపక్షం తప్పులు వెతికే పనిలో పడి తప్పులు ఎలా చేయవచ్చో అనే అంశం మీద తెలివిలో ఆరితేరతాడు. తనమీద వచ్చిన ఆరోపణలు ఎలా వచ్చాయో తెలుసుకొని వాటిని ఏవిధంగా ఖండిరచవచ్చునో తెలుసుకుంటాడు. తన తప్పును ఏ విధంగా సమర్థించుకోవాలో తెలుసుకుంటాడు. తప్పు వెతకడంలో అస్తమానం నిమగ్నమైనవాడు తప్పును సమర్థించుకునే తెలివిలో ఆరితేరి ఉంటాడు.

నేడు మనకు కనిపించే దుర్మార్గమంతా, చెడు అంతా ఒక దగ్గర నుంచి, ఒకవృత్తి నుంచి, ఒక వ్యవస్థనుంచి వచ్చింది మాత్రం కాదు. అన్నీ కలగలపిన ఒక కంగాళీ తనపు దుర్మార్గం నుంచి ఉత్పన్నమైంది. అది అంతకంతకు విస్తృతమై సమాజం అంతా నెరుసుక పోతుంది. ఆగి, చూసి ఆలోచించి నిర్ణయాలు తీసుకునే పద్ధతి రోజు రోజుకు కనుమరుగైపోతుంది.

"రెండంచులకత్తి" కవితలో సంపత్ కుమార్ మనిషి ఎప్పుడు ఎట్లా మారిపోతాడో, ఎప్పుడు వాడిలో పరివర్తన వస్తుందో తెలుసుకోలేం అంటాడు. కొందరు ఎప్పుడో వారికి తెలియకుండానే పరివర్తన పొందుతూ ఉంటారు. కాలంలో కొట్టుకుపోతూ ఉంటారు. కాలానికి ఎదురొడ్డిన వాడు, అమాయ కుడిగా, అసమర్థుడిగా, ముద్ర వేయించుకొని మూలకునెట్టి వేయబడతాడు. కాలమహిమ వలన వైరుధ్యాలు సమసిపోయి చేతులు కలుపుకోవచ్చు, స్నేహాలు సమసిపోయి కత్తులు దూసుకోవచ్చు, ఛీ...తూ అనుకున్న వాళ్ళు ప్రేమించు కోవచ్చు, ప్రేమించుకున్న వాళ్ళు ఛీ....తూ... అనుకోవచ్చు. కాలాన్ని ఎవరు మాత్రం కాదనగలరు. అన్నదమ్ములు పెరిగిపెద్దవారై శత్రువులవడాన్ని చూస్తున్నాం. విరోధులు పెరిగి పెద్దవాళ్ళై స్నేహితులవడాన్ని గమనిస్తున్నాం. ఇదంతా అవకాశవాదం! అవసరాలకు తల ఒగ్గనివాడు లేడు అనిపిస్తుంది. ఒకే నాలుకే రెండుగా భాషిస్తుంది. రెండూ నిజాలుగానే భాసిస్తాయి. ఎందుకంటే ఈ కత్తికి రెండంచులా పదునే! ధర్మం, న్యాయం, చట్టం అన్నీ రెండంచుల కత్తులే, ఏది ఎప్పుడు ఎలా మారుతుందో ఎవరికీ తెలియదు. మహత్తరమైన ధర్మం అనుకున్నది మట్టిలో కలసిపోతుంది.

కఠోరమైన అన్యాయం, న్యాయంగా పరిణామం పొందుతుంది. అందుచేత ఈ విపత్కర పరిస్థితుల్లో ''చట్టం ఎవరికి చుట్టమో చెప్పలేం''.

ఇదే జనం ఈ పార్టీలో జై కొడతారు. ఇదే జనం ఆ పార్టీలోనూ జై కొడతారు. గెలిచినవాడు తనకే జనం జేజేలు అనుకుంటాడు. ప్రజాస్వామ్యం లోనే జనం అభిమానంతో మీదపడిపోతారు. ప్రజాస్వామ్యంలోనే జనం ఆగ్రహంతో కిందపడేస్తారు. అంతా ద్వైదీభావం. ప్రజాస్వామ్యంలో ప్రజలే పాలకులు, రెండంచుల కత్తికిందే పరిణతిపొందుతారు. పరివర్తన చెందుతారు.

ఇంకా కొంతమంది జీవితంలోని ఎదురుదెబ్బలు తట్టుకోలేక, కారణాలు అర్థంకాక పరిష్కారాలు అన్వేషించలేక జీవితం చివరి పడిలో, ఏదో ఒక రాయిని నమ్ముకొని పరమార్థాన్ని సాధించినట్టు పరవశించిపోతాడు.

మూడు అంకెల జీవితాన్ని అంటే 100 యేళ్ళు సాగించిన వారు అరుదు. అందులో సాధించిన రెండూ శూన్యాలే (వంద ప్రక్కనున్న రెండు సున్నాలు) జీవితం మీద మమకారంతో, రెండు కళ్ళు, రెండు కాళ్ళు, రెండు చేతులు, రెండు చెవులలాగే, రెండు నాల్కలతో, రెండు మనసులతో, రెండు రకాల జీవితాన్ని సాగిస్తారు. రెండంచుల కత్తి మన జీవితమని తెగ సంబరపడిపోతాం. రెండంచుల కత్తి రెండు వైపులాకోస్తుంది. అవతలి వాణ్ణేకాదు మనల్ని కూడా. విజ్ఞత లేకుండా, ఎటుపడితే అటు నిలబడి పనులు అవుతున్నాయనో, ఆదాయం వస్తుందనో మనం ఎటువైపు అనుకూలంగా ఉంటే అటువైపు వెళ్ళవచ్చుననే ధీమాతో ఆలోచనలు కట్టిపెట్టి నడచుకుంటే, రెండు పడవల మీద కాళ్ళుపెట్టినట్టు రెండు నాల్కల ధోరణితో, రెండంచుల కత్తిలా ప్రవర్తిస్తే, అవతల వాడినే కాదు నిన్నూ తెగ్గోస్తుంది ఆ కత్తి. అనే విషయాన్ని మరచిపోవద్దంటాడు కవి. రెండంచుల కత్తిలా నిర్ణయాలు తీసుకోవద్దంటాడు.

వెలుగు నీడలు, సుఖదు:ఖాలు లాంటివి, ప్రతి మనిషి చుట్టూ వెలుగునీడలుంటాయి. 'చీకటి'

కవితలో 'పాజిటివ్ థింకింగ్' గూర్చి కవిత చెప్తూ ''ప్రతి మనిషికి / నీడ ఉంటుంది / అంటే / ప్రతి మనిషి చుట్టూ వెలుగు ఉంటుంది / వెలుగును వెతికే వారు / వెలుగుతారు / చీకిటిని / చూసే కళ్ళకు / చిమ్మ చీకట్లు కనిపిస్తాయి'' అంటూ, వెలుగును వెతుక్కోండి మీ జీవితాల్లో అనే సందేశాన్నియిస్తాడు కవి.

కవిత్వం ఎప్పుడూ స్థల, కాల, వర్గ, వర్ణ, కుల మతాల కతీతంగా తాజాదనంతో మనిషి మనసుకి నూతనతేజాన్ని కలిగిస్తూ, చక్కటి అనుభూతిలోకి దించుతూ కవిత్వం పరిఢవిల్లుతుంది అనేది ఈ కవి నమ్మకం.

''చెక్కు చెదరని నవ్వు'' కవితలో ఎయిర్‌హోస్టస్ ప్రవర్తనను ఏ విధంగా ఉద్యోగానికి అనుకూలంగా మార్చుకొని ఎటువంటి చిక్కుల్లో పడకుండా, ఉద్యోగించే విధానాన్ని ఎంతో గొప్పగా

ఆవిష్కరించాడు కవి. ఈ ప్రవర్తన వారి వారి వృత్తులో అవలంభించినట్లయితే ఏ విధమైన హానీ కలుగకుండా సంతోషంగా జీవితాన్ని కొనసాగించవచ్చుననే భావం ఈ కవితలో కనిపిస్తుంది. ప్రాక్టికల్‌గా జీవితంలో బతకాలంటే ఏర్పడే అవాంతరాలను అధిగమించాలంటే, కొంత లౌక్యం ఉండాలి. ఎప్పటి కప్పుడు మనిషి కాన్స్సియెస్‌గా ఉండాలి అనేది కవి భావన.

ఎయిర్ హోస్ట్ డ్యూటీ ఎక్కగానే తన అనుభవంలోకి వచ్చే అంశాల్ని కవిత్వంగా చెప్పిన తీరు గమనించాలి. ''వెకిలిగా నవ్వినా / చిలిపిగా నవ్వినా / కసిగా నవ్వినా / క్రోధంగా నవ్వినా / కామంగా నవ్వినా / ఇకిలించినా / సకిలించినా / పలకరించినా / పలవరించినా / పరవశించినా / చెక్కుచెదరని / అదే చిరునవ్వుతో పలకరింపు'' అంటే ఎదుటి వారి హావభావాలకు ఏ విధంగా స్పందించాలో ఎరిగి నడుచుకోవడం ఆమెకు తెలుసు.

''అంతా సజావుగా / నడుస్తున్నట్టు / నటిస్తూ / చెక్కు చెదరని / అదే చిరునవ్వుతో పలకరింపు / ఒకడు గంటకొట్టి / పలకరిస్తాడు` పళ్ళు ఇకిలిస్తూ`

ఒకడు కళ్ళతోనే నవ్వుతాడు` సంకేతంగా` ఒకడు సకిలిస్తాడు / గొంతు సవరించుకొంటున్నట్టు. ఒకడు చేత్తో స్పర్శిస్తాడు / ఏదో సాధించినట్టు / ఒక్కొక్కడు ఒక్కొక్క తీరు / అందరికీ మనసులో అదే జోరు / అన్ని చేష్టలకూ / ఒకే చూపుతో సమాధానం సర్వసంగ పరిత్యాగిలా / స్థిత ప్రజ్ఞతతో / చెక్కు చెదరని అదే చిరునవ్వుతో పలకరింపు అంటూ మనిషికి 'స్థితప్రజ్ఞ' అవసరం అనే భావన ముఖ్యంగా చెప్పుకోవచ్చుననేది కవి భావన.

ఆమె విమానంలో డ్యూటీ అయిపోయి దిగే విధం ఎలా చెప్పాడో కవి చూడండి. ''అందాకా మట్టిలో కూర్చొని లేచి దుమ్ము దులుపుకొనివెళ్ళినట్టు / విమానం దిగగానే / ఒంటికి అంటుకొన్న / చూపులన్నిటినీ దులుపుకొని / చెక్కు చెదరని అదే చిరునవ్వుతో / ఇంటికి పయనం.

''దండేనికి తగిలించిన / చిరునవ్వును / తొడుక్కొని / మరుసటిరోజు / మళ్ళీతయారు / అదే చెక్కుచెదరని చిరునవ్వుతో / పలకరించడానికి'' తయారైపోతుంటుంది ఆమె. ఈ కవిత స్థిత ప్రజ్ఞకు సంబంధించిన అవగాహనకు మచ్చుతునక.

అధికార వ్యామోహం అనండి లేదా అధికార కండూతి అనండి, అధికార దాహం అనండి, ఎవ్వరేది అనుకొనినా, ఈ లక్షణం ఉన్నవాడు తాను నాశనం కావడమే కాదు; చుట్టు ప్రక్కలవాళ్ళను, సమాజాన్ని నాశనం చేస్తాడు. కవి 'బల్లచెక్క' శీర్షికతో కవిత రాశాడు. 'బల్లచెక్క' అంటే సింహాసనం. భారతాన్ని ఉదహరిస్తూ 'బల్లచెక్క' కవిత నడిచింది.

''అర్ధరాజ్యమంటాడు / అయిదూళ్ళంటాడు / ఒక ఊరికోసం బతిమాలుతాడు / బల్లచెక్కమీద కూర్చోవడానికి / సూది మొనమోపినంత కూడా ఇవ్వకుండా / సర్వనాశనం అవుతాడు / సర్వనాశనం చేస్తాడు / బల్లచెక్క దిగడం ఇష్టంలేక / దుర్యోధనుడు'' రాజ్యకాంక్ష, అధికారదాహం ఆ విధంగా ఉంటుంది. అగ్రరాజ్యాలు బలహీన దేశాల మీద పెత్తనం చేయడానికి

ఎన్నో ఆంక్షలు విధిస్తుంటాయి. వాటిని బలహీన దేశాలు పట్టించుకోకపోతే, వెంటనే యుద్ధం ప్రకటించి ఆ దేశాన్ని సర్వనాశనం చేస్తాయి. ఉక్రేన్ దేశంపై రష్యాయుద్ధం ఈనాడు అటువంటిదే! పాలస్తీనాపై అమెరికా యుద్ధం అటువంటిదే!

ఈనాడు సాహిత్యం, వాస్తవ దృశ్యాల్లో దాగున్న అదృశ్య శక్తుల్ని బయటకు తీయడానికి యత్నిస్తుంది. చైతన్యానికి స్పష్టమైన దారి సాహిత్యమే. జీవన విధానానికి సజీవ విధానానికి సజీవ ప్రక్రియ సాహిత్యమే! మనిషిని మనిషిగా ఆవిష్కరించే ప్రక్రియ సాహిత్యమే! మనిషిలో శబ్ద, నిశ్శబ్ద, భావనా చైతన్యం పురుడోసుకునేందుకు సాక్షీభూతమై నిల్చేది సాహిత్యమే! సంపత్ కుమార్ ఒక లక్ష్యసిద్ధికోసం మార్గాన్వేషిగా ఒక సైద్ధాంతిక భూమిక నుంచి తనదైన ప్రాపంచిక దృక్పథంతో ప్రపంచాన్ని జీవితాన్ని విశ్లేషిస్తూ కవిత్వమై సాగిపోతున్నాడు.

కవిత్వం ఎల్లప్పుడూ జీవనదై ప్రవహిస్తుంటుంది. ఆకాశాన నక్షత్ర మండలమై తళుకు లీనుతుంటుంది. జన జీవన సాగర నిధై అలలెత్తుతుంటుంది. మానవ మనుగడకు తరగని పెన్నిధిగా నిలుస్తుంది. కనుకనే మనిషికి మనసుకు నూతనను త్తేజాన్ని కలిగిస్తుంది. కండగల కవిత్వం అరిగిపోదు; తరిగిపోదు; పాతపడదు, చెదరని సజీవ సంపదగా నిలుస్తుంది. మానవాళికి శాశ్వత సత్యనిధిగా భాసిల్లుతుంది. మానవ పురోగమన పదఘట్టాల కిందపడి, ఎంతో ప్రకృతి జీవసంపద నాశనమైంది. నాశనమవుతూనే వుంది. ప్రకృతి అసమతుల్యం లోకి వెళ్లింది. కనుకనే తన అస్తిత్వాన్ని తాను నిలుపుకునేందుకు మానవులపై రణం ప్రకటిస్తూనే వుంది. కనివిని ఎరుగని, అంతుబట్టని కరోనా లాంటి వైరస్ వ్యాధులు ప్రజ్వరిల్లుతూనే వున్నాయి. అందుకే మన శాస్త్రజ్ఞులు కూడా ప్రకృతి నాశనాన్ని విస్తృత కోణంలో పరిశీలించాలి. విచ్చలవిడితనం నుంచి మనిషిని అదుపులోపెట్టడం కూడ అవసరం. ఆ విషయంలో దండనకంటే అక్షరజ్ఞానాన్ని పెంచడం, ప్రకృతికి, జీవులకు మధ్య ఉన్న అవినాభావ సంబంధాల్ని ఆవిష్కరించాలి. అది సాహ్యితం ఒక్కటే ఎంతో మేధోవంతంగా చేయగలదు. కనుక సాహిత్య పఠనం ఎన్నో సమస్యల్ని తీర్చగలదు.

సంపత్ కుమార్ తన కవిత్వంలో సర్వసాధారణాల్లో అసాధారణాల్ని చూపిస్తూ, అసాధారణాల్లో సాధరణాల్ని తెల్పుతూ పాఠకుణ్ణి సరికొత్తలోకంలోకి తోడ్కొని పోతాడు. ఉద్వేగాలకు తావియ్యకుండా, అద్వితీయమైన సమన్వయం, అనన్య సామాన్యమైన సంయమనం, అసమానతర్కంతో జ్ఞానానికి నిలువెత్తు నిదర్శనంగా, వీడని, వాదని తీపి అనుభవాలను సంక్షుభిత వేగవంత సమాజంలో సదవగాహన కలిగించే రీతిగా తన కవిత్వాన్ని మలిచారు. వీరు కవిత్వం ఎవరో మెప్పుదాలకో, ఒప్పుదలకో రాయలేదు. పాఠకుల వ్యక్తిత్వవైశాల్యం విస్తృతించేందుకు తపన పడుతూ రాశాడు. తెలిసీ తెలియని వారి మధ్య ఏర్పడే శూన్యాన్ని పూరించాలంటే సామాజిక వివేచనలు వారికి అందాలనే దృష్టితో సరళమైన భాషలో కవిత్వం రాశాడు. కవిత్వం చదువుతూ వుంటే నాచుట్టూత వుండే ప్రపంచాన్ని నీవెన్నడూ మరచిపోవు. గొప్ప కవిత్వం మనిషి మనిషిగా

బతికే విధంగా చేస్తుంది. కవి ఎల్లవేళలా తనలోకి తాను తొంగి తొంగి చూచుకుంటూ, సమాజం మీద దృష్టినిలిపి సమాజ శ్రేయస్సుకు సమున్నత ప్రమాణాలు గల సాహిత్యాన్ని సృష్టించాలి.

కవి ''అంతదాకా'' అనే కవితలో జీవితాలు తృటిలో తారుమారు కావడానికి గల కారణాలను అన్వేషించాలి పాఠకులు, అనే భావాలతో ఈ కవిత రాశాడు. కవి సంధించే ప్రశ్నలకు సమాధానాలు దొరికితే జీవితాన్ని మూడు పువ్వులు ఆరు కాయలుగా మార్చుకోవచ్చును. పాఠకులు సమాధానాల కోసం అన్వేషిస్తారని ఆశిస్తూ కవిగారి ప్రశ్నల్ని వెల్లడిరచడానికి యత్నిస్తాను.

''అంతదాకా / అందంగా ఉన్న అభవంతి / చెరువులా ఎలా మారి పోయింది''

అంతాదాకా / కళ కళలాడిన ఆ ఊరు / అకస్మాత్తుగా కుప్పకూలి పోయిందేమిటి?

అంతదాకా / హాయిగా నిద్రపోతున్నవాడు / మళ్ళీలేవలేదెందుకని?

అంతదాకా / కోటీశ్వరుడనని విర్రవీగినవాడు / మడత పంచె కట్టుకొని ఎక్కడికి పరుగెడుతున్నాడు?

అంతదాకా / జేబునిండా క్రెడిట్ కార్డులతో మురిసిపోయినవాడు / పట్టెడు మెతుకుల కోసం పడిగాపులు కాస్తున్నాడేమిటి?

అంతదాక / సెల్లులో తప్ప ఎవరితోనూ మాట్లాడనివాడు / ఎవరైనా తనను పలకరిస్తారా అని / చిన్న పలకరింపుకోసం / పలవరిస్తున్నాడేమిటి?

అంతదాకా / ప్రపంచమంతా తనగుప్పెట్లో ఉందనుకున్నవాడు / మూగబోయిన సెల్లుతో / ప్రపంచంలో ఏం జరుగుతుందో / తెలియక అల్లాడుతున్నాడేమిటి?

అంతదాకా / కార్లోతప్ప కాలు కింద పెట్టనివాడు / నీళ్ళలో ఈదుకుంటూ ప్రాణాలకోసం పరితపిస్తున్నాడేమిటి?

అంతదాకా / వడదెబ్బలకు మరిగినవాడు / వాన దెబ్బలకు విరిగి పోతున్నాడేమిటి?

అంతదాకా / చెరువు గుండెలో గునపాలు దించినవాడు / చెరువు కన్నీళ్ళకు ఉక్కిరిబిక్కిరి అవుతున్నాడేమిటి?

అంతదాకా / ఎంగిలిచెయ్యి విదల్చనివాడు / పట్టెడు మెతుకులకోసం / ఆకాశంవైపు చెయ్యిచాస్తున్నాడేమిటి?

అంతదాకా / పెట్టడం మాత్రం తెలిసినవాడు / అడుక్కొంటున్నాడేమిటి;

అంతదాకా / ఆక్రమించడం మాత్రమే తెలిసినవాడు / పదిమందికి పంచిపెడుతున్నాడేమిటి?

అంతదాకా / అరిచి గీపెట్టినవాడు / ఆక్రందనల్ని ఆర్పుతున్నాడేమిటి?

అంతదాకా / రాత్రిళ్ళను పగళ్ళుగా మార్చినవాడు / పగలే చీకట్లో గడుపుతున్నడేమిటి?

అంతదాకా/ బిస్లెరీ నీళ్ళు మాత్రమే తాగినవాడు/ వాననీళ్ళతో నాలుక తడుపుతున్నాడేమిటి?

అంతదాకా/ ఎంతో సాఫ్ట్‌గా జీవితాన్ని గడిపినవాడు/ హార్డ్‌కోర్ జీవితాన్ని చూస్తున్నాడేమిటి?

అంతదాకా/ జీవితం ఎంతో సాఫ్ట్ అనుకున్నవాడు/ ఇంతలోనే ఇంత హార్డ్ జీవితాన్ని అనుభవిస్తున్నాడేమిటి?

అంతదాకా/ కన్నీళ్ళు ఎరగని వాడికి/ కన్నీళ్ళే జీవితంగా మారి పోయిందేమిటి?

అంతదాకా/ వర్షం కోసం యాగం చేసినవాడు/ ఎండకోసం యజ్ఞం మొదలు పెట్టాడేమిటి?

అంతదాకా/ వర్షమంటే హర్షించిన వాడు/ కళ్ళలో నీళ్ళు వర్షిస్తున్నా డేమిటి?

అంతదాకా/ కరువు నివారణపై అర్థించినవాడు/ వరద సహాయం అర్థిస్తున్నాడేమిటి?

అంతదాకా/ సముద్రం ఊరవతల ఉందనుకుంటే/ ఊరే సముద్రంగా మారిపోయిందేమిటి?

అంతదాకా/ నీళ్ళ లారీల కోసం 'క్యూ' కట్టినవాళ్ళు/ లారీల నీళ్ళకోసం నిలబడ్డారేమిటి?

అంతదాకా/ నిప్పులు చెరిగిన కళ్ళు ఇప్పుడు నీళ్ళు నములు తున్నాడేమిటి?

ప్రకృతి వైపరీత్యాలు వలన అయితేనేమి మానవతప్పిదాలు వలన అయితేనేమి, మనం అనుకున్నట్లు జీవితాలు చిరకాలం కొనసాగడంలేదు. మనిషి ప్రకృతి మాధుర్యాన్ని పానం చేస్తూనే ప్రకృతి సౌందర్యాన్ని గానం చేస్తూనే, ప్రకృతిని నాశనం చేయడానికి పూనుకుంటున్నాడు. ప్రకృతి మీద ఆధిపత్యం నాదేననే అహంకారం, స్వార్థం మనిషి పతనానికి కారణాలవుతున్నాయి. మనిషి శ్వాసించినంతకాలం శాసించాలనుకుంటున్నాడు.

ఏది ఏమైనా సామాజిక స్థితిగతులకు మార్పుకు మూలం సాహిత్యం అనే విషయాన్ని స్వార్థం పెట్రేగిన సమాజం గుర్తించడం లేదు. శాస్త్ర పరిజ్ఞానాన్ని నమ్మి, శాస్త్రాన్ని అస్త్రంగా వాడుకొని, ప్రకృతిని ధ్వంసం చేస్తున్నందు వలననే అనుకోని విపరీత పరిస్థితుల్ని మనిషి ఎదుర్కోవాల్సి వస్తుంది.

ప్రకృతిలో సాహిత్యం శబ్దంగాను, నిశ్శబ్దంగాను, దృశ్యంగాను, అదృశ్యంగాను, లయంగాను, అశరీరంగాను, శరీరంగాను, అభౌతికంగాను, భౌతికంగాను, ఆధ్యాత్మికంగాను, అలంకృతిగాను తిరుగుతూనే ఉంటుంది. దూకే జలపాతపు ఆవేశంలో, పారే సెలయేరు ఒయ్యారపు నీడల్లో, కురిసే మేఘపు మెరుపుల్లో, విరిసే హరివిల్లు వర్ణాల్లో, పులిగాండ్రిరపులో, సింహం గర్జింపుల్లో, చీకటి గుయ్యారాల్లో, వెన్నెల వెలుగుల్లో కవిత్వం వినిపిస్తూనే ఉంటుంది. ఆలోచనాపరుడై ఆస్వాదించే వానికి తెలుస్తుంది.

కవిత్వంలో రాయడానికి మనిషి కావాలి/ కవిత్వం మనిషికి కావాలి/ సముద్రాన్ని ఈదటం తేలిక/ జీవితం కన్నా/ అయినా సముద్రాన్ని ఈదలేం/ జీవితాన్ని వదల్లేం/ సముద్రమే ఒక జీవితం/ జీవితాన్ని ఈదినవాడికి/ సముద్రం పేలిక'' జీవితాన్ని ఈదడం ఎంత కష్టమో చెప్పాడు కవి. ''కాళ్ళు తడవకుండ కడలిదాటగవచ్చు/ కళ్ళు తడవకుండ కాపురమ్ము/ ఈదశక్యమౌనె ఈశుని కైనను'' అన్నాడో కవి.

ఈ లోకంలో మనిషిని మించిన మేధావి ఎవ్వడూ ఉండరు. మనిషి స్వార్థపూరితమైన వెర్రిచేష్టలు వలన ''డబ్బుబోడ్లో బతకాలనే బలమైన కోరిక వలన మనిషి మనిషికి ద్రోహం చేస్తున్నాడు. జీవితం శాశ్వతం అనుకోవడం, సంపాదనే మనిషి పరమార్థం అనుకోవడం, వికృత సుఖాలే సుకృతం అనుకోవడం, అనవసర రాద్ధాంతాలతో, సిద్ధాంత పరమైన శాస్త్రీయ విజ్ఞాన దాయకమైన ఆలోచనలు చేయకపోవడం వలన జీవితాల్లో వింత వింత చింతలు చోటుచేసుకుంటున్నాయి. అత్మవంచనే అతి తెలివిగా చలామణి అవుతోంది.

''సమకాలీన పరిస్థితులను / స్వాధీనం చేసుకుని సాగిపోయే / ప్రతి జీవిగతి / తిరుగులేని పురోగతి'' అంటారు ఒక కవితలో డా॥సి. నారాయణరెడ్డి. ''సంతానానికి/ సంపాదించి పెట్టడమే/ పరమావధి అనుకునే వాడికి/ సంతోషం ఉండదు/ సంతోషాన్ని/ సుఖంలో వెతుక్కునేవాడికి / పని విలువ తెలియదు / పని విలువ తెలియని వాడికి / పని పరుగులు గురించి / ఆలోచించే తీరిక ఉండదు/ ఆలోచించే తీరిక లేనివాడికి/ అనవసర రాద్ధాంతం తప్ప/ సిద్ధాంతం ఉండదు / సిద్ధాంతం లేని వాడికి / జీవితానికి సంబంధించిన సరైన చింతన ఉండదు/ చింతనలేని వాడికి/ జీవితమంతా చింతలు తప్ప/ మరేమీ మిగలదు'' అంటూ ''చింతన'' కవితలో సంపత్ కుండ బద్దలుకొట్టినట్టుగా చెప్పారు.

మాడభూషి వారి కవిత్వం చదివితే మనిషిని కవిత్వం ఎలా నడిపిస్తుందో అవగాహనించుకునే వీలు కలుగుతుంది. కవిత్వం తోడుతో నడవని మనిషి, వస్తు ప్రపంచంలో తప్పిపోతాడు. తన అస్తిత్వాన్ని కోల్పోతాడు. ముఖ్యంగా మనిషి గమనించాల్సింది. మనిషి గమ్యం మృత్యువుకాదు. మానవ జీవన గ్రంథంలో ఒకపుటగా మిగిలిపోవడమే! కవిత్వాన్ని మమతల మనోజ్ఞపతాకంగా, రక్త జ్వలిత సంగీతంగా, చీకటి ఇంటిగూట్లో వెలుగులు ఎగజిమ్మే దీపంగా భావించే విధంగా, పాఠకులకు సరైన దృష్టిని, దృక్పథాన్ని కల్గించడంలో సంపత్ కుమార్ కవిత్వం సరైన అవగాహన కల్గించిందనే నా భావన.

మాడభూషి సంపత్ కుమార్ వృత్తికి, ప్రవృత్తికి, సరైన న్యాయం చేస్తూ జీవితంలో సజీవంగా జీవిస్తూ, స్థిత ప్రజ్ఞతో తనదైన లక్ష్యంతో, స్థిరమైన మార్గాన్ని అనుసరిస్తూ, కరోనాకాలం విపత్కర పరిస్థితులు కల్పించినా, అన్నింటినీ అధిగమిస్తూ ''జూమ్ మీటింగ్స్'' ద్వారా సాహిత్యసేవ చేస్తూ కాలాన్ని కవితా వధూటి కౌగిలింతలో వెల్లబుచ్చుతున్న కవిశ్రేష్టుడీయన.

కవిత్వమై కురిసిన కవి (మాడభూషి సంపత్ కుమార్ కవిత్వ విశ్లేషణ)

''సరళమైన భాష పరుగెత్తు మదిలోకి
కదప లేదు మదిని కఠిన భాష
జాన పదుల భాష జనరంజకమ్మగు
ప్రజల భాషనీకు ప్రాణ మయ్య!'' అంటూ నా అభిప్రాయాన్ని సంపత్ కుమార్ గారికి నా ఈ విమర్శనా మరియు విశ్లేషణా గ్రంథం ద్వారా తెలియజేస్తున్నాను. వీరి సాహిత్యసేవకు ప్రణమిల్లుతున్నాను.

★★★★★★★

KASTURI VIJAYAM

 00-91 95150 54998

KASTURIVIJAYAM@GMAIL.COM

SUPPORTS

- PUBLISH YOUR BOOK AS YOUR OWN PUBLISHER.

- PAPERBACK & E-BOOK SELF-PUBLISHING

- SUPPORT PRINT ON-DEMAND.

- YOUR PRINTED BOOKS AVAILABLE AROUND THE WORLD.

- EASY TO MANAGE YOUR BOOK'S LOGISTICS AND TRACK YOUR REPORTING.

www.ingramcontent.com/pod-product-compliance
Lightning Source LLC
LaVergne TN
LVHW030322070526
838199LV00069B/6536